ஹோம் அக்ரி

மன்னர் மன்னன்

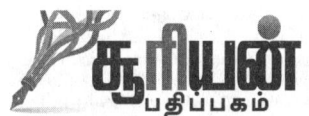

சூரியன்
பதிப்பகம்

ISBN: 978-81-951679-9-9

Title : HOME AGRI

© MANNAR MANNAN

சூரியன் பதிப்பகம்
வெளியீடு: 173

நூல் தலைப்பு:
ஹோம் அக்ரி

நூல் ஆசிரியர்:
மன்னர் மன்னன்

முதற்பதிப்பு:
செப்டம்பர் 2021

விலை:
ரூ.150/-

சூரியன் பதிப்பகம்

229, கச்சேரி ரோடு, மயிலாப்பூர்,
சென்னை 600004.
விற்பனைப் பிரிவு தொலைபேசி :
0444220 9191 **Extn:** 21125
மொபைல்: 72990 27361
இமெயில் : **kalbooks@dinakaran.com**

பதிப்பாளர் மற்றும் ஆசிரியர் : **ஆர்.எம்.ஆர்.ரமேஷ்**
சீஃப் டிசைனர் : **பி.வேதா**

இந்தப் புத்தகத்தின் எந்த ஒரு பகுதியையும் பதிப்பாளரிடமிருந்து எழுத்துபூர்வமான முன் அனுமதி பெறாமல் மறுபிரசுரம் செய்வதோ, அச்சு மற்றும் மின்னணு ஊடகங்களில் மறுபதிப்பு செய்வதோ காப்புரிமைச் சட்டப்படி தடை செய்யப்பட்டதாகும். புத்தக விமர்சனத்துக்கு மட்டும் இந்தப் புத்தகத்திலிருந்து மேற்கோள் காட்ட அனுமதிக்கப்படுகிறது.

என்னுரை

உணவு உற்பத்தி என்பது மனிதனின் மிக மிக அடிப்படையான தேவை யாகும். ஆனால், விவசாயம் செய்பவர்கள் பல்வேறு விதங்களிலும் ஏமாற்றப்பட்டதாலும், சமூகத்தாலும் அரசாலும் அவர்களுடைய தேவைகள் பூர்த்தி செய்யப்படாததாலும், விவசாய சேவை பலரால் இன்று விரும்பப்படுவதில்லை.

விவசாயத்தை லாபம் ஈட்டும் தொழிலாகவே நினைப்பவர்களாலும் அதை வெற்றிகரமாக செய்யமுடிவதில்லை.

இப்படி நிராகரிக்கப்பட்ட விவசாயிகளால் பல்வேறு நிர்ப்பந்தங்களுக்கு இடையில் உற்பத்தி செய்யும் பொருட்கள் ஊட்டத்தை தருவதற்கு மாறாக நோய்களை உற்பத்தி செய்பவையாக இருக்கின்றன.

இந்த சூழலை அரசும் சமூகமும் புரிந்துகொண்டாலும், பாதுகாப் பான உணவு உற்பத்தியை மேம்படுத்துவதற்கான முயற்சி சமூக வலைத் தள ஊடகங்கள் அளவிலேயே இருக்கிறது.

ஆரோக்கியத்திற்கு பதிலாக உடல் மற்றும் மன நலத்தைக் கெடுக்கும் ஊட்டமில்லா உணவுகள் சமுதாய நலத்தையும் பாதிக்கக் கூடியவையாக அமைகின்றன.

மனிதரிகளின் சமூக பொறுப்புணர்ச்சி, நல்ல சிந்தனைகள், மற்றவரிடம் பழகும் விதம், பரிவு, பாசம், அன்பு போன்ற உணர்ச்சிகள் நாம் உண்ணும் உணவின் தரத்தை சார்ந்தே இருக்கின்றன.

அதுபோலவே மனிதனின் குரூர சிந்தனைகள், எரிச்சல், படபடப்பு, பயம், மனச்சோர்வு போன்ற உணர்ச்சிகளும் நாம் உண்ணும் உணவையே சார்ந்திருக்கின்றன.

இன்னும் சொல்லப்போனால் உணவுப்பழக்கங்களில் ஏற்படும் பெரும் மாற்றங்களால் மனித சமுதாயத்தில் இயல்பான தன்மைகள் மாறுபடுகின்றன.

அருந்திய அன்னம் அவைமூன்று கூறாம்
பொருந்தும் உடல்மனம் போம்மலம் என்னத்
திருந்தும் உடன்மல மாம்கூறு சேர்ந்திட்டு
இருந்தன முன்னாள் இரதம தாகுமே!

– என்ற திருமூலர் பாடலில், நாம் உண்ணும் உணவு மூன்று கூறாகப் பிரியும் என்றும், உணவின் ஒரு பகுதி உடலாகவும், மற்றொரு பகுதி மல மாகவும், மூன்றாவது பகுதி மனமாகவும் மாறுவதாகவும் கூறியுள்ளார்.

நாம் உண்ணும் உணவின் பண்பாகவே மன உணர்ச்சிகள், சிந்தனை கள் வெளிப்படுகின்றன. ஒரே விதமான தவறான உணவுப்பொருட்களை உண்ணும் மொத்த சமுதாயமும் தம் இயல்புகளில் மாறுபடுவதால் சமுதாய சீர்கேடுகள் ஏற்படுத்துவதற்கான வழியாக உணவும் உணவுப்பழக்கங்களும் அமைகின்றன.

ஆக விவசாயமும் அதனால் நாம் உற்பத்தி செய்யும் உணவுப்பொருட் களும் நம்முடைய கட்டுப்பாட்டில் இல்லாத போது, நாம் நம்முடைய மன ஆரோக்கியத்தையும், உடல் நலத்தையும், சமுதாய பொறுப்புணர்ச்சியையும் காப்பாற்ற முடியாத சூழ்நிலைக்குத் தள்ளப்படுகிறோம்.

இத்தகைய நிலைமை நோக்கித்தான் நாம் இப்பொது போய்க்கொண்டிருக்கிறோம் என்பது நாம் அனைவரும் அறிந்ததே.

தனி மனிதனால் என்ன செய்யமுடியும் என்று நினைப்பவர்கள் கிடைப்பதை உட்கொள்ளுகிறார்கள். ஒருசிலர் இந்த சீர்கேடுகள், தாம் வாழும் காலத்திற்குள் ஏற்படாது என்ற நம்பிக்கையோடு, தமது சந்ததியினரின் மேல் அக்கறை இல்லாமல் இருக்கிறார்கள்.

தவறான உணவுப் பழக்கங்களால் பாதிக்கப்பட்டவர்களும், விவசாய ஆர்வம் உள்ள சிலரும், சமூகச் சிந்தனைகொண்ட பலரும் இதனால் முடிந்த அளவுக்குக் காய்கறி போன்றவற்றைத் தாமே பயிரிட வேண்டும் என்ற ஆர்வத்தில் வீட்டுத்தோட்டம், சமூக கூட்டுத்தோட்டம் போன்றவற்றில் ஈடுபடுகிறார்கள். ஒருசில சிறு மற்றும் பெரு விவசாயிகள் பாரம்பரிய ரகங்களையும், விவசாய முறைகளையும் பாதுகாக்க முயற்சிகள் செய்கிறார்கள்.

தாமே முடிந்த அளவுக்கு தமக்குத் தேவையானவற்றை உற்பத்தி செய்து கொள்வது என்பது எந்த வேலையில் ஈடுபட்டிருந்தவர்களாக இருந்தாலும் செய்யக்கூடிய விஷயம்தான்.

வீட்டிலே விவசாயம் செய்வது என்பது சாத்தியமானதுதான் என்று பலரும் இன்று செய்து காண்பித்து நிரூபித்தும் கொண்டிருக்கிறார்கள்.

வீட்டுத்தோட்டத்தில் காய்கறி, பழங்கள், தானியங்கள் உற்பத்தி செய்பவர்களும் விவசாயிகள்தான்; அவர்களின் சிறு அளவினாலான உணவு உற்பத்தியும் விவசாயம்தான்.

இப்படி வீட்டிலே விவசாயம் செய்ய விரும்புவர்களுக்காக 'குங்குமம்' வார இதழில் எழுதப்பட்ட 'ஹோம் அக்ரி' தொடரின் கட்டுரைகளைத் தொகுத்து இந்த நூல் ஆக்கப்பட்டிருக்கிறது.

வீட்டில் தோட்டம் பராமரிப்பதற்கான விவரங்களையும், உத்திகளையும், வழிமுறைகளையும் இந்த நூல் விவரிக்கிறது.

பலவிதமான இயற்கை விவசாய நுணுக்கங்களையும், இடுபொருள்கள் தயாரிப்பு முறைகளையும், நவீன வழிமுறைகளையும், மண்ணில்லாமல் செய்யும் 'ஹைட்ரோபோனிக்' விவசாய முறைபற்றியும் விளக்கப்பட்டுள்ளது.

இதுவல்லாமல் தொடரில் வெளிவந்த வாசகர்களின் விவசாயம், ஆரோக்கியம் குறித்த கேள்விகளுக்கான பதில்களும் இந்த நூலில் சேர்க்கப்பட்டிருக்கின்றன.

விவசாயம் செய்ய விரும்புபவர்களுக்கும், வீட்டுத்தோட்டம் பராமரிப்பவர்களுக்கும், விவசாய ஆர்வலர்களுக்கும் நல்ல மற்றும் தேவையான விவரங்களை இந்த நூல் தரும் என்று நம்புகிறேன்.

விவசாயத்திற்கு ஆதரவாக இப்படி ஒவ்வொருவரும் தமக்கான சமுதாய பங்கை செய்வது ஆரோக்கியமான வலுவான சமுதாயத்தை உருவாக்கும் என்பதில் சந்தேகமில்லை.

இந்த முயற்சிக்கும் மிகவும் ஆதரவாக இருந்த 'தினகரன்' மற்றும் 'குங்குமம்' குழும நிர்வாக மேலாளர், 'குங்குமம்' முதன்மை ஆசிரியர் திரு. கே.என்.சிவராமன், மற்றும் இதைப் புத்தகமாக வெளியிடும் 'சூரியன் பதிப்பகத்தாருக்கு' என் நன்றியைத் தெரிவித்துக் கொள்கிறேன்.

– மன்னர் மன்னன்

சமர்ப்பணம்
வளர வழிசெய்த பெற்றோர் மற்றும் சகோதர சகோதரிகளுக்கும்,
வாழ வழிசெய்யும் மனைவி மற்றும் மக்களுக்கும்...

ஹோம் அக்ரி

பயிரிட்டு உண்பதற்கான அவசியமும் தேவையும் என்ன?

இன்று வேளாண்மை குறித்த ஆர்வம் அனைவருக்குமே பெருமளவில் இருப்பது, சமூக ஊடகங்கள் மூலமாக தெள்ளத் தெளிவாக விளங்குகிறது. இந்த ஆர்வமும் ஈடுபாடும் நம்மிடமிருந்து வெளிப்படுவதற்கு பல காரணங்கள் இருக்கின்றன. அவற்றில் சில -

♦ நாம் பாதுகாப்பற்ற உணவை உண்கிறோம் என்ற உணர்வு.
♦ சுற்றுச் சூழல் கேடு பற்றிய ஆதங்கம்.
♦ மிகவும் பரவலாகிக்கொண்டிருக்கும் புற்றுநோய் போன்ற உயிர்க்கொல்லி நோய்கள்.
♦ மரம், செடி வளர்ப்பு, காய்கறி பயிரிடுதலில் ஒவ்வொரு வருக்கும் உள்ள மரபணுவில் மறைந்திருக்கும் ஆர்வமும் கடமையுணர்வும்.

பெரும்பாலானவர்களுக்கு இந்த ஆர்வம் இருந்தாலும், செயல்படுத்தாமல் போவதற்கு பல காரணங்கள் இருக்கின்றன. ஒரு சிலர் நேரமில்லை என்று சொல்லலாம். பலர் இடம் இல்லை என்று நினைக்கலாம். சிலர் செய்யத் தெரியாது என்று தவிர்க்கலாம். வேறு சிலர் நம்மால் முடியாது என்று முயற்சியே செய்யாமல் போகலாம். மற்றும் சிலர் முயற்சி செய்து சரிவரவில்லை என மனம் தளர்ந்திருக்கலாம்.

இந்தத் தொடரில் நாம் ஒவ்வொருவரும் தோட்டம் அமைப்பதில் எப்படி நம்மை ஈடுபடுத்திக்கொள்ளலாம், பாதுகாப்பாக

நம் காய்கறிகளை நாமே எப்படி பயிரிடலாம், நாமே எப்படி வீட்டில் மிளகாய், மல்லி போன்ற முக்கிய மசாலா பொருட்களைப் பயிரிடலாம், நாமே எப்படி வீட்டில் எண்ணெய் ஆட்டிக் கொள்ளலாம், எப்படி விவசாயிக்கும் விவசாயத்தின் முன்னேற்றத்திற்கும் பங்களிக்கலாம் என்ற விஷயங்களைப் பார்க்கலாம்.

இது வெறும் தொடராகஇல்லாமல், தாங்கள் நேரடியாகச் செய்து பார்க்கும் அளவுக்கு எல்லா விவரங்களையும் தரக்கூடிய தகவல் தொகுப்பாக அமையும் என்று நம்புகிறோம். இணையத்திலும், புத்தகங்களிலும் கிடைக்காத பல செயல்முறை விளக்கங்களும், குறிப்புகளும், செய்யக்கூடியவை, கூடாதவை போன்ற செய்திகளைக் கொண்ட ஒரு போதினியாக அமைவதற்கான முழு முயற்சியும் செய்வோம்.

இதற்கு வலு சேர்க்கும் விதமாக உங்கள் சந்தேகங்களுக்குப் பதில் அளிக்கும் பகுதியும் இத்தொடரில் இடம்பெறும்.

இன்றைய காலகட்டத்தில் நம் உணவை நாமே முடிந்த அளவுக்கு உற்பத்திசெய்வது, செய்யக் கற்றுக்கொள்வது, குழந்தைகளுக்குக் கற்றுக்கொடுப்பது, சரியான உணவைத் தேர்வு செய்வது, செய்ய கற்றுக் கொள்வது என்பவை அவசியமானவை மட்டுமல்ல, அவசரத் தேவையும் கூட.

விவசாயம் செய்யாமல் தனி மனிதனாக நகர்ப்புறங்களில் வாழ்பவர்கள் அடிப்படைத் தானியங்களை உற்பத்தி செய்வது கடினமாக இருந்தாலும், பெருமளவிலான காய்கறிகளையும், ஒருசில மசாலா பொருட்களையும், எண்ணெய் வித்துக்களையும், மேலும் பல உணவுப்பொருட்களையும் தாங்களே உற்பத்தி செய்துகொள்ளலாம்.

இந்தப் பொருட்கள் மட்டுமே நாம் அன்றாடம் உட்கொள்ளும் நச்சுப்பொருட்களின் அளவைப் பெருமளவில் குறைக்கும். இவை பாதுகாப்பான ஊட்டத்தை அளிப்பதுடன், மற்ற உணவுகளிலிருந்து உட்கொண்ட நச்சுக்களையும் வெளியேற்றும்.

சரி, நாமே பயிரிட்டு உண்பதற்கான அவசியமும் தேவையும் என்ன?

முக்கியமான காரணம், நம் உடலிலிருந்து தேவையில்லாத சத்துக்களையும், உப்புக்களையும், தாதுக்களையும், வெப்பத்தையும் நாம் வெளியேற்றாமல் இருப்பது.

இப்படி தேவையில்லாத பொருட்கள் உடலில் சேர்வது என்பது கீழ்க்கண்ட காரணங்களாலும், நாம் உண்ணும் உணவிலுள்ள விஷம் (toxins), ஒவ்வாத கொழுப்பு, செரிக்க முடியாத சத்துக்கள், மற்றும் சுற்றுச்சூழல் மாசுக்களாலும் ஏற்படுகிறது.

♦ **வருடம் முழுதும் காய்க்கும் தக்காளிச் செடி அந்தக் காலத்தில் இருந்ததாக என் பாட்டி சொன்னார். அதுபோல் வருடம் முழுதும் காய்க்கும் காய்கறிச் செடிகள் வேறு உண்டா?**

- வேதரத்தினம், திருத்துறைப்பூண்டி.

ஒருசில பாரம்பரிய ரகங்கள் வருடம் முழுவதும் காய்க்கக்கூடியவை. தக்காளி, கத்திரி மற்றும் பருத்தியில் இதுபோன்ற ரகங்கள் மிகப்பரவலாக வளர்க்கப்பட்டன.

இந்த ரகங்கள் வீடுகளில் வளர்ப்பதற்கு ஏற்றவை. ஒருசில தன்னார்வலர்கள் இன்னும் இந்த ரகங்களைக் காப்பாற்றிவருகிறார்கள். ஆனைக் கொம்பன் வெண்டை என்ற ரகம் இன்னும் புழக்கத்தில் உள்ளது. இந்த வெண்டை ஒரடி நீளமானது.

♦ **ஜப்பானில் மண்ணே இல்லாமல் விவசாயம் செய்கிறார்களாமே, உண்மையா?**

- பன்னீர்செல்வம், பரமத்தி.

ஆமாம். ஜப்பானில் மட்டுமல்ல, வேறு பல நாடுகளிலும், குறிப்பாக அரபு நாடுகளிலும், ஏன் இந்தியாவிலும் கூட செய்கிறார்கள்.

அக்வாபோனிக்ஸ் (Aquaponics), ஹைட்ரோ போனிக்ஸ் (Hydroponics) என்ற இரண்டு முறைகளில் செய்யலாம். இரண்டிலுமே மண் துணையில்லாமல் காய்கறி, கீரைகள் பயிரிடலாம். நம் வீட்டிலும் கூட இந்த முறையில் தோட்டம் அமைக்கலாம். இதுகுறித்த தகவல்கள் மற்றும் செய்முறைகளை அடுத்தடுத்த அத்தியாயங்களில் காணப்போகிறோம்.

♦ **வீட்டுத்தோட்டம் அமைக்க என்ன செலவாகும்? உற்பத்திச் செலவு கடையில் வாங்குவதைக் காட்டிலும் குறைவாகவே ஆகுமா?**

- கல்யாணி, கடைச்சனேந்தல்

வீட்டுத்தோட்டம் அமைப்பதற்கு முதலில் மனமும், ஆர்வமும், இயற்கையிலிருந்து கற்றுக்கொள்ளும் திறனும்தான் பிரதானமான முதலீடு. செலவு ஒரு பொருட்டல்ல; முக்கிய தேவையும் அல்ல.

ஆர்வத்தால் பொருட்களை வாங்கி இடத்தை நிரப்பி செலவு செய்வதால் மட்டுமே வீட்டுத் தோட்டம் அமைந்துவிடாது. பொறுமையும், ஒரு குழந்தையைப் போல கவனித்து அதனுடன் உறவாடத் தெரிந்தவர்களுக்கு மட்டுமே இது

மன்னர் மன்னன்

வெற்றிகரமாக அமையும்.

உற்பத்திச்செலவு குறைவாகவும் இருக்கலாம், அதிகமாகவும் இருக்கலாம். நம் குறிக்கோள் சரியான பாதுகாப்பான உணவும், மனமகிழ்ச்சியுமேயொழிய, செலவைக் குறைப்பதல்ல. நாமே விளைவித்ததை என்றுமே கடைச் சரக்கோடு ஒப்பிடக்கூடாது.

♦ **ஒருவர் மன நிறைவோடும், சந்தோஷமாகவும் இருப்பது உணவுப் பழக்க வழக்கங்களால் அமையுமா?**

– எஸ்.காமராஜ், ஒரத்தநாடு.

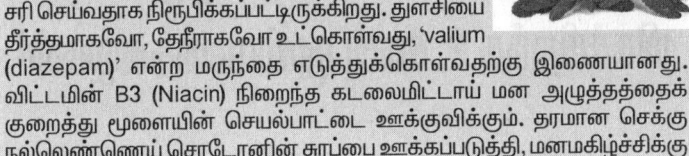

நிச்சயமாக. அனுமன் கோயில்களில் நெடுங்காலமாக வழங்கப்படும் துளசி தீர்த்தம் மனச்சோர்வை சரி செய்வதாக நிரூபிக்கப்பட்டிருக்கிறது. துளசியை தீர்த்தமாகவோ, தேநீராகவோ உட்கொள்வது, 'valium (diazepam)' என்ற மருந்தை எடுத்துக்கொள்வதற்கு இணையானது. விட்டமின் B3 (Niacin) நிறைந்த கடலைமிட்டாய் மன அழுத்தத்தைக் குறைத்து மூளையின் செயல்பாட்டை ஊக்குவிக்கும். தரமான செக்கு நல்லெண்ணெய் செரடோனின் சுரப்பை ஊக்கப்படுத்தி, மனமகிழ்ச்சிக்கு வழிவகுக்கிறது.

உடலில் விஷமிகள் சேர முக்கியமான காரணங்கள்:

- வியர்வை இல்லாமல் வாழப் பழகியது.
- பேதிக்கு மருந்து எடுத்துக்கொள்ளாமல் இருப்பது.
- உடல் உழைப்பு குறைந்த அலுவல் / தொழில்.
- ஆரோக்கியத்தைக் கெடுக்கும் பொழுதுபோக்கு அம்சங்கள்.
- ஆரோக்கியமில்லாத சுற்றுச்சூழலில் வாழ்வது.
- உண்மையான மனமகிழ்ச்சியில்லாத மன அழுத்தம் நிறைந்த வாழ்க்கை முறை.
- பூச்சிக்கொல்லி போன்ற விஷப்பொருட்கள் நிறைந்த உணவுப் பொருட்கள்.
- ஒவ்வாத, தேவைக்கு அதிகமான சத்து கொண்ட உணவுகளை உண்பது.
- மேலும் பல சமூகப் பழக்க வழக்கம் சார்ந்த காரணங்கள்.
- விரதம் / பட்டினி இல்லா வாழ்க்கைமுறை.

ஆக, நாமே உற்பத்திசெய்து உண்ணும் விளைபொருட்கள், சரியான ஊட்டத்தைத் தருவதுடன் தேவையில்லாத பொருட்களையும் வெளியேற்றுகின்றன.

கழிவுகளை வெளியேற்றும் மிகச்சிறந்த உணவு நுண்பசுந்தழைகள்!

சரியான ஆரோக்கியம் தரும் உணவு, ஊட்டத்தை அளிப்பதுடன் தேவை இல்லாத கழிவுகளையும் வெளியேற்ற வேண்டும். இதுவே நாம் நம் கையால் உணவை உற்பத்தி செய்ய முக்கிய காரணம்.

சரியான உணவு, ஊட்டத்தைத் தருவதோடு உடல் நலத்தை வேறு எப்படி பாதுகாக்கிறது, கழிவுகளை வெளியேற்ற உதவுகிறது என்று தெரிந்துகொள்வது, நாம் சரியான உணவைத் தேர்ந்து கொள்வதற்கும், உணவு முறையை வகுத்துக் கொள்வதற்கும் வழி செய்யும்.

இதற்கு நம் உடலில் இயற்கையாக என்ன உறுப்புகள், எந்த முறைகளில் கழிவுகளையும் விஷமிகளையும் ஒவ்வாத பொருட்களையும் மாசுக்களையும் வெளியேற்றுகின்றன என்று புரிந்து கொள்ள வேண்டும்.

கழிவுகளை வெளியேற்றுவதில் மிகச்சிறந்த உணவாக நுண் பசுந் தழைகளை (Micro greens) கொள்ளலாம்.

முளை கட்டிய தானியங்கள் நமக்குப் பரிச்சயமானவையே. இவற்றை இன்னும் சில நாட்கள் வளரவிட்டு இலைகள் தங்க ளுடைய உண்மையான வடிவத்தை அடைந்தவுடன் அவற்றை அப்படியே தண்டு மற்றும் இலைகளோடு அறுவடை செய்து பயன் படுத்திக்கொள்வதைத்தான் நுண் பசுந்தழை வளர்ப்பு என்கிறோம்.

ஆனாலும் முளை கட்டிய பயிறுக்கும், நுண் பசுந்தழை வளர்ப்புக்கும் பல வேற்றுமைகள் உள்ளன.

முதலில் தானியங்கள் தவிர பல கீரைகளையும், காய்கறி விதைகளையும் நுண் பசுந்தழைகளாக உபயோகப்படுத்தலாம். இதற்கு மண் அல்லது வேறு ஆதாரம் தேவை. முளைப்பாரிக்கு மண் தேவையில்லை. நுண் பசுந்தழைகள் முளைகட்டிய பயிரைக் காட்டிலும் அதிக உயிரூட்டமும், உயிர்ச் சத்துகளும் நிறைந்தவை.

நுண் பசுந்தழைகள் வளர்க்க பல நல்ல காரணங்கள் உள்ளன. இது மிகச்சிறந்த உயிர் உணவு; கடைகளில் கிடைக்காதது. அறுவடை செய்து பின் சில மணி நேரத்தில் இதை உண்பது முழுப்பலன்களைக் கொடுக்கும். அதனால் இதை நாமே உற்பத்தி செய்வதுதான் நல்லது

உற்பத்தி செய்வது மிகவும் எளிது. வீட்டின் வெளியில் இடம் இல்லாதவர்களும், தோட்டம் இல்லாதவர்களும் கூட சுலபமாக வளர்க்கலாம்.

ஒரே தட்டில் பல்வேறு நுண்பசுந்தழைகள் வளர்க்கும் விதம்

இதற்கான உற்பத்திச் செலவு மிகவும் குறைவு. தேவையான பொருட்கள் அனைத்தும் வீட்டில் சாதாரணமாக புழங்கக் கூடியவையே. நாள்தோறும் ஒரு சில நிமிடங்கள் செலவு செய்தால் போதும்.

இயல்பாக நீங்கள் வசிக்கும் இடத்தில் வளராத பயிர்களையும் வளர்க்கலாம். உதாரணமாக பொதுவாகவே வெப்பமாக இருக்கும் திருச்சியிலும் முட்டைக்கோஸ், காலி ஃப்ளவர், லெட்யூஸ் போன்றவைகளை வளர்க்கலாம். எந்தவிதமான ரசாயன இடுபொருள்களும், பூச்சிக்கொல்லிகளும் தேவையில்லை.

நுண்பசுந்தழைகள் உயிருள்ள உணவு வகையைச் *(Bio - genic foods)* சார்ந்தவை. இதில் அபரிமிதமான அளவில் (வளர்ந்த பயிர்களைக்காட்டிலும் 40 மடங்கு வரை அதிகமான அளவு) வைட்டமின்களும், தாதுக்களும், நுண் தாதுக்களும், சோதனைக் கூடங்களில் அளவிடமுடியாத உயிர் வளர்க்கும் சக்திகளும், என்சைம்களும் நிறைந்திருக்கின்றன.

இவ்வகை உணவுகளைத் தினமும் சேர்த்துக்கொள்வது எண்ணிலடங்கா பலன்களைத் தரக்கூடியது.

சரி. நுண்பசுந்தழை வளர்ப்பில் என்னென்ன விதைகளை உபயோகிக்கலாம்?

- கோதுமை
- உளுந்து
- கடுகு
- பார்லி
- பச்சைப் பயறு
- கீரை வகைகள்
- வெந்தயம்
- முட்டைக்கோஸ்

◆ **நாம் வாங்கும் விதைகள் தரமானவைதானா, மரபணு மாற்றம் (GM Seeds) செய்யப்பட்டவையா என்று எப்படி தெரிந்துகொள்வது?**

– P. அருள்மொழி வர்மன், காட்பாடி.

காய்கறி விதைகளில் மரபணு மாற்றம் செய்யப்பட்ட விதைகள் இன்னும் சந்தைக்கு வரவில்லை. கத்திரி மட்டுமே பரிசோதனை முறையில் விளைவிக்கப்பட்டது.

ஆனால், பருத்தி விதைகள் மரபணு மாற்றம் செய்யப்பட்டு விநியோகம் செய்யப்படுகின்றன. அந்த விதைகளின் கவர்களில் GM Seeds என்று குறிப்பிட்டிருக்கும். நீங்கள் முடிந்தளவுக்கு நண்பர்கள், விவசாயிகள், பாரம்பரிய விதை காக்கும் தன்னார்வலர்களிடமிருந்து விதை வாங்கிக் கொள்வது நல்லது.

◆ **என் வீட்டில் வெளியில் ஏதும் வளர்ப்பதற்கான வாய்ப்பு இல்லை. பால்கனியிலும் வெளிச்சம் வருவதில்லை. வீட்டுக்கு உள்ளே வளர்ப்பதற்கு ஏதும் வழிமுறைகள் உள்ளனவா?**

– நடராஜன், ஹொஸ்கொடே, பெங்களூர்.

உள்ளன. ஒருசில பயிர்களை செயற்கையான ஒளியில் வளர்க்கலாம். இந்த அத்தியாயத்தில் குறிப்பிட்டுள்ள நுண் பசுந்தழைகளை LED செயற்கை ஒளியில் வளர்க்கலாம். ஆனாலும் வீட்டினுள் நல்ல காற்றோட்டம் இருக்க வேண்டும்.

◆ **ஆடிப்பட்டம் தேடி விதை என்று சொல்வார்கள். அப்படியென்றால் மற்ற காலங்களில் எப்படி விதைப்பது? இது வீட்டுத் தோட்டத்துக்கும் பொருந்துமா?**

– V. கார்த்திகா, சென்னை.

ஒவ்வொரு பயிருக்கும் சிறந்த பட்டம் என்று ஒன்றிருக்கிறது. அந்தப் பட்டத்தில் விதைக்கும் போது அது சிறந்த பயன்களைத் தரும். ஒரே பயிருக்கு பல விதமான ரகங்கள் இருக்கின்றன. இந்த ரகங்கள் வெவ்வெறு பருவங்களுக்கு என்று உருவாக்கப்பட்டிருக்கின்றன. உதாரணமாக புரட்டாசி பட்டத்திற்கென்றே ஒருசில காய்கறி, தானியங்கள் உள்ளன. இவற்றை மார்கழிப்பட்டத்தில் விதைத்தால் சரியான பயன் தராது. பருவத்தே பயிர் செய் என்று இதைத்தான் கூறுவார்கள்.

- காலிஃப்ளவர்
- முள்ளங்கி
- பட்டாணி
- வெங்காயம்

வளர்க்கும் முறை:

இவற்றை வீட்டின் உட்புறமே வளர்க்கலாம். சிறிய தட்டுகள்,

வாளி மூடிகள், ட்ரே போன்ற உயரம் குறைவான ஏதாவது ஒரு பாத்திரத்தில் நல்ல தரமான ஊட்டம் நிறைந்த மண் மற்றும் குப்பை கலந்த கலவையை ஓர் அங்குல உயரத்துக்கு பரப்ப வேண்டும்.

பிறகு நன்றாக 12 மணி நேரம் ஊற வைத்த விதைகளை நெருக்கமாகப் பரப்ப வேண்டும். பின் அதன் மேல் கொஞ்சம் மக்கிய எரு அல்லது மண்புழு உரம் விதைகள் மறையும் அளவு தெளித்து விட வேண்டும்.

பின்னர் அது நனையும் அளவுக்கு ஒரு நல்ல கைத்தெளிப்பான் மூலமாக நீரைப் பனி (Mist) போல் தினமும் இரண்டு முறை தெளிக்க வேண்டும்.

பனி போல் தெளிப்பதால் குறைந்த அளவே நீர் போதுமானதாக இருக்கும். ஆனால், கீழிருக்கும் மண் மிகவும் காய்ந்திருந்தால் மேலே தெளிக்கும் நீரை இழுத்துக்கொள்ளும்.

அதனால், மண் பரப்பும்போது அதை ஓரளவுக்கு நனைத்துக் கொள்வது நல்லது. காற்றில் ஈரப்பதம் அதிகமாக இருந்து தெளித்த நீர் அப்படியேயிருந்தால் நாளுக்கு ஒருமுறை தெளித்தால் போதும்.

சில விதைகள் ஓரிரு நாட்களில் முளைக்க ஆரம்பிக்கும். சில விதைகள் அதிக நாட்கள் எடுத்துக் கொள்ளும். முள்ளங்கி, கடுகு, பச்சைப் பயறு விதைகள் 2 - 3 நாட்களில் முளைத்து மண்ணிலிருந்து வெளிவரும். மற்றவை ஒருசில நாட்கள் கழித்து முளைத்துவரும்.

ஆறு நாட்களான முள்ளங்கி நுண்பசுந்தழை

முழுதாக இலை தன் வடிவம் அடைவதற்கு 10 - 15 நாட்கள் ஆகும். 15 நாட்களுக்குள் அறுவடை செய்யலாம். கொத்தமல்லி விதையை மட்டும், தரையில் தேய்த்து அது பாதியாக உடைந்த பிறகு விதைக்க வேண்டும்.

விதைகளை வாங்கும் போது அவை பூச்சி, பூஞ்சாணக்கொல்லி கலந்தவையா என்று பார்த்து வாங்க வேண்டும். அரசு விதிகளின்படி கிட்டத்தட்ட எல்லா விதைகளுமே 'திராம்' போன்ற மருந்துகளால் விதைநேர்த்தி செய்யப்பட்ட பிறகே விற்பனை செய்யப்படுகின்றன. இவை கொடிய விஷம் ஆதலால், இத்தகைய விதைகளை மிகக் குறுகிய காலப்பயிராக வளர்க்கும்போது நிச்சயமாக பயன்படுத்தக் கூடாது.

அதனால் பெரும்பாலான விதைகளை மளிகைக் கடைகளிலேயே சேகரம் செய்வது நல்லது. அப்படி கிடைக்காத விதைகளை விவசாயிகளிடமிருந்தும் பாரம்பரிய விதை சேகரிப்பு தன்னார்வலர்களிடமிருந்தும் பெற்றுக் கொள்ளலாம்.

ஹோம் அக்ரி

கீரை வளர்ப்பு

உடல், உள்ளம் – இவை இரண்டும் நன்றாக இருப்பதைத்தான் 'நலம்' என்கிறோம். இதில் ஏதேனும் ஒன்று பழுதடைந்தால், நோய் வந்ததாகக் கொள்கிறோம். உடலையும், மனத்தையும் நலமுடன் காக்க நம் முன்னோர்கள் பலவிதமான பயிற்சி முறைகளையும் பழக்க வழக்கங்களையும் வழங்கியிருக்கிறார்கள். உடற்பயிற்சி, காயகல்ப பயிற்சிகள், தியானம் போன்ற மனப்பயிற்சிகள் இந்த இரண்டையும் நலமாக வைத்திருக்க உதவுகின்றன.

நலக்குறைபாடு வாதம், பித்தம், கபம் (வளி, தீ, நீர்) என்ற குற்றங்களின் அதிகரிப்பாலும், குறைபாட்டாலும் ஏற்படுகிறது. இவற்றை வெயிலில் காய்தல், எண்ணெய் குளித்தல், பட்டினி (விரதம்) இருத்தல் போன்றவற்றால் முன்னோர்கள் கட்டுப்படுத்தினார்கள். இதற்கும் அடுத்த வழிமுறைதான் உணவு முறைகளால் குற்றங்களைக் கட்டுப்படுத்துவது. இன்று 'Functional Food' என்று சொல்லப்படும் முறையைத்தான் நமது உணவுப் பழக்க வழக்கங்கள் அன்றே செய்திருக்கின்றன.

இன்றைய நவீன உலகில் உணவுகளைக் கீழ்க்கண்டவாறு வழங்குகிறார்கள்:

உயிர் கொடுக்கும் உணவுகள் (Biogenic Foods):

முளை விடும் பயிர்களும், இளங்கீரைகளும், நாம் இதற்கு முன் பகுதியில் பார்த்த நுண்பசுந்தழைகளும் இந்த வகையில் வரும். இந்த உணவு வகைகள் ஒருவித உயிரூட்டும் சக்தியைக் கொண்டிருக்கின்றன; அதை வெளிப்படுத்தவும் செய்கின்றன. நம் உடலிலுள்ள, உடலுக்கு மிகவும் உன்னதமான உணவாக இவை

மன்னர் மன்னன்

அமைகின்றன.

நமது மொத்த உணவில் நாம் 25% அளவு இந்த உணவு வகைகளை உட்கொள்ள வேண்டும் என்று ஊட்டச்சத்து நிபுணர்களும், உடல் நல ஆலோசகர்களும் அறிவுறுத்துகிறார்கள்.

உயிர் வளர்க்கும் உணவுகள் (Bioactive Foods):

பச்சைக் காய்கறிகளும், பழங்களும் இந்த வகையைச் சார்ந்தவை. இவை வளர்ந்து முதிர்ந்தவையானாலும், உயிர் உள்ளவையாகவேயிருக்கின்றன. இவையும் உயிரூட்டும் சக்திகொண்டவையாக யிருக்கின்றன, ஆனால் 'biogenic' உணவைக் காட்டிலும் குறைந்த அளவிலான சக்தியைக் கொண்டிருக்கின்றன. இதை நாம் 50% (சமைக்காமல்) உட்கொள்வது நல்லது.

உயிர் குறைக்கும் உணவுகள் (Biostatic Foods):

நாம் சமைத்து உண்ணக்கூடிய காய்கறிகள், தானியங்கள், கிழங்கு வகைகள், முட்டை, பால் பொருட்கள், பருப்பு மற்றும் கொட்டைகள் (nuts) இந்த வகையைச் சார்ந்தவை. இவை உடலுக்கு ஊட்டத்தைக் கொடுத்தாலும், வயதாகும் காரணிகளை (process of ageing) துரிதப்படுத்துகின்றன.

உயிர் அழிக்கும் உணவுகள் (Biocidic Foods):

ரசாயன முறையில் சுத்திகரிக்கப்பட்ட, பதப்படுத்தப்பட்ட உணவுப்பொருட்கள், உணவு பதப்படுத்தும், உணவு கெடாமல் இருக்க உதவும் ரசாயனப் பொருட்கள், காபி, டீ போன்ற உற்சாக

மரமாக வளரும் தவசிக் கீரை

15

♦ முதல் வார கேள்வி பதிலில் ஒருவருடைய மனநிறைவுக்கும், நிம்மதிக்கும் ஒருசில உணவுகள் உதவுவதாக சொல்லியிருந்தீர்கள். அதுபோல ஒருசிலர் குரூரமான, கொடூரமான, அசாதாரணமான, மனிதத் தன்மையற்ற சிந்தனைகளுடன் இருப்பது அவர்கள் உண்ணும் உணவுகளால் இருக்குமா? சமீப காலங்களில் சமூக செயலிகளில் குழந்தைகளையும் இயலாதவர்களையும் தாக்கும் அசாதாரணமான காணொளிகளைக் காணும்போது, இந்தப் போக்கு இயற்கைக்கு அப்பாற்பட்டதாகத் தெரிகிறது.

- ரோஷ்னி சந்திரன், காந்தி நகர், வேலூர்.

நிச்சயமாகப் பல பொருட்கள் இவ்வித பாதிப்புகளை தந்தாலும், ஒரு பொருளைப்பற்றி மட்டும் இங்கு பார்ப்போம்.

கார்பரில் என்ற ஒரு பூச்சிக்கொல்லி இந்தவிதமான பாதிப்பை தரக்கூடியது. இது எறும்பு மருந்தாகவும், குப்பைப் புழுக்களை கட்டுப்படுத்தவும், பயிர் பாதுகாப்புக்காகவும் பயன்படுகிறது. இது பரவலாக கிடைக்கக்கூடிய, அனைத்துத் தரப்பு மக்களாலும் வீட்டிலும், விவசாயத்திலும் பயன்படுத்தப்பட்ட மருந்து. இதை 2018 ஜனவரி மாதத்திலிருந்து இந்தியாவில் தடை செய்திருக்கிறார்கள். இதனால் பூனை, நாய் போன்ற செல்லப்பிராணிகள் சுவாசம் மூலமாகவோ, உணவு மூலமாகவோ பாதிக்கப்பட்டால், மிகக் கொடூரமான செயல்களில் வெறித்தனமாக ஈடுபடுகின்றன.

வீட்டுப்பூனை காட்டுத்தனமாக வேட்டையாடி, மிகக்கொடூரமாக நடப்பதைப் பார்க்கலாம். எறும்பு மருந்தாக உபயோகிக்கும்போது நமக்கும் இந்த மருந்து உட்செல்ல வாய்ப்பு இருக்கிறது. மனிதனுக்கும் இதுபோன்று வெறித்தனம் வருவது ஆவணப்படுத்தப்பட்டுள்ளது. நமது உணவுமுறைகள் அதனாலேயே ராஜஸ, தாமஸ, சாத்விகக் குணம் கொண்டவைகளாக பகுக்கப்பட்டிருக்கின்றன. விரிவாக இது குறித்து அடுத்தடுத்த அத்தியாயங்களில் பார்க்கலாம்.

♦ மொட்டை மாடியில் தோட்டம் அமைக்க 'green house' அவசியமா? காங்கிரீட் தரையிலிருந்து வரும் வெப்பம் செடிகளைப் பாதிக்குமா?

- மேகலா சந்திரன், சென்னை.

நாம் வசிக்கும் பகுதியைப் பொறுத்து பயிரை அதிகபட்ச சூரியக் கதிர்களிலிருந்தும், வேகமான காற்றிலிருந்தும் காப்பதற்கான ஏற்பாடுகளைச் செய்ய வேண்டும். வீட்டு மாடியில் தோட்டம் அமைக்கும்போது, முழு நாளும் வெயில் படாமல் இருக்குமாறு அமைப்பது பொதுவாக நல்லது. முறையான 'green house' இல்லாவிட்டாலும் நேரடி கதிர்களிலிருந்து பாதுகாக்க பந்தல் போல அமைப்பது உதவும். காங்கிரீட் தரையிலிருந்து வரும் வெப்பம் செடிகளை நிச்சயம் பாதிக்கும். அதனால் தொட்டிக்கும் தரைக்கும் இடையில் ஏதாவது ஒன்றை காற்றோட்டம் தரும்படி வைப்பது நல்லது.

♦ இரவில் கீரை சாப்பிடக்கூடாது என்கிறார்களே..?

- ஆதிலட்சுமி, பெங்களூரு

பெரும்பாலான கீரைகள் எளிதில் செரிக்காதவை. கீரைகளில் நார்ச்சத்து அதிகம் இருப்பதே அதற்குக் காரணம். அதனால் இரவில் கீரை உண்பதைத் தவிர்ப்பது நல்லது.

♦ காயகல்ப உணவு என்றால் என்ன? நாம் வீட்டிலேயே எப்படி காயகல்பம் செய்யலாம்?

– சிவகுமார், காந்தி மார்க்கெட், திருச்சி

இன்று 'Anti–ageing' மற்றும் 'rejuvenation' என்றெல்லாம் நாம் சொல்வதைத்தான் அன்று காயகல்பம் என்று சொன்னார்கள். உயிரை நீட்டிப்பதற்கும், அதிக நாள் இளமையாக வாழ்வதற்கும் காயகல்ப பொருட்களை உண்டார்கள். சித்தர்கள் முக்கியமாக கற்றாழை, கரிசாலை, நெல்லி, சீந்தில், ஆவாரை போன்ற 18 மூலிகைகளை காயகல்ப உணவாகக் கண்டறிந்திருக்கிறார்கள்.

பானங்கள், மதுபானங்கள் இந்த வகையைச் சார்ந்தவை.

உயிர் கொடுக்கும் மற்றும் உயிர் வளர்க்கும் உணவுகள், தாமாகவே ஒருசில பிரத்தியேகமான ஊட்டங்களையும் பொருட்களையும் நம் உடலில் உற்பத்தி செய்து கொள்கின்றன. மற்ற உணவுகளால் உடலில் உற்பத்தியாகும் மாசுக்களையும், கழிவுகளையும் அழிக்கின்றன. தேங்கியுள்ள கழிவுகளையும் வெளியேற்றி, மேலும் கழிவுகள் தங்காமல் இருக்க உதவுகின்றன. மேலும் ஆக்ஸிஜன் போக்குவரத்து, திசுக்களின் சுவாசம் *(cell respiration)* இவற்றை மேம்படுத்தி உடலின் நோய் எதிர்ப்பு மற்றும் தானாகக் குணப்படுத்திக்கொள்ளும் *(self healing)* திறனை உயர்த்துகின்றன.

சென்ற அத்தியாயத்தில் உயிர் வளர்க்கும் உணவுகளில் பிரதானமான நுண்பசுந்தழைகளை எப்படி வளர்ப்பது என்று பார்த்தோம். இந்த அத்தியாயத்தில் உயிர் வளர்க்கும் உணவுகளில் முக்கியமான கீரைகள் வளர்ப்பதைப் பற்றிப் பார்ப்போம். முதலில் கீரை வளர்ப்பைப் பழகுவதற்குப் பல காரணங்கள் உள்ளன. சில நேர்மறையானவை; சில எதிர் மறையானவை.

நேர்மறை காரணங்கள்:

- இது மிகவும் எளிதானது.
- மிகக் குறுகிய காலத்தில் அறுவடை செய்யலாம்.
- தேவையான பொருட்கள் மிகவும் குறைவு.
- மிகவும் ஆரோக்கியமானது.
- கிடைக்காததாலும், வேறு காரணங்களாலும், நாம் நல்லது என்று தெரிந்தும், உணவில் தவிர்ப்பது.

பல வகையான கீரைகளைச் சிறிய இடத்தில் பயிரிடலாம்.

எதிர்மறையான காரணங்களைப் பிறகு பார்க்கலாம். என்னென்ன கீரைகளை நாம் வீட்டில் (பால்கனியிலோ, மொட்டை மாடியிலோ) பயிரிடலாம்?

தண்டுக்கீரை, சிவப்புத்தண்டுக் கீரை, அரைக்கீரை, முளைக்கீரை, பசலை, கொடிப்பசலை, பாலக், தவசிக்கீரை, அகத்திக் கீரை, பொன்னாங்கண்ணி, முருங்கைக் கீரை, வெந்தயக் கீரை, மணத்தக்காளி, கோதுமைப் புல் *(wheat grass)*, வல்லாரை,

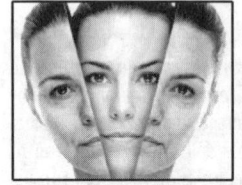

இளம் கன்றாக அகத்தி

தொட்டியில் செடி முருங்கை

புளிச்சக் கீரை (கொங்குரா), புதினா, கொத்தமல்லி, மற்றும் சில.

கீரை பயிரிட என்னென்ன தேவை?

முதலில், தினசரி உணவில் கீரை சேர்த்துக்கொள்ளக்கூடிய ஆர்வமும், எண்ணமும், அதற்கான திட்டமும் வேண்டும். பின்னர் கீரை சமைப்பதற்கான சூழலும், குடும்பத்தினருக்கு சுவைத்து உண்ணக்கூடிய மனப் பக்குவமும் வேண்டும். ஏனெனில் பயிரிடுவதே நாம் பயன்படுத்தத்தான். உபயோகிக்காவிட்டால் பயிரிடுவதில் ஆர்வம் போய்விடும். அதனால், நம் தேவைக்கும், ஆர்வத்துக்கும், குடும்பத்தினரின் ஈடுபாட்டுக்கும் ஏற்றாற்போல் நாம் பயிரிடுவதைத் திட்டமிட்டுக்கொள்ளலாம்.

தேவைக்கு ஏற்ப எல்லாவற்றையும் ஒன்றாகவோ அல்லது ஒன்றன் பின் ஒன்றாகவோ பயிரிடலாம்.

கீரை வளர்க்கத் தேவைப்படும் பொருட்கள்:

- விதைகள்
- சரியான மண் – எருக் கலவை
- தொட்டி அல்லது மண் பரப்பி வைக்கக்கூடிய ஏதாவது ஒரு கலயம்
- *Plastic Tray*, சிமெண்ட் பை, அரிசிக் கோணி, ப்ளாஸ்டிக் பைகள் (இவற்றில் ஏதாவது ஒன்று) மற்றும்
- தண்ணீர் தெளிக்க ஏதுவான ஏதாவது ஒரு உபகரணம்

அகத்தி, முருங்கை, தவசிக்கீரைகள் மரம்போல் வளரக்கூடியவை; ஒரு முறை நட்டால், பல மாதங்கள் பலன் தரக்கூடியவை. ஒரு சில கீரைகள் சிறிய செடிகளாக இருந்தாலும், பல முறை அறுவடை செய்யக்கூடியவை. சில கீரைகளை விதைத்து ஒரு முறை மட்டுமே அறுவடை செய்யமுடியும். அடுத்தடுத்த அத்தியாயங்களில் ஒவ்வொரு கீரையையும் பயிரிடும் முறையை தனித்தனியாகப் பார்க்கலாம்.

நாமே வீட்டில் கீரை வளர்ப்பதற்கான எதிர்மறை காரணங்கள் மிகவும் அதிர்ச்சி அளிக்கக்கூடியன. எங்கிருந்து கீரை வருகிறது என்று தெரியாமல் வாங்கி உண்பதும், ஏன் – உணவகங்களில் கீரை உண்பதும் மிகவும் ஆபத்தாக அமைய வாய்ப்பிருக்கிறது போன்ற விஷயங்களைப்பற்றி வரும் அத்தியாயத்தில் பார்ப்போம்.

ஏன் கடையில் விற்கும் கீரைகள் ஆபத்தானவை?

சென்ற அத்தியாயத்தில் கீரை எங்கிருந்து வருகிறது என்று தெரியாமல் வாங்கி உண்பது ஆபத்தாக அமைய வாய்ப்பிருக்கிறது என்று பார்த்தோம். இதற்கு முக்கிய காரணம், பெரும்பாலான கீரைகள், குறிப்பாக நகரங்களில் வளர்த்து சந்தைக்கு வருபவை கழிவுநீரில் வளர்க்கப்படுபவை. இவ்விதம் வளரும் கீரைகள், உண்பவருக்குப் பலவிதமான நோய்களை வித்திடுகின்றன.

கழிவுநீர் எப்போதும் தேங்கி நிற்கும் இடங்களிலும், வாய்க்கால் போல் ஓடிக்கொண்டிருக்கும் இடங்களிலும் வசிப்பவர்கள் இத்தகைய விவசாயத்தை பெரும்பாலும் செய்கிறார்கள். இது குறுகிய காலப்பயிராக இருப்பதும், செலவே இல்லாத விவசாயமாக இருப்பதும் இந்தக் கழிவுநீர் வருடம் முழுவதும் கிடைப்பதும் கூடுதல் காரணங்கள். இந்த விலையோடு போட்டி போட முடியாது என்கிற காரணத்தால் காய்கறி பயிரிடும் விவசாயிகள் கீரை பயிர் செய்வதில்லை. சூப்பர் மார்க்கெட் அல்லது ஹோட்டல் காண்ட்ராக்ட் உள்ள விவசாயிகளும், நல்ல விலைக்கு விற்க வேறு வாய்ப்பு உள்ளவர்களும் மற்றும் வேறு பயிர் செய்ய இயலாத விவசாயிகளுமே கீரையைப் பயிர்செய்கிறார்கள்.

கழிவுநீரில் விளைவிக்கப்பட்ட கீரைகள் எவ்வளவு கேடானவை என்பதை விவரிக்க விரும்பவில்லை. நம் நகரங்களில் உற்பத்தியாகும் கழிவுநீர் ஆபத்தான கேட்மியம், பாதரசம், ஆர்செனிக், குரோமியம்,

♦ முதல் முறையாக வீட்டுக் காய்கறித் தோட்டம் அமைக்க விரும்புகிறேன். நிச்சயமாகத் தோல்வி அடையாத ஒரு காய்கறியை சொல்லவும்?

- ஜே.எஸ்தர், நாகர்கோவில்.

கொத்தவரங்காய் முயற்சி செய்யுங்கள். நீங்களாக விரும்பினால் மட்டுமே இதில் தோல்வி கிட்டும். விதையை நேரடியாக மண்ணில் விட்டு, சிறிது குப்பை கொடுத்து, வாரத்துக்கு ஓரிரு முறை நீர் தெளித்தால் போதும். 30 நாட்களில் பயன் கிட்டும்.

♦தொட்டியில் சிறந்தது மண்தொட்டியா ? ப்ளாஸ்டிக்தொட்டியா? வேறு என்ன விதமான பொருட்களை தொட்டி போல் பயன் படுத்தலாம்?

- முத்துராமன், பெருந்துறை.

மண்ணின் வெப்பம் நேரடியாகச் செடியின் வளர்ச்சியைப் பாதிக்கும். அதனால் பிளாஸ்டிக் / சிமெண்ட் தொட்டிகளைக் காட்டிலும் மண்சட்டி சிறந்தது. அதற்காக மண்தொட்டி இல்லாவிட்டால் வீட்டுத்தோட்டம் அமைக்க முடியாது என்றில்லை. கிடைப்பதைக் கொண்டு ஆரம்பிக்கலாம். சிமெண்ட் சாக்கு, அரிசி சாக்கு, துணிப்பை, பழைய டிராவல் பேக், பெயிண்ட் வாளி – இவற்றிலும் தொடங்கலாம். தொட்டி எதுவாக இருந்தாலும் நீர் வெளியேறும்படி கீழே ஓட்டைகள் இடுவது அவசியம்.

♦ அந்தக் காலத்தில் என் கொள்ளுப்பாட்டி பலகீரை என்ற ஒன்றை அடிக்கடி சமைத்ததாகவும், அதனால் அவர் 95 வயது வரை கண்ணாடி இல்லாமல் படித்ததாகவும் அம்மா சொல்கிறார். அதுபற்றி ஏதும் சொல்லமுடியுமா?

- V. கனிமொழி, தஞ்சாவூர்

தெருக்களிலிலும், குப்பை மேடுகளிலும் இன்று காணும் பல கீரைகளும் சாப்பிடக் கூடியவையே. குப்பைக்கீரை, பருப்புக் கீரை, நாய் வேளை, நல்ல வேளை, குப்பைமேனி, மூக்கரட்டை, சாரணத்தி, துத்தி, முடக்கத்தான், சக்கரவர்த்தி கீரை... போன்றவற்றை இப்போது நாம் உண்பதில்லை. ஆனாலும் இவை நம்மை விட்டு விலகாமல் அருகில் மண்டிக் கிடக்கின்றன. இந்தக் கீரைகளை எல்லாம் ஒன்றுசேர்த்து, வெறும் மிளகும் உப்பும் கொண்டு சமைப்பதைத்தான் பலகீரை என்பார்கள். இது அதீதமான மருத்துவப் பயன்கள் கொண்டது.

கீரைப் படுக்கைகள்

போத்திலிருந்து முருங்கை இலை

இவை இல்லாமல் இ-கோலி பேக்டீரியா போன்ற ஆபத்தான உட்பொருட்கள் கொண்டவை. இவை நமக்கு என்ன செய்யும் என்பதை நீங்களே கண்டுபிடித்து தெரிந்துகொள்ளுங்கள் அல்லது ஆராய்ச்சி செய்யாமல் தவிர்த்து விடுங்கள்.

இரண்டாவது மிக முக்கிய காரணம், விவசாயிகள் கடைப்பிடிக்கும் இப்போதைய கீரை வளர்க்கும் முறை. கீரை ஒரு குறுகிய காலப் பயிர் என்று பார்த்தோம். பெரும்பாலான விதைகொண்டு பயிர் செய்யும் கீரைகள் (தண்டுக் கீரை, முளைக்கீரை, அரைக்கீரை, பாலக்கீரை போன்றவை) விதைத்து 25 – 35 நாட்களிலேயே அறுவடைக்கு தயாராகின்றன. நாம் கீரை வாங்கும்போது எப்போதுமே தளதளவென்றும், பளபளப்பாகவும், கொஞ்சம் கூட ஓட்டைகள் இல்லாதவற்றையும் மட்டுமே எடுக்கிறோம். முடிந்த அளவுக்கு விலையும் பேசித்தான் வாங்குவோம். ஆக, அதற்குத் தக்க, அதாவது சந்தை விருப்பத்துக்கு ஏற்ப உற்பத்தி செய்ய விவசாயி நிர்ப்பந்திக்கப்படுகிறார்.

இவர் விதைக்கும் முன் மண்ணில் கலக்கும் குருணை மருந்திலிருந்து, இலையில் தெளிக்கும் கார்பெண்டசைம், கார்பரில், மாலதியான் போன்ற மருந்துகள் எல்லாவிதமான உடல் உபாதைகளையும் ஏற்படுத்தக்கூடியவை.

குறுகிய காலத்தில் அறுவடை செய்யப்படுவதால் இந்த பூச்சிக் கொல்லிகளையும், பூஞ்சாணக்கொல்லிகளையும், ஒருசில களைக்கொல்லிகளையும், நாம் தெளித்த ஒருசில நாட்களிலே, சுடச் சுட கீரையோடு உண்ணும்படி ஆகிவிடுகின்றது. இந்த இரண்டு காரணங்களால் நாமே கீரையைப் பயிர்செய்து உண்பது நல்லது.

ஹோம் அக்ரி

எவ்வளவு இடம் வேண்டும், எத்தனை விதமான கீரைகள் பயிரிடலாம் என்பது அவரவர் தேவையையும் விருப்பத்தையும் பொறுத்தது. சாதாரணமாக நான்கு பேர் உள்ள குடும்பத்துக்கு உகந்த கீரைத்தோட்டத்துக்கான மாதிரியைப் பார்ப்போம்.

என்னென்ன கீரைகள்?

- தவசிக்கீரை (மல்டி வைட்டமின் கீரை)
- முருங்கை
- அகத்தி லச்சகொட்டை கீரை
- முள்ளு முருங்கை
- தண்டுக் கீரை
- அரைக்கீரை
- புளிச்சக்கீரை
- பொன்னாங்கண்ணி
- கொடிப்பசலி
- மணத்தக்காளிக்கீரை
- குத்துப்பசலி (பாலக்)
- கோதுமைப்புல் (wheat grass)
- வெந்தயக்கீரை.

இதிலுள்ள சில குறுகிய காலக் கீரைகளை மூன்று மாதங்களுக்குப் பின் மாற்றிக்கொள்ளலாம். முதல் ஐந்து கீரைகளும் மர வகையைச் சார்ந்தவை. ஆண்டு முழுவதும் எப்போது வேண்டுமானாலும் அறுவடை செய்யத் தகுந்தவை. மற்றவை, குறுகிய காலப்பயிர்கள்.

திட்டமிடல்:

வீட்டுத்தோட்டம் அமைக்கும் முன் சரியான திட்டமிடல் அவசியம். மேலே குறிப்பிட்டுள்ள 14 கீரைகளையும் இதற்கு முன் அத்தியாயத்தில் குறிப்பிடப்பட்டிருந்த நுண்பசுந்தழைகளையும் ஒருவர் பயிரிடும்போது தினந்தோறும் அறுவடை செய்யுமாறு அமையும். ஆனால், நடைமுறையில் தினசரி கீரை உண்பது இன்றைய வாழ்க்கைமுறைக்கு சரிப்பட்டு வராத ஒன்றாகவே இருக்கிறது.

மேலும் சில கீரைகளைப் பயிரிடும்போது அவை தேவைக்கு அதிகமானதாகயிருக்கும். முருங்கை, அகத்தி, தவசி, புதினா, கொடிப்பசலி, லச்சகொட்டை கீரை போன்றவற்றை ஒருவர் வளர்த்தால் 10 - 15 குடும்பங்களுக்குப் பகிர்ந்துகொள்ளலாம். ஆக, அக்கம்பக்கத்தில் இருப்பவர்களுடன் சேர்ந்து திட்டமிட்டுச் செய்வது அவசியம்.

கீழ்க்கண்ட விஷயங்களைப் பொறுத்து திட்டமிடல் செய்ய வேண்டும்.

- இடம் - தரையிலா, பால்கனியிலா, மொட்டை மாடியிலா, இருக்கும் இடத்தின் அளவு.

- குடும்ப உறுப்பினர்கள் - உண்பவர் எண்ணிக்கை, குழந்தைகள்/வயதானவர்கள் எத்தனை பேர் போன்ற விஷயங்கள்.
- வேறு என்ன பயிர்கள் - பயிரிட திட்டமிட்டிருக்கிறோம் / அதற்கு என்ன தேவைகள் உள்ளன? எவ்வளவு நேரம் செலவு செய்ய முடியும் - தினசரி எவ்வளவு நேரம், சனி / ஞாயிறு எவ்வளவு நேரம்?

தவசிக்கீரை:

இதை மல்டி வைட்டமின் கீரை என்பார்கள். இதில் ஒரு செடி வைத்தால், வருடம் முழுவதும் கீரை பறித்துக்கொண்டே யிருக்கலாம். இதை விதை அல்லது கன்றாக நடலாம். ஒரு பெரிய பூந்தொட்டியில் ஒரு செடி வைக்கலாம். தரையில் என்றால், வேறு ஏதாவது மரம் அல்லது செடி அருகில் நடலாம். ஒரு சதுர அடி போதுமானது. வைத்தபின் குத்தாகப் பத்து அடிக்கும் மேல் உயரமாக வளரும் என்பதால், நான்கு ஐந்து அடி உயரத்தில் வெட்டிவிடலாம்.

இந்த ஒருசெடியை நீங்கள் வைத்திருந்தால் பக்கத்து குடும்பங்கள் பலருக்கும் பகிர்ந்து கொடுக்கலாம். உரமில்லா மண்ணிலும், குறைந்த நீரிலும் கூட நன்றாக வளரும். எளிதாக எந்த பூச்சியும் இதை அண்டாது. எந்த நோய்க்கும் தாக்குண்டு நான் பார்த்ததும் இல்லை. இதன் இலையையும், பசுந்தண்டையும் பச்சையாகவும் சாப்பிடலாம்.

சமைக்கும் முறை, மருத்துவப் பலன்கள் குறித்து இந்தநூலில் நாம் பார்க்கப்போவதில்லை. இதை மற்ற நூல்கள் மற்றும் இணையம் வழியே அவரவர் வசதிக்கு ஏற்ப அவரவரே தெரிந்துகொள்ளலாம்.

ஹோம் அக்ரி

பெண்களின் பிரச்னைகளைத் தீர்க்கும் முள்முருங்கைக்கீரை

வீட்டில் வளர்க்கும் செடிகளுக்கு இரண்டு பங்கு செம்மண் அல்லது கரம்பை மற்றும் ஒரு பங்கு மக்கிய குப்பை (Compost), ஒரு பங்கு ஆற்று / ஓடை மணல் சிறந்தது. இதனுடன் கூடவே ஒரு தொட்டிக்கு ஒரு கிலோ சுத்தமான மண்புழு உரம் சேர்த்துக் கொள்ளவும். வாய்ப்பு இருப்பவர்கள் 25 கிராம் அசோஸ்பைரிம், 25 கிராம் ஃபாஸ்போபாக்டீரியா சேர்த்துக் கொள்ளலாம். வடிகால் வசதிசெய்வதும், கலவை பொலபொலவென்று இருக்கிறதா என்பதை உறுதிப்படுத்திக்கொள்வதும் அவசியம்.

தொட்டியில் மண் நிரப்பும் முன், அடிப்பாகத்தில் காய்ந்த சருகுகள் அல்லது தென்னை நார்க் கழிவுகள் அல்லது தேங்காய் நார் அல்லது சிறிய குச்சிகளை இடலாம். இது நீர் எளிதாக வெளியில் செல்ல வழிவகுக்கும். Humic acid, Rock phosphate, Crusher dust, கரித்தூள், கடலைப் புண்ணாக்கு, வேப்பம் புண்ணாக்கு / இடித்த வேப்பங்கொட்டை, சிறிதளவு சாம்பல் இவைகளைச் சேர்த்துக் கொள்வது இன்னும் சிறப்பு.

முருங்கை:

முருங்கையின் மருத்துவப் பயன்கள் குறித்து அனைவருக்கும் தெரியும். உண்மையில் இதை அமிர்தம் என்றே சொல்லலாம். வீட்டில் பால்கனி அல்லது மாடித் தோட்டத்தில் வளர்க்கும் போது விதை மூலம் வளர்ப்பதே நல்லது. இதுவே எளிதும் கூட. ஒரு குழி / தொட்டிக்கு 4 விதை இட்டு நீர் ஊற்றி வரவும்.

முள் முருங்கைக்கீரை

அகத்திக் கீரை

வளரும் கன்றில் இரண்டை நீக்கி தொட்டியிலோ அல்லது வெளிப்புறத்திலோ வைக்கலாம். பெரிய தொட்டியிலோ அல்லது தரையிலோ வளர்க்கும் போது முருங்கை போத்தை (சிறிய கிளை) பயன்படுத்துவது நல்லது. இதற்கு நன்கு வளர்ந்த மரத்திலிருந்து 2 - 3 அங்குலம் அகலமுள்ள ஒரு கிளையை 2 - 3 அடி நீளத்தில் வெட்டி, குறைந்தது ஒரு கணு மண்ணின் உள்ளே இருக்குமாறு ஊன்றி வைக்க வேண்டும்.

போத்தின் மறுமுனை காய்ந்து விடாமல் இருக்க சாணி கொண்டு மூடவேண்டும். விதை நட்டு இரண்டு மாதத்திலிருந்தே கீரை பறிக்கலாம். கூடவே முருங்கைப் பூவையும் பறித்து கீரையோடு சேர்த்து சமைப்பது நல்லது. ஏனெனில் முருங்கைப் பூ விசேஷமான மருத்துவப் பயன்கள் கொண்டது. ஒரு மரத்தில் காய்க்கும் காய்கள் 10 - 15 குடும்பங்களுக்கு வரும். எனவே பூவைப் பறிப்பதன் மூலம் காய் எண்ணிக்கையைக் கட்டுப்பாட்டில் வைக்கலாம். சத்தம் கேட்டால் முருங்கை நன்றாக வளரும்! எனவே வீட்டுக்கு வெளியே வாகனங்கள் செல்லும் இடங்களில் வளர்ப்பது கூடுதல் பயன் தரும்.

லச்சக்கொட்டை கீரை:

நஞ்சு கொண்டான் கீரை, நச்சுக் கொட்டை கீரை, நஞ்சுண்டான் கீரை, லச்ச கெட்ட கீரை எனப் பல பெயர்களால் அழைக்கப்படும் இந்த கீரையை அழகுக்காகவே பலரும் வீடுகளில் வளர்க்கிறார்கள்! உண்மையில் இது உண்ணக்கூடியது. மிகக்குறைந்த பராமரிப்பில், எந்த தட்பவெப்ப நிலையையும் தாங்கி இது வளரும். முருங்கை போன்றே இதையும் ஒரு சிறிய கிளை (போத்து) கொண்டோ கொட்டை மூலமாக கன்றாக வளர்ந்த பின்போ நடலாம்.

இது மூட்டுவலிக்கு சிறந்த மருந்து. உடலிலுள்ள விஷங்களை வெளிக்கொண்டு வரும் என்பதாலேயே இதை நஞ்சுண்டான் கீரை என்கிறார்கள். மற்ற கீரைகளைப் போல் இதையும் பாசிப் பருப்பு சேர்த்து பொரியலாகவோ, கூட்டாகவோ, துவையலாகவோ, சூப்பாகவோ பயன்படுத்தலாம். பெரிய இலையாக இருப்பதால் நரம்புகளை நீக்கிய பிறகே பயன்படுத்த வேண்டும்.

ஹோம் அக்ரி

♦ முந்தைய பகுதி ஒன்றில், நுண்பசுந்தழை மற்றும் கீரை பயிரிடும்போது பூச்சி கொல்லிகள் தடவிய விதைகளை உபயோகப்படுத்தக்கூடாது என்று சொல்லியிருந்தீர்கள். இந்த விதைகளை எப்படி அடையாளம் காண்பது?

— சிவராஜன், தேனி

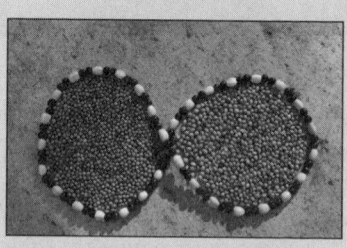

இந்த விதைகளின் நிறம் நீலம், சிவப்பு, பச்சை மற்றும் கறுப்பு நிறத்தில் மாறியிருக்கும். பூச்சி மருந்துகளின் வாடையும் அடிக்கும். எனவே இயல்பான விதைகளின் நிறத்திலிருந்து இது மாறுபட்டிருக்கிறதா என்று பார்த்து பின் பயன்படுத்தவும். சில சமயங்களில் நுண்ணுயிரிகளையும் உபயோகப்படுத்துவார்கள். இது கறுப்பு நிறத்தில் இருக்கும். மண் வாடை அடிக்கும். நுண்ணுயிரியால் நேர்த்தி செய்யப் பட்டிருக்கும் விதைகள் பாதுகாப்பானவை.

♦ நிலம் தயாரிக்கும்போதும், தொட்டி மண் கலவை தயாரிக்கும்போதும் 'மக்கிய எரு' என்று மிகவும் வலியுறுத்தி ஏன் சொல்கிறார்கள்? மக்காத எரு சேர்த்தால் என்ன ஆகும்?

— ராஜேந்திரன், பிசிண்டி, காரியாபட்டி

மக்காத எருவில் பலவிதமான வேதி மாற்றங்கள் நடந்துகொண்டே இருக்கும். இதனால் குவியலாக வைக்கும்போது வெப்பமாக இருக்கும். அமோனியா, மீத்தேன் போன்ற வாயுக்கள் வெளியாவதற்கான வாய்ப்புகளும் அதிகம். இதனாலேயே பச்சை குப்பையை (மக்காத எரு) இட முடியாது. மக்கிய குப்பையில் இருக்கும் தாதுக்களையும் உரத்தையும் செடிகள் எளிதாக எடுத்துக்கொள்ளும். மேலும் மண்ணிலிருக்கும் நுண்ணுயிரிகளும் வாழ இதுவே ஏற்றது. தவிர மண்ணோடு மண்ணாகி அதன் நீர் கொள்ளும் திறனை மேம்படுத்தி மண்ணை சற்று குளிர்விக்கும்.

♦ சில விவசாயம் சேர்ந்த குறிப்புகளை பார்க்கும்போது தக்காளி, கத்திரி, வெண்டி போன்ற நாட்டுக் காய்கறிகளுக்கு குறிப்பிட்ட பட்டங்களில் நாற்றங்கால் தயாரிக்க வேண்டும் என்றிருக்கிறது. இந்நிலையில் எல்லா காலங்களிலும் எல்லா காய்கறிகளும் நமக்கு எப்படி கிடைக்கின்றன?

— என்.பி.காளியப்பன், நாகப்பட்டினம்

இரண்டு விஷயங்களை நாம் தெரிந்துகொள்ளவேண்டும். ஒன்று, நாம் உண்ணும் காய்கறிகள் நம் பகுதியிலிருந்து மட்டும் வருவதில்லை. இன்று சென்னையில் வாங்கும் வெங்காயம் ஆஸ்திரேலியாவிலிருந்தோ, பாகிஸ்தானிலிருந்தோ வந்ததாக இருக்கலாம். திருச்சியில் கிடைக்கும் தக்காளி கர்நாடகாவிலிருந்தோ, மிளகாய் ஆந்திராவிலிருந்தோ

வந்திருக்கலாம். நம் நாட்டில் பலவிதமான தட்பவெப்ப நிலைகள் நிலவுகின்றன. எல்லா காலங்களிலும் காய்கறிகள் கிடைக்க இதுவும் ஒரு காரணம். இரண்டாவது காரணம், வீரிய விதைகள். இவை பட்டங்களுக்கு அப்பாற்பட்டவை.

முள் முருங்கைக் கீரை:

இதுவும் மரமாக வளரக் கூடியதுதான். இதையும் போத்து கொண்டு வளர்க்கலாம். மரத்தில் நிறைய முட்கள் இருப்பதால் முள் முருங்கை என்கிறார்கள். கல்யாண முருங்கை என்ற இன்னொரு பெயரும் இதற்குண்டு. கிராமங்களில் இதை வேலிப்பயிராக வளர்ப்பார்கள். மற்ற கீரைகளைப் போல பொரியல், மசியல் செய்யாமல் இதை அடையாகச் சுட்டே சாப்பிடுவார்கள்.

தோசை, இட்லி, பூரி மாவிலும் சேர்த்துக்கொள்ளலாம். பெண்களின் பிரச்னைகளைத் தீர்க்கும் அருமருந்து இதுவே. மாதவிடாய் வலிக்கு இதன் சாறை தேனோடு கலந்து குடிக்கலாம். இடுப்பு கொழுப்பை (visceral fat) குறைத்து இடையின் அளவை இது கட்டுப்படுத்தும். குழந்தை இல்லாதவர்கள் பலவிதமாக இந்தக் கீரையைப் பயன்படுத்தலாம். மாடு, ஆடுகளுக்கும் இதை தீவனமாகக் கொடுக்கலாம்.

அகத்தி:

இதையும் விதை மூலமாக மேற்கண்ட முறையில் வளர்க்கலாம். தவசி போல இதுவும் மரமாக வளரும். எனவே 4-5 அடி வளர்ந்ததும் வெட்டிவிட வேண்டும். வறட்சியைத் தாங்கி வளரும். ஒரு செடி 15 குடும்பங்களுக்கு உணவளிக்கும். இதுவும் ஆடு, மாடுகளுக்கு சிறந்த தீவனமே. என்றாலும் அகத்தியை அடிக்கடி உண்ணக் கூடாது.

அகத்திக்கீரையை ஏன் உணவில் அடிக்கடி சேர்த்துக்கொள்ளக்கூடாது?

ஆம். அகத்திக்கீரையை அடிக்கடி உணவில் சேர்த்துக் கொள்ளக்கூடாது. ஏனெனில் இதை உடலையும் இரத்தத்தையும் சுத்தப்படுத்தவே பயன்படுத்துகிறோம். இந்நிலையில் உடலில் இயற்கையாக இல்லாத எல்லா பொருட்களையும் இது வெளியேற்றும் என்பதால் அகத்திக் கீரையை அடிக்கடி பயன்படுத்தக் கூடாது.

இதனாலேயே மருந்துகளை உட்கொள்ளும் காலங்களில் இதை சாப்பிடக்கூடாது என்கிறது சித்த மருத்துவம். தவிர வாயுவை உண்டுபண்ணும் தன்மையும் அகத்திக்கீரைக்கு உண்டு. என்றாலும் இதில் 63 விதமான சத்துக்கள் இருப்பதால் பத்தியம் முறிக்கும் போது சுண்டைக்காயோடு சேர்த்து அகத்தியை உண்ணும் வழக்கம் இருந்துவருகிறது. சுண்டைக்காயையும், அகத்தியையும் சேர்த்து உண்ணும்போது உடலுக்குப் பத்தியம்/விரதத்துக்குப் பின் நமக்குத் தேவையான அனைத்து விதமான விரதம்/பத்தியத்தால் இழந்த சத்துக்களும் திரும்பக் கிடைக்கும் என்கிறது நம் தமிழ் மருத்துவ முறை.

சரியான ஆரோக்கியம் தரும் உணவு, ஊட்டத்தை அளிப்பதுடன் தேவையில்லாத கழிவுகளையும் வெளியேற்ற வேண்டும். இதுவே நாம் நம் கையால் உணவை உற்பத்திசெய்ய முக்கிய காரணம். எனவே, சரியான உணவு ஊட்டத்தைத் தருவதோடு உடல் நலத்தையும் எப்படி பாதுகாக்கிறது... கழிவுகளை வெளியேற்ற

கீரைத் தோட்டம்

உதவுகிறது... என்று தெரிந்து கொள்வது அவசியம். அப்போதுதான் நாம் சரியான உணவை எடுத்துக்கொள்ளவும், உணவுமுறையை வகுத்துக்கொள்ளவும் முடியும். வைட்டமின்கள் உடல்வளர்ச்சிக்கும் ஆரோக்கியத்துக்கும் எவ்வளவு முக்கியமோ அந்தளவுக்கு அவை உடல்கழிவுகளை வெளியேற்றவும் அவசியம்.

வைட்டமின் *A, C* மற்றும் *E,* நம் உடலிலுள்ள *'free radicals'*ஐ குறைக்கவும், நீக்கவும் செய்கின்றன. 'ஃப்ரீ ரேடிகல்ஸ் என்பவை நம் உடலில் அன்றாடம் நடைபெறும் உயிர்வேதி வினைகளால் உண்டாகக்கூடியவை. இவை அதிகமாகும்போது உடலில் பலவிதமான உபாதைகள் உருவாகும். முக்கியமாக இவை உடலின் எந்தப் பகுதியிலும் உள்ள திசுக்களையும் அங்கங்களையும் கெடுக்கவும், அழிக்கவும் கூடியவை.

நமது டிஎன்ஏவை மாற்றும் தன்மையும் இதற்கு உண்டு. அவ்வளவு ஏன்... *'Oxidative Stress'* என்று சொல்லக்கூடிய ஒரு நிலையையும் கொண்டுவரும். உடல் பாகங்கள் துருப்பிடிக்க ஆரம்பிக்கின்றன என இதைப் புரிந்துகொள்ளலாம். இந்த நிலை புற்று நோய்; *Alzeimer's, Dementia* போன்ற மூளை செயல்பாட்டின் குறைகள்; மாரடைப்பு, *Arthritis,* நீரிழிவு தீவிரமாதல்... என பல நோய்களுக்கு முக்கிய காரணமாக அமைகிறது.

சரி. ஆபத்தான அளவுக்கு 'free radicals' எப்படி உற்பத்தி ஆகின்றன?

- நாம் உண்ணும் உணவுகள் - தவறான எண்ணெய்யில் பொரிக்கப்பட்ட உணவுகள், பூச்சிக்கொல்லிகள் உள்ள

ஹோம் அக்ரி

♦ தேசிய மா ஆராய்ச்சி நிலையம் எங்குள்ளது? எத்தனை வகையான மாங்காய் அங்கே கிடைக்கும்?
- எஸ்.பாரதி, தஞ்சை.

லக்னோவில் உள்ளது. 1972ல் ஆரம்பிக்கப்பட்ட இந்த 'மத்திய மாம்பழ ஆராய்ச்சி நிலையம்' 1995லிருந்து The Central Institute for Subtropical Horticulture என அழைக்கப்படுகிறது. இங்கு 721 வகைகளைப் பாதுகாத்துவருகிறார்கள். சரபோஜி மன்னரால் தஞ்சாவூர் அருகில் உள்ள ஒரத்தநாட்டில் அமைக்கப்பட்ட மாம்பழத் தோட்டங்களில் தமிழ்நாட்டின் மிகப்பெரிய கலெக்‌ஷன் இருந்தது. இங்கு 250க்கும் மேற்பட்ட வகைகள் பராமரிக்கப்பட்டுவந்தன. கீழத்தோட்டம், மேலத்தோட்டம் என்று வழங்கப்பட்ட இந்த இரு தோட்டங்களில் இருந்த பல்லாயிரக்கணக்கான மரங்கள் இப்போது பராமரிப்பு இல்லாமல் அழிந்துவிட்டன. இந்தத் தோட்டத்தில் இப்போது அரசாங்க கால்நடைக் கல்லூரி இயங்குகிறது.

♦ அக்வாபோனிக்ஸ், ஏரோபோனிக்ஸ், ஹைட்ரோபோனிக்ஸ்... மூன்றுக்கும் இடையேயுள்ள வேறுபாடு என்ன?
- கி.இலக்கியா, நன்னிலம்

அக்வாபோனிக்ஸ்: மீன் வளர்ப்பும், செடி வளர்ப்பும் இந்த முறையில் சேர்ந்து செய்யப்படுகிறது. பொதுவாக 1000 லிட்டர் பிளாஸ்டிக் தொட்டிகளில் மீன் வளர்க்கப்படும். இந்த தொட்டிகளின் கழிவுநீர், செடிகள் வளர்க்கப்படும் டிரேக்களின் வழியாக திரும்பவும் மீன் தொட்டிகளுக்கு வரும். மீன் இடும் கழிவுகள், மீனுக்கான உணவின் கழிவுகள் கலந்த நீரிலுள்ள சத்துகளைக்கொண்டு செடிகள் வளரும்.

இதில் மணல், தென்னைநார்க் கழிவு, கரி, உடைந்த செங்கல், ஜல்லி இவற்றை மீடியமாக பயன்படுத்தலாம். மண் தேவையில்லை.

ஹைட்ரோபோனிக்ஸ்: இந்த முறையில் மீன் கழிவு நீருக்கு பதிலாக சரியாகக் கணக்கிட்ட அளவில் பேரூட்டம், நுண்ணூட்டம், தாதுக்கள், பயிர் வளர்ச்சி ஊக்கிகள், மருந்துகள் அனைத்தும் நீரில் கரைக்கப்பட்டு அது வேரை நனைக்கும்படி சுழற்சியில் வைக்கப்படுகிறது. செடிகள் பொதுவாக குழாய்களிலோ, டிரேக்களிலோ இருக்குமாறு அமைக்கப்படுகின்றன. இவற்றுக்கு மீடியம் எதுவும் தேவையில்லை.

ஏரோபோனிக்ஸ்: இது ஒரு வகையான ஹைட்ரோபோனிக்ஸ்தான். ஆனால், நீர்ச் சுழற்சிக்கு பதிலாக, வேர்ப் பகுதிகளில் தேவையான ஊட்டங்கள் ஸ்பிரே செய்யப்படும். விண்வெளியிலும், விண்வெளிக் கலன்களிலும் இந்த முறையைப் பயன்படுத்த முடியும் என்பதால் நாசா ஏரோபோனிக்ஸ் ஆராய்ச்சியில் தீவிரமாக ஈடுபட்டுள்ளது.

♦ எங்கள் வீட்டு உப்புத் தண்ணீரை நன்னீராக மாற்ற இஸ்ரேலில் மெஷின் உள்ளது எனக் கேள்விப்பட்டேன். உண்மையா?
- எஸ்.திருமுருகன், மயிலாடுதுறை.

உங்கள் வீட்டுத் தண்ணீரை மட்டுமல்ல எல்லா உப்புத் தண்ணீரையும் நன்னீராக்க இந்தியாவிலேயே தொழில் நுட்பம் உள்ளது.

காய்கறிகள், பழங்கள், மாசடைந்த நீரில் விளைந்த மீன் போன்ற கடல் உணவுகள்.

- மாசடைந்த காற்றைச் சுவாசித்தல்.
- சுற்றுச்சூழல் கேட்டினால் மாசடைந்த நீரை உட்கொள்ளல்.
- புகை மற்றும் மதுப்பழக்கம்.
- உடலுக்குத் தேவையான அளவுக்கு ஆக்ஸிஜன் கிடைக்காத சூழலில் வாழ்தல்.

உண்மையில் நம் உடலே சில சமயங்களில் *'free radicals'* ஐ உற்பத்தி செய்யும். ஆனால் அது தேவையான அளவுக்கு மட்டும் - தேவையில்லாத கிருமிகளையும், சில வேதிப்பொருட்களையும் சமன் செய்வதற்காக - உற்பத்தி செய்யும். ஆனால், மேற்கண்ட காரணங்களால் உற்பத்தி ஆகும் *'free radicals'*இன் அளவு அதிகமாவதால் நமக்குப் பாதிப்புகள் உண்டாகின்றன.

எப்படி இந்த 'Free Radicals' ஐ குறைப்பது, அழிப்பது?

நாம் உண்ணும் காய்கறி, பழங்கள், மீன் இவைகளில் ஃப்ரீ ரேடிகல்ஸை குறைக்கவும், அழிக்கவும் தேவையான 'ஆக்ஸிஜனேற்றத் தடுப்பான்' *(Anti- Oxidants)* இயற்கையாக நிறைந்திருக்கின்றன. இவை பல்வேறு வடிவங்களில் இருக்கின்றன. இதைக் குறித்து அடுத்த அத்தியாயத்தில் பார்ப்போம். இப்போது கீரை வளர்ப்பைத் தொடருவோம்.

கொடிப் பசலி / பசலை:

இது எளிதில் வளரக்கூடியது. மிகவும் நுண்ணூட்டங்களைக் கொண்டது. நிறைய சத்துக்களை உள்ளடக்கியது. சுவையானது. செலவே இல்லாமல் வளரக்கூடியது. இதை எப்படி நாம் மறந்துபோனோம்? ஏன் இந்தக் கீரை சந்தையில் கிடைப்பதில்லை (ஆனால் கேரளாவில் பரவலாகக் கிடைக்கிறது) என்பது புரியாத புதிர். ஒரு சிலர் வீட்டு வாசலில் அழகுக்காக வளர்க்கிறார்கள். ஆனால், உண்பதில்லை.

இதற்கு விதை இருந்தாலும் தண்டின் மூலமாக வளர்ப்பதே எளிது. நர்சரிகளிலிருந்தோ, தெரிந்தவர்கள் வளர்த்தால் அவர்களிடமிருந்து சிறிய ஒரு துண்டைக் கொண்டு வந்தோ வளர்க்கலாம். ஒரு கணுவாவது மண்ணுக்குள் இருக்கும்படி நட வேண்டும். இதில் பச்சை, சிவப்பு என இரு வகைகள் இருக்கின்றன. இரண்டுமே உண்ணக்கூடியவைதான். ஒரே குணங்கள் கொண்டவைதான். ஒரு கொடி ஐந்து குடும்பங்களுக்குப் போதுமானது.

அரைக்கீரை, சிறுகீரை, கொத்துப்பசலி (பாலக்):

இந்தக் கீரைகளை அகலமான ஆழம் குறைவான தொட்டி களில் வளர்க்கலாம். இதன் வேர்கள் குறுகிய ஆழமே செல்லும்

பாலக்கீரை

வல்லக்கீரை

என்பதால் உயரமான தொட்டிகள் தேவையில்லை. இதற்கான விதைகள் நர்சரிகளிலும், விதைக் கடைகளிலும் கிடைக்கும். இவை மூன்றையும் விதைகளிலிருந்து வளர்ப்பதே எளிது. என்றாலும் அரைக்கீரையைத் தண்டின் மூலமாகவும் வளர்க்கலாம். இதில் சிறுகீரையை மட்டும் வளர்ந்தவுடன் வேருடன் அறுவடை செய்ய வேண்டும். அ(று)ரைக் கீரையையும் பாலக்கீரையையும் பலமுறை வேரில்லாமல் அறுத்து பயன்படுத்தலாம்.

முதலில் விதையை ஒன்று அல்லது இரண்டு நாட்களுக்கு நன்றாக ஊற வைக்க வேண்டும். பிறகு தொட்டியில் இட்டு மண் தூவி, தினமும் நீர் விட வேண்டும். நாற்று நன்றாக வந்தவுடன் வேறு தொட்டிக்கு மாற்றலாம் அல்லது அடர்த்தியான பகுதி களிலிருந்து சில நாற்றுகளை நீக்கிவிடலாம். 35 - 40 நாட்களில் அறுவடை செய்யலாம். பொதுவாக நகரப்பகுதிகளில் வளர்க்கும் போது பூச்சி தாக்குதல்களுக்கு வாய்ப்பேதுமில்லை. தொட்டி மண் சத்துள்ளதாக இருக்க வேண்டியது அவசியம். கடலை மற்றும் மற்ற புண்ணாக்குகளை மண்ணில் கலப்பது நல்லது. இந்தக் கீரைகளை இலை உண்ணும் பூச்சிகள் தாக்கலாம். அதிகமான தாக்குதல் என்றால் இலைகளில் சாம்பல் அல்லது சமையல் சோடா கரைசலைத் தெளிக்கலாம். வேறு எந்த பூச்சிக்கொல்லி மருந்தையும் தெளிக்க வேண்டாம்.

தண்டுக்கீரை, புளிச்சக்கீரை, பொன்னாங்கண்ணி:

இந்தக் கீரைகளுக்கு கொஞ்சம் ஆழமான தொட்டிகள் தேவைப்படும். இவைகளும் விதை மூலமாகவே வளர்க்கப்படு கின்றன. பயிர் பாதுகாப்பும், மண் தரமும் மேலே சொன்னபடி இருக்க வேண்டும். இந்த மூன்று கீரைகளுமே வேர் இல்லாமல் அறுவடை செய்யவேண்டியவை. பல முறை அறுவடை செய்து பிறகு செடியை மாற்றிக்கொள்ளலாம்.

இயற்கையோடு வாழ முற்பட்ட பலர் ஏன் புற்றுநோயால் பாதிக்கப்படுகிறார்கள்?

'ஆண்டி ஆக்ஸிடென்ட்ஸ்' *(Anti-Oxidants)* என்பதை 'ஆக்ஸிஜனேற்ற தடுப்பான்' என்பார்கள். அதாவது, உறுப்புகளும், திசுக்களும் ஆக்ஸிஜனேற்றம் அடைந்துவிடாமல் தடுக்கக்கூடியவை என்று பொருள். வைட்டமின் ஏ, சி, இ போன்றவை சில சிறந்த 'ஆண்டி ஆக்ஸிடென்ட்ஸ்' ஆக வேலை செய்கின்றன.

இந்த வைட்டமின்கள் தவிர பசலி, கேரட், சர்க்கரை வள்ளிக்கிழங்கு, முலாம்பழம் போன்றவற்றில் அதிகமாக உள்ள '*beta caroten*'; கொய்யா, தக்காளி, தர்ப்பூசணி, பப்பாளி, மாங்காய் போன்றவற்றில் அதிகமாக உள்ள '*Lycopene*'; பச்சை / மஞ்சள் நிறத்திலுள்ள காய்கறிகள், எல்லாவிதமான கீரைகள், முட்டை மஞ்சள் கரு இவைகளில் அதிகமாக உள்ள '*Lutein*'; காளான், நிலக்கடலை, முந்திரிப் பருப்பு, வெங்காயம், முழுக்கோதுமை, தீட்டாத அரிசி இவைகளில் அதிகமாக உள்ள '*selenium*'...

இவை எல்லாமே சிறந்த 'ஆண்டி ஆக்ஸிடென்ட்ஸ்'தான். இவைகளை நாம் உண்ணும்போது, அவை 'ஃப்ரீ ரேடிகல்ஸ்'ஸை சமன் செய்கின்றன.

ஒரு எலெக்ட்ரான் கூட கிடைக்காமல் உடலெங்கும் அலைந்து திரிந்து எல்லா திசுக்களிடமும் முட்டி மோதிக்கொண்டிருக்கும் 'ஃப்ரீ ரேடிகல்ஸு'க்கு 'ஆண்டி ஆக்ஸிடென்ட்' ஒரு எலெக்ட்ரானைக் கொடுத்து அதை நிலைநிறுத்துகிறது.

இதனால்தான் மருத்துவர்களும், உடல்நல ஆலோசகர்களும் நிறைய பழம் காய்கறிகளை உண்ணச் சொல்கிறார்கள். நாமும் அவர்கள் பேச்சைக் கேட்டு நிறைய காய்கறி, பழங்களை எடுத்துக் கொள்கிறோம். சிலர் காய்கறிகளைப் பச்சையாகவும் உண்கிறார்கள்.

ஆனால், வேலியே பயிரை மேய்வதைப்போல நாம் மருந்தாக, ஆரோக்கியத்துக்காக மாற்றும் உணவுமுறையே ஆபத்தாக முடிகிறது.

இன்றைய காலகட்டத்தில் ரசாயன உரங்களும், பூச்சிக் கொல்லிகளும் இல்லாத காய்கறிகளையும், பழங்களையும் சந்தையில் வாங்கமுடியாது.

எந்த பூச்சி மருந்துகளை அடிக்கலாம், எவ்வளவு அடிக்க வேண்டும், எப்படி அடிக்க வேண்டும், அடித்து எத்தனை நாள் கழித்து அறுவடை செய்ய வேண்டும்... என்பதையெல்லாம் விவசாயிகள் அறிவதில்லை. இத் தகவல்கள் அவர்களுக்கு போய்ச்சேரும்படியான முயற்சிகளையும் மருந்து தயாரிப்பாளரோ, அரசாங்கமோ, விவசாயச் சங்கங்களோ, விவசாயக் கல்லூரிகளோ எடுப்பதில்லை.

ஆக, எல்லா காய்கறிகளுமே ஆபத்தான அளவுடன் கூடிய பூச்சி மருந்துக் கழிவுகளுடன் வருகின்றன என்பதுதான் நடைமுறை உண்மை. இப்படி வரும் கழிவுகளை நீக்க முடியுமா, பாதிப்பு குறைவாக இருக்கும்படி எப்படி சமைக்கலாம் என்பதற்கான தகவல்களோ, ஆராய்ச்சி முடிவுகளோ எதுவும் பொதுமக்களுக்குத் தெரிவதில்லை.

ஒருபக்கம் காய்கறிகளிலுள்ள 'ஆண்டி ஆக்ஸிடென்ட்' சத்துகள் 'ஃப்ரீ ரேடிகல்ஸை' சமாதானம் செய்துகொண்டிருக்க, அதே காய்கறி, பழங்களிலுள்ள பூச்சி மருந்துக் கழிவுகள், புதுப்புது 'ஃப்ரீ ரேடிகல்ஸை' உற்பத்திசெய்து சேம்சைட் கோல் போடுகின்றன!

அதனால்தான் வெறும் காய்கறி, பழங்கள் மற்றும் சமைக்காத உணவு... என இயற்கையோடு இயைந்து வாழ முற்பட்ட பலரும் புற்றுநோய் போன்ற கடினமான நோய்களால் பாதிக்கப்படுகிறார்கள்.

இன்று மிக அதிகமாக நாம் காணும் மனச்சோர்வு, மன அழுத்தம், நிலைகொள்ளாத்தன்மை, குழந்தைகளின் *ADHD (Attention deficit hyperactivity disorder)*, பொறுமை காக்க இயலாமை, எதிர்மறைச் சிந்தனைகள், பொதுச்சிந்தனை இல்லாமை, வெறித்தனம், குரூர சிந்தனைகள் போன்ற பல மனம் சம்பந்தப்பட்ட நிலைகள் சுற்றுச்சூழலிலுள்ள மாசு, உணவுகளில் உள்ள கழிவுகளால் தூண்டப்படுதலாலோ, தீவிரப்படுதலாலோ

தொட்டியில் வளரும் புதினா

தொட்டியில் வளரும் கறிவேப்பிலை

பாத்தி முறையில் வளரும் பாலக்கீரை

பூத்திருக்கும் கீரை

தரையில் வளரும் புதினா

ஏற்படுபவைதான்.

இதற்கான தீர்வாகத்தான் நாமே நம் உணவை உற்பத்தி செய்ய வேண்டும் என்கிறோம்.

இந்தப் புரிதலுடன் கீரை வளர்ப்பில் உள்ள சில நுணுக்கங்களை இப்போது தெரிந்துகொள்வோம்.

குறுகிய காலக் கீரைகளுக்கு ஆழமான மேல் மண் தேவை யில்லை. முக்கால் அடி ஆழமான வடிகால் வசதியுள்ள மண்

ஹோம் அக்ரி

♦ **தரமான பெரிய சிவப்புக் கொய்யா கன்று எங்கே கிடைக்கும்?**

- ஸ்ரீராம், மயிலாடுதுறை.

மருங்குளம், தஞ்சாவூர் தோட்டத்தில் கேட்டுப்பார்க்கவும். மதுரை வாடிப்பட்டி மற்றும் பெரியகுளம் பகுதிகளிலுள்ள தனியார் நர்சரிகளிலும் கிடைக்கும்.

♦ **உலகின் சிறந்த மாம்பழம் பிலிப்பைன்ஸ் நாட்டில்தான் விளைகிறதா?**

- எஸ்.வேதவள்ளி, திருச்சி.

உலக மாம்பழ உற்பத்தியில் 42% இந்தியாவில்தான் நடக்கிறது. பிலிப்பைன்ஸ் 3% மட்டுமே உற்பத்தி செய்கிறது. முதல் 10 இடங்களில் இந்தியா முதலிடத்திலும், பிலிப்பைன்ஸ் 10வது இடத்திலும் இருக்கின்றன.

உலகத்தில் மிகச் சிறந்த மாம்பழமாக இன்றும் இந்தியாவின் 'அல்போன்ஸா'தான் திகழ்கிறது. பிலிப்பைன்ஸில் காராபாவ், பிகோ, கச்சாமிட்டா என்று மூன்று ரகங்கள் விளைகின்றன. இந்த மூன்று ரகங்களுமே இந்தியாவிலிருந்து சோழர் காலத்தில் சென்றவை. மாம்பழம் அந்த நாட்டின் தேசியப் பழமாகவும் உள்ளது.

இதில் காராபாவ் உலகின் சிறந்த பழம் என்று அவர்களே சொல்லிக் கொண்டிருக்கிறார்கள். நத்தம், மதுரை, ராஜபாளையம் பகுதிகளில் விளையும் காசா லட்டு போன்றதுதான் இந்த மாம்பழம்.

♦ **வீட்டுத் தோட்டத்திலுள்ள ஒருசில தொட்டிகளில் என்ன செடி வைத்தாலும் அழுகிவிடுகிறது. இதற்கு என்ன காரணம்?**

- புள்ளிராஜா, மாமண்டூர்.

தொட்டிகளில் வடிகால் வசதி இருக்க வேண்டும். சில சமயங்களில், கீழேயுள்ள துளைகள் அடைத்துக்கொண்டிருக்கும். இதைத் தவிர்க்க துளைகளின் மேல் சிறிய கற்களை வைக்கலாம். அல்லது உடைந்த சில்லுகளைப் பரப்பி அதன்மேல் மண் கலவையை இடலாம்.

வருடத்துக்கு ஒருமுறை மண்ணை எடுத்துவிட்டு, மீண்டும் கிளறிவிட்டு நிரப்ப வேண்டும்.

போதுமானது. ஆனால் நிறைய மக்கிய குப்பை போன்ற இயற்கை உரங்கள் நிறைந்த மண்ணாக இருக்க வேண்டும்.

கீரை விதையை 10 மடங்கு மணலுடன் கலந்து தெளித்து விதைக்க வேண்டும். இதனால் விதைகள் நெருக்கமாக முளைக்காமல் இருக்கும். முளைத்த பின் மிக நெருக்கமாக இருக்கும் செடிகளை அகற்றிவிட வேண்டும்.

மண்ணிலுள்ள கிருமிகள் எளிதில் கீரையைத் தாக்கும். வணிகரீதியில் வளர்ப்பவர்கள் விதைக்கு முன் குருணை மருந்தை மண்ணில் கலந்திருப்பார்கள். மற்றும் விதைகளை எறும்புகளிடமிருந்தும், எலி மற்றும் பறவைகளிடமிருந்தும் காப்பாற்ற லிண்டேன் போன்ற பவுடர்களைக் கரைகளில் இடுவார்கள்.

இயற்கை முறையில் நாம் வீட்டில் வளர்க்கும்போது தாராளமாகச் சுத்தமான வேப்பம் புண்ணாக்கைச் சேர்த்தால் மண் மூலம் பரவும் நோய்களைக் கட்டுப்படுத்தலாம்

வீடுகளில் தொட்டிகளிலோ, தரையில் வெளிப்பக்கமோ வளர்க்கும்போது பாத்தி (Bed) முறையைத்தான் கடைப்பிடிப்போம். இந்த முறையில், விதையிட்டு அவை முளைத்து பின் இளம் செடியாக இருக்கும் வரை நீரைத் தெளித்து வளர்க்க வேண்டும். குழாயில் rain gun அல்லது shower head உபயோகப்படுத்துவது நல்லது. வாளி/குவளை கொண்டு நீரை ஊற்றினால், விதைகள் இடம் மாறும், முளைவிட்ட விதைகளும், இளம் வேர்களும் சேதாரம் அடையும்.

விதைகள் முளைத்த பின் 15 நாட்கள் கழித்து உரமிடுதல் நல்லது. நன்கு கரைத்து ஓரிரு நாள் புளிக்க வைத்த கடலை அல்லது ஆமணக்கு புண்ணாக்கு சிறந்த உரம். இதற்கு வாய்ப்பு இல்லாதவர்கள், கடைகளில் இப்போது எளிதாகக் கிடைக்கும் மண்புழு உரத்தை இடலாம்

செடி பூப்பதற்கு முன் கீரையைப் பறித்துவிட வேண்டும். பூத்துவிட்டால் முற்றவிட்டு விதைகளைச் சேகரம் செய்து வைத்துக்கொள்ளலாம்.

பயிரிடாமல் கிடைக்கும் கீரைகள்!

பயிரிடுவது தவிர வெளிப்புறங்களில் கிடைக்கும் வேறு எந்த கீரைகளை நாம் உண்ணலாம்?

கரிசலாங்கண்ணி: வயல் வெளிகளில் கிடைக்கும். மஞ்சள் / வெள்ளை என்று இரண்டு வகைகள் உள்ளன. இரண்டுமே உண்ணக்கூடியவை. மற்ற கீரைகளுடன் சேர்த்து சமைத்து உண்ணலாம்.

வல்லாரை: நல்ல நீர்ப்புழக்கம் இருக்கக்கூடிய இடங்களிலும் அருவிப் பகுதிகளிலும் கிடைக்கும். வீட்டிலும் வளர்க்கலாம். மற்ற கீரைகளைப் போல பயன்படுத்தலாம். சூப் / சட்னி செய்யலாம்.

குப்பைக் கீரை: பெயருக்கேற்றாற்போல் குப்பையிலும், அதிக சத்துள்ள மண்பகுதிகளிலும் கிடைக்கும். தண்டுக் கீரை போலவே இருக்கும். அதைப் போலவே பயன்படுத்தலாம். நீண்ட நாட்களான குப்பைக்கீரையின் வேர்ப்பகுதியில் கிழங்கு ஒன்று இருக்கும். இதுவும் உண்ணக்கூடியதே. இந்த கிழங்கு பெண்களுக்கு அதிக மான உதிரப்போக்கை மட்டுப்படுத்தும்.

மூக்கரட்டை: வெட்டவெளிகளிலும், வேலி ஓரங்களிலும் கிடைக் கும். வறட்சி தாங்கி வாழும். இலைகளைக் காட்டிலும் தண்டே அதி கமாக இருக்கும். தண்டைத் தவிர்த்து இலையை மட்டும் ஆய்ந்து வேறு கீரைகளுடன் சேர்த்து சமைக்கலாம்.

புளியாரை: மழைக் காலங்களில் வீதியோரங்களிலும், வயற் காட்டிலும் மண்டிக் கிடக்கும். மற்ற கீரைகளுடன் சேர்த்து

பலகீரை சமைப்பது எப்படி?

ஒரு வாசகரின் கேள்வி–பதிலில், இந்த கீரையை உண்ட அவரது கொள்ளுப் பாட்டி 95 வயது வரை கண்ணாடி இல்லாமல் பார்க்க, படிக்க முடிந்தது என்று சொல்லியிருந்தார்.

இந்த செய்முறையை மதுக்கூரிலிருந்து திருமதி சற்குணம் அவர்கள் எழுதி அனுப்பியிருக்கிறார். அதை அப்படியே இங்கு தருகிறோம்.

கீழ்க்கண்ட கீரைகளில் என்னென்ன முடியுமோ அவைகளை கைப்பிடி அளவு சேகரித்துக்கொள்ள வேண்டும்.

மூக்கரட்டை, சுரை இலை (ஒன்று மட்டும்), பறங்கி இலை (ஒன்று மட்டும்), குப்பைக்கீரை, சாரணத்தி, இம்பூரல் / இம்புறா கீரை, மின்னல் கீரை, அம்மான் பச்சரிசிக்கீரை, நிலப்பசலி, பருப்புக்கீரை, நாய் வேளை, நல்லவேளை, குப்பைமேனி, துத்தி மற்றும் முடக்கத்தான்.

செய்முறை: பட்ட மிளகாய், சோம்பு, அரிசி இவைகளை சிறிது நல்லெண்ணெய் விட்டு நன்றாக வறுத்து பொடித்து வைத்துக்கொள்ள வேண்டும்.

சிறிது சின்ன வெங்காயம், கடுகு, உளுத்தம்பருப்பு போட்டு தாளித்துக்கொண்டு, சிறிது சிறிதாக நறுக்கிய மேற்கண்ட இலைகளை ஒரு மட்பாண்டத்தில் போட்டு மிதமான சூட்டில் சிறிதே நீர் சேர்த்து வேகவைக்க வேண்டும்.

தேவையான உப்பு சேர்த்து, முழுதாக நிறம் மாறுவதற்குள், பொடி செய்த அரிசி மற்றும் மிளகாயைத் தூவிக் கலந்து கீழே இறக்கி வைத்துக் கொள்ளவும்.

குழந்தைகள் முதல் வயோதிகர் வரை அனைவரும் உண்ணலாம். நோய் எதிர்ப்புச் சக்தியை பன்மடங்கு அதிகரிக்கும். கண் பார்வை மேம்படும்.

சுரை மற்றும் பறங்கி இலையில் சுனை இருப்பதால், உண்ணும் போது நாக்கில் விறுவிறு என்று இருக்கும். இடித்த பொரியரிசியை சிறிது அதிகமாக சேர்த்துக்கொண்டால் இது தெரியாது. பொடித்த தேங்காய் புண்ணாக்கு வேண்டுமானாலும் சேர்த்துக்கொள்ளலாம்.

மாதம் ஒருமுறையோ, இரண்டு மாதத்துக்கு ஒரு முறையோ இதை செய்து உண்ணலாம்.

ஹோம் அக்ரி

♦ கடையில் வாங்கும் எந்த காய்கறி / பழங்களுமே விஷப் பொருட்களின் கழிவுகளோடுதான் வருகின்றன என்று சொல்கிறீர்கள். பூச்சி மருந்தே உபயோகிக்காமல் எந்த பொருளுமே நாம் உண்ண முடியாதா?

– நிவேதா தக்ஷிணாமூர்த்தி, பாண்டிச்சேரி.

பனைப் பொருட்களில் துளியளவும் பூச்சி மருந்துக் கழிவுகள் இருக்க வாய்ப்பில்லை. பனையை யாரும் விவசாயமாக செய்வதில்லை. விவசாய நிலங்களில் இருந்தாலும், இதற்கென எந்த பராமரிப்பும் செய்வதில்லை.

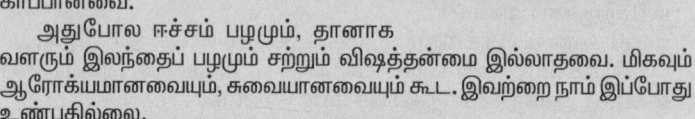

நிலமே மாசு பட்டிருந்தாலும், 40 – 50 அடி வடிகட்டியைத் தாண்டி அவை செல்ல முடியாது. ஆக நுங்கு, பதனீர், பனம்பழம், பனங்கருப்பட்டி ஆகியவை முற்றிலும் பாதுகாப்பானவை.

அதுபோல ஈச்சம் பழமும், தானாக வளரும் இலந்தைப் பழமும் சற்றும் விஷத்தன்மை இல்லாதவை. மிகவும் ஆரோக்யமானவையும், சுவையானவையும் கூட. இவற்றை நாம் இப்போது உண்பதில்லை.

காய்கறிகளில் சுண்டைக்காய் இதுபோன்றது. இதற்கு எந்த விதமான உரமும், பூச்சிமருந்துகளும் தேவைப்படுவதில்லை.

♦ நான் இயற்கை அங்காடிகளில்தான் முடிந்த அளவு காய்கறி, பழங்களையும், அரிசி, பருப்பு வகைகளையும் வாங்குகிறேன். முன்னால், எந்தவிதமான சான்றிதழும் இல்லாமல் கிடைத்த இந்தப் பொருட்கள் இப்போது சான்றிதழுடன் கிடைக்கின்றன.

'Organic Certificate' உடன் வரும் இந்த பொருட்கள் எந்த அளவுக்கு நம்பிக்கையானவை? பொருட்களை பரிசோதனை செய்தபிறகுதான் இந்த சான்றிதழ் வழங்கப்படுகிறதா?

– பியாரிலால் குண்டேச்சா, சென்னை – 4.

'Organic Certificate' என்பது ஒரு தோட்டத்தில் நடைமுறைப்படுத்தப்பட்ட இயற்கை விவசாய முறைகள் சரியானவை என்பதற்கான சான்றாக வழங்கப்படுகிறது.

வருடத்துக்கு ஒருமுறை மட்டும் வந்து இந்த வழிமுறைகள் சரியான முறையில் பின்பற்றப்படுகின்றனவா என்று பரிசோதித்து புதுப்பித்துச் செல்வார்கள். உற்பத்தி செய்யப்பட்ட பொருட்களை சோதனைச் சாலைகளில் பரிசோதிப்பது கிடையாது.

இயற்கை விவசாய சான்றிதழ் வழங்கும் வழிமுறைகளிலும் அப்படிப்பட்ட தேவைகள் ஏதும் குறிப்பிடப்படுவதில்லை.

ஆக, சான்றிதழ் எந்த விதத்திலும் ஒரு பொருளின் தரத்தை உறுதிப்படுத்தாது. உங்களுடைய ஐம்புலன்களையும் விட பெரிய உணவு பரிசோதனைக்கூடம் ஏதும் இல்லை. பார்வை, மணம், சுவை, உள்ளுணர்வு – இவை கொண்டு நீங்கள் எளிதில் நல்ல பொருளை அடையாளம் கண்டு கொள்ளலாம்.

மன்னர் மன்னன்

♦ 500 ரூபாய்க்கு தோட்டக்கலை துறையின் 'Home Garden Kit' வாங்கினேன். அதில் தென்னை நார்க்கழிவில் செய்த ஒரு செங்கல் போன்ற கட்டியும், ஒரு ப்ளாஸ்டிக் பையும் இருந்தது. அந்தப் பையில் அந்தக் கட்டியைப்போட்டு விதை நடச் சொன்னார்கள். அப்படியே செய்தேன். நன்றாக வளர்கிறது.

மண்ணைக்காட்டிலும் தென்னைநார்க் கழிவு நல்லதா?

– மிஸ்ஸி, புதுக்கோட்டை.

கிடையாது. பயிர் வளர்ச்சிக்கு மிக முக்கியமானது மண்ணிலுள்ள நுண்ணுயிர்கள். தென்னை நார்க் கழிவுகள் 'sterilise' செய்து கட்டியாக் கப்படுகின்றன.

மண் கிடைக்காத டோக்யோ, ஹாங்காங் போன்ற இடங்களில் இருப்ப வர்களுக்கு இது ஏற்றுக்கொள்ளக்கூடியது. இந்த முறையில் செடிக்குத் தேவையான அனைத்தையுமே நாம் வெளியிலிருந்து கொடுக்க வேண்டும்.

சொந்த உபயோகத்திற்காக அமெரிக்காவில் 'கஞ்சா' வளர்ப்பது இப் பொது அனுமதிக்கப்பட்டுள்ளது. அதனால் தென்னை நார்க் கழிவுக்கு பெரிய சந்தை ஏற்பட்டுள்ளது.

நம் வீட்டு / மாடித் தோட்டங்களுக்கு இதை உபயோகப்படுத்துவது உகந்ததல்ல. ஒரே உருவத்தில் இருப்பதால் 'doughnut' வடையாகாது!

பயன்படுத்தலாம்.

பருப்புக்கீரை: தோட்டங்களிலும், வீதிகளிலும் மண்டிக் கிடக்கும். சிலர் அழகுச்செடியாகவும் வளர்ப்பார்கள். பசலி போல சுவை இருக்கும். அதைப்போலவே பயன்படுத்தலாம்.

சாரணத்தி: வயல்வெளிகளிலும், வீட்டு வெளிப்புறங்களிலும் வருடம் முழுவதும் கிடைக்கும். மற்ற கீரைகளோடு சமைத்து உண்ணலாம்.

முடக்கத்தான்: இதுவும் எல்லா இடங்களிலும் கிடைக்கும். எளிதில் வளரக்கூடிய இதை வீட்டிலும் வளர்க்கலாம். ரசம் / சூப் செய்தும் சாப்பிடலாம். துவையலாகவும் உண்ணலாம்.

குறிஞ்சா: மலைப்பகுதிகளிலும், வீட்டு / தோட்ட வேலிகளி லும் கிடைக்கும். வெந்தயம் போன்ற கசப்புச் சுவையுள்ள கீரை. புளிக்குழம்பில் ஓரிரு இலைகளைச் சேர்த்துக்கொள்ளலாம். குறிஞ்சாவை பயன்படுத்தும்போது அரிசி களைந்த நீர் அல்லது வடிகஞ்சி சேர்த்துக்கொண்டால் கசப்பு குறையும்.

தோட்டம் திட்டமிடல்: எந்த காரணிகளைக்கொண்டு தோட்டம் திட்டமிட வேண்டும் என்று முன்னரே பார்த்தோம். தோட்டம் ஆரம்பிக்க எப்படித் தயாராக வேண்டும் என்றும்; நிலம் தயாரித்தல், தொட்டி தயார் செய்தல் போன்றவற்றையும் வரும் பகுதியில் பார்ப்போம்.

கீழ்க்கண்ட பொருட்கள் தோட்டம் அமைக்க முதலில்

ஹோம் அக்ரி

பறங்கி இலை

முடக்கத்தான்

குறிஞ்சா கீரை

துத்தி

தேவைப்படுபவை:
- ♦ இடுபொருள்கள்: செம்மண் / கரம்பை மண்
- ♦ மக்கிய குப்பை / மண்புழுஉரம்
- ♦ கடலை / ஆமணக்குப் புண்ணாக்கு
- ♦ ஓடை / ஆற்று மணல்
- ♦ கருவிகள்: மண்வெட்டி, களைக்கொத்தி
- ♦ நீர் பாய்ச்ச / தெளிக்க தேவையான உபகரணங்கள்

வீட்டுத் தோட்டத்தை
இப்படித்தான் அமைக்கணும்!

வீட்டில் தோட்டம் திட்டமிட என்னென்ன அவசியம்?

நம்மிடம் இருக்கக்கூடிய தோட்டத்துக்கான இடத்தின் அளவு; தோட்டம் இடுவது தரையிலா, மொட்டை மாடியிலா; நாம் தினசரி எவ்வளவு நேரமும் உடலுழைப்பும் செலவிட முடியும்; என்னென்ன பயிரிடப்போகிறோம்; கிடைக்கும் நீரின் அளவு / தரம்; நாம் இருக்கும் இடத்திலுள்ள இடுபொருட்களின் விலை மற்றும் தரம்; வசிக்கும் இடத்தின் தட்பவெப்பநிலை; தோட்டமிட்டு பராமரிப்பதற்கான ஆர்வம் தற்காலிகமானதா அல்லது நீடித்து நிலைக்கக்கூடியதா..?

இக்கேள்விகளுக்கு முதலில் நமக்கு நாமே விடையளிக்க வேண்டும். ஏனெனில் தோட்டம் அமைத்து பராமரிப்பது என்பது ஒரு செல்லப் பிராணியை / குழந்தையை வளர்ப்பது போன்றது. அவை நம் ஈடுபாடு / அக்கறை / அன்பைப் பொறுத்துத்தான் வளர்ந்து பயன் தரும். தேவையான ஊட்டத்தையும், நீரையும் கொடுத்தால் மட்டுமே செடிகள் வளராது.

செல்லான் கிழவன் இருப்பின் நிலம்புலந்து
இல்லாளின் ஊடி விடும்

என்று ஒரு திருக்குறள் இருக்கிறது. சரியாக அன்பு செலுத்தாத, கவனிக்காத கணவனிடம் ஒரு மனைவி எவ்வாறு பிணக்கத்துடன் நடந்துகொள்வாளோ அதுபோலத்தான் தினமும் கவனிக்கப் படாத பயிர்களும் நடந்துகொள்ளும் என்கிறது அந்தக் குறள்.

◆ சீமைக் கருவேல மரங்களை நீதிமன்ற ஆணை யின்படி சென்ற ஆண்டு அழித்தார்கள். அரசாங்கமே இதில் தீவிரமாக ஈடுபட்டது. ஆனால், திடீரென்று இது நிறுத்தப்பட்டது ஏன்? உண்மையில் சீமைக் கருவேல மரம் தீங்கானதா?

– சக்கரை கொத்தனார், செக்காணூரணி, மதுரை.

எப்பொருள் யார்யார்வாய்க் கேட்பினும் அப்பொருள் மெய்ப்பொருள் காண்பது அறிவு.

அரசாங்கமோ நீதிமன்றமோ இது அனைவருக்கும் பொருந்தும். விவசாயிகளிடமும், விவசாய ஆராய்ச்சி செய்பவர்களிடமும் எந்த விதமான பரிசீலனையும் செய்யாமல் இப்படி முடிவெடுத்தது மிகவும் வருத்தப்படக் கூடிய விஷயம்.

உண்மையில் இப்படியொரு மரம் கிடைக்க நாம் சந்தோஷப்பட வேண்டும். வதந்தி கிளப்புவது என்று வந்துவிட்டால் என்ன வேண்டு மானாலும் சொல்லலாம். அதற்கு ஆதாரம் தேவையில்லை.

ஒருசிலர் அதன் வேர் ஒரு கிலோமீட்டர் செல்லும் என்கிறார்கள். வேறு சிலர் அதன் அருகில் இருந்தால் ஆண்மை போய்விடும் என்கி றார்கள். இன்னும் சிலர் அது ஆக்ஸிஜனை உறிஞ்சும் என்கிறார்கள்.

இதெல்லாம் மிகவும் அபத்தமானவை. அடிப்படை அறிவியல் ஞானம் உள்ளவர்களுக்கே இவை தவறு என்று தெரியும்.

◆ எங்கள் வீட்டில் ஓர் ஆமணக்குச்செடி இருக்கிறது. அது தானாகவே வளர்ந்திருக்கிறது. இதனால் ஏதாவது பயன் உண்டா?

– P. அமுதன், ராணிப்பேட்டை

நம்மைச் சுற்றி இருக்கும் எல்லா செடிகள் மற்றும் உயிரினங்களால் நமக்கும் சுற்றுச் சூழலுக்கும் நிச்சயம் ஏதாவது பயன் இருக்கும்.

பலனில்லாத ஒன்றைப் பார்த்தால், அதன் பயனை நீங்கள் இன்னும் கண்டறிந்து கொள்ளவில்லை என்றுதான் அர்த்தம். இது நம்மைச் சுற்றி இருக்கும் விஷச்செடிகளுக்கும் பொருந்தும்.

'குஷ்பு இட்லி', 'மல்லிகை இட்லி' என்று சொல்லப்படும் மிகவும் மிருதுவான இட்லிக்கு இந்த ஆமணக்கு விதையை உபயோகிக்கிறார்கள்.

அரை கிலோ இட்லி மாவுக்கு 5 விதைகள் வரை பயன்படுத்தலாம். நிறைய ஆமணக்கு விதையை நீங்கள் சேமிக்க முடிந்தால், வீட் டிலேயே நீங்கள் விளக்கெண் ணெய் தயாரிக்கலாம்.

சதுரம், செவ்வகமான பகுதிகளுக்கு சிறு குச்சிகளை ஊன்றி நூல் கட்டி பிரிக்கலாம். வட்டம், நீள்வட்டம் போன்ற பகுதிகளுக்கு மொத்தமான கயிறையோ ஹோஸ் பைப்பையோ உபயோகிக்கலாம்

பருப்புக்கீரை   இம்பூரல் இன்புரா

சில ஆண்டுகளுக்கு முன் சன் டிவியில் வந்த 'மர்ம தேசம்' தொடரில் ஒரு கதாபாத்திரம் வரும். அவர் செடி, மரங்களுடன் உரையாடி உறவாடுவார். அவையும் அவரது பேச்சைக் கேட்கும்.

இதில் மர்மம் ஏதும் இல்லை. பரிவும் பாசமும் காட்டப்படும் தாவரங்கள் அதற்கேற்றபடி தங்கள் உணர்ச்சிகளை வெளிப்படுத்து கின்றன என்பது விஞ்ஞானபூர்வமாக நிரூபிக்கப்பட்டிருக்கிறது. ஆக, நிலையான ஆர்வம் உள்ளவர்களுக்கே இந்த முயற்சிகள் பயன் தரும்.

முதலில், தரைப்பகுதியில் தோட்டமிடுவதற்கான திட்ட மிடுதலைப் பார்ப்போம்.

மண்வகை / மண்வளம்:

மண்வளம் நாம் முதலில் பார்க்க வேண்டிய ஒன்று. வேதி யியல் மண் பரிசோதனையைக் காட்டிலும் நாமாகச் செய்து பார்க்கக்கூடிய சில எளிமையான பரிசோதனைகள் மூலமாக மண்வளத்தை நன்கு தெரிந்துகொள்ளலாம்.

குத்துப்பசலி

தயாரிக்கத் தேவையான கருவிகள்

இந்தப் பரிசோதனைகள் வீட்டுத்தோட்டத்துக்கு பொருந்து மேயன்றி, தொழில்ரீதியான விவசாயத்துக்குப் பொருந்தாது.

மண்ணில் போதுமான அளவு மக்கிய இயற்கைப் பொருட்கள் இருக்கவேண்டும். இவைதான் மண்ணில் நுண்ணுயிர்கள் வாழ வழி செய்கின்றன. மண்ணில் நீரைப் பிடித்து வைத்துக்கொள்ளும் தன்மையும் அதை வடித்துவிடும் தன்மையும் இருக்கவேண்டும்.

குப்பை போன்ற இயற்கையான பொருட்கள் நீரைப் பிடித்து வைத்துக்கொண்டு மண்ணை குளிர்ச்சியாகவும், தேவையான போது செடிகளுக்கு வழங்கியும் பயிர் வளர்ச்சிக்கு ஆதரவாக இருக்கும்.

மண் மிகச்சிறியதாக இருக்கும் பட்சத்தில், களி போன்று நன்றாக நீரைப் பிடித்து வைத்துக்கொள்ளும். ஆனால், வடித்து விடாது. அதனால் நமக்கு பொலபொலவென்று நீரை நன்றாகப் பிடித்து வைத்துக்கொண்டு மெதுவாக வடித்துவிடும் தன்மை கொண்ட மண் பொருத்தமாக இருக்கும்.

இதை இரண்டு சோதனை முறைகளில் தெரிந்துகொள்ளலாம்.

இலேசாக நனைக்கப்பட்ட மண்ணை (அதாவது, மண்ணைத் தொடும்போது நீர் கையில் ஒட்டக்கூடாது; ஆனால், ஈரப்பதத்தை உணரும்படி இருக்க வேண்டும்), கொழுக்கட்டை போல் பிடிக்க வேண்டும்.

அப்படி பிடிக்கும்போது மண் அமுங்குகிறதா என்று பார்க்க வேண்டும். பிறகு அமுக்குவதை நிறுத்தினால் சிறிது விரிய வேண்டும். இப்படி இருந்தால் இந்த மண் நீரைத் தேவையான அளவு பிடித்து வைத்துக்கொள்ளும். மண்ணும் குளிர்ச்சியாக இருக்கும்.

இந்தத் தன்மை இல்லாவிட்டால், எரு இட்டு, இத்தன்மையை வரவைக்கவேண்டும். கரம்பை /செம்மண் இரண்டுக்குமே குப்பை / எரு இட்டால்தான் இந்தத் தன்மை வரும்.

இரண்டாவதாக மண் கலவையை ஒரு தொட்டியில் விட்டு, ஒரு லிட்டர் நீர் விட வேண்டும். இந்த நீர் 5 நிமிடத்துக்குள் முழு

மண்ணையும் நனைத்து, கீழே வடிகிறதா என்று பார்க்க வேண்டும்.

இல்லையென்றால் இந்த மண் நாளடைவில் கட்டிப்பட்டு வேர் எளிதில் வளரமுடியாதபடி ஆகிவிடும். ஆற்று / ஓடை மணல் சேர்ப்பதன் மூலமாக நீர் வடியும் தன்மையை மேம்படுத்தலாம்.

வீட்டுத் தோட்டத்தைப் பொறுத்தவரை மண் வகையை மாற்றுவது தேவையில்லாத ஒன்று. மண் வகை எப்படி இருந்தாலும் அதில் நுண்ணுயிர்கள் வாழ்வதற்கான வழிவகைகளை நாம் செய்துவிட்டால் அந்த மண் பயிரிட தகுந்த நிலமாக மாறும்.

பொதுவாக சுக்கான் மண்ணைத் தவிர, மற்ற எல்லா மண் வகையையும் வளமாக மாற்ற முடியும். சுக்கானாகவோ, நிரம்பவும் கல் நிறைந்ததாகவோ இருந்தால் மட்டும், வேறு மண் அடித்து மண்வளத்தை மேம்படுத்திக்கொள்ளவும்.

மண்வளம் சரியில்லை என்று நீங்கள் நினைத்தால், நன்றாக மக்கிய குப்பையை சற்று அதிகமாக சேர்த்துக்கொண்டு அதைச் சரி செய்யலாம்.

நிலம் தயாரித்தல்:

செடிகளுக்கு நல்ல காற்றோட்டமும், வெளிச்சமும் தேவை. அதனால் நாம் தேர்வு செய்யும் இடத்தில் அதிகமான நிழல் இல்லாமல், மற்ற செடிகள் அடர்த்தியாக இல்லாமல் பார்த்துக் கொள்ள வேண்டும்.

தரைக்கு மேல் எப்படி காற்றோட்டம் அவசியமோ அதைப் போலவே மண்ணுக்குள்ளும் காற்றோட்டம் அவசியம். எனவே மண்ணை உழுது புழுதியாக்குவது அவசியம்.

வீட்டுச் சூழலில் நாம் ஏர் கொண்டு உழ முடியாது என்பதால், மண்வெட்டி கொண்டு இரண்டு மூன்று முறை கொத்தி புழுதியாகும் வரை மண்ணைப் புரட்ட வேண்டும். குறைந்தது முக்கால் அடியாவது மண்ணைப் புரட்டுமாறு கொத்த வேண்டும்.

புரட்டிப்போட்ட மண்ணை வெயிலில் காயவிட வேண்டும். இப்படிச் செய்வதால் தீமை செய்யும் பூச்சிகளின் முட்டைகள் அழிந்துபோகும்.

பிறகு தேவையான அளவு குப்பை / எரு இட்டு மீண்டும் கொத்தி நன்றாகக் கலந்துகொள்ள வேண்டும்.

எந்த இடத்தில் என்ன இடுகிறோம் என்பதைத் திட்டமிட்டு இடத்தைக் குறித்துக்கொள்ள வேண்டும். சதுரம் / செவ்வகமான பகுதிகளுக்கு சிறு குச்சிகளை ஊன்றி நூல் கட்டி பிரிக்கலாம். வட்டம், நீள்வட்டம் போன்ற பகுதிகளுக்கு மொத்தமான கயிறையோ, ஹோஸ் பைப்பையோ உபயோகிக்கலாம்.

ஹோம் அக்ரி

வீட்டு நிலத்திலும் உழவு அவசியம்

நாம் எதற்காக நிலத்தை உழ வேண்டும்? யாருடைய உதவியும் இல்லாமல், உரமிடாமல், உழாமல், பயிர் பாதுகாப்பு செய்யாமல் காடுகளில் செடி, கொடிகள் நன்றாக வளர்கின்றனவே..?

இந்தக் கேள்வி எல்லோர் மனதிலும் எழும். இதற்கான பதில்களைத் தெரிந்துகொள்வது மண்வளத்தைப் பாதுகாப்பதற்கு நமக்கு உதவும்.

காடுகளில் பயிர்கள் தன்னிச்சையாக வளர்கின்றன. காடுகளைப் பார்த்து நாம் ஒருசில விஷயங்களைக் கற்றுக்கொண்டு அவற்றை விவசாயத்தில் புகுத்தி வெற்றி பெற பல வழிகள் இருந்தாலும், உழாமல் விவசாயம் செய்வது கடினம்.

உழவு என்ற சொல் தமிழில் விவசாயம் என்பதற்கான பொருளையே தருகிறது. வள்ளுவரும், அதனாலேயே பயிர்த்தொழில் குறித்த அத்தியாயத்துக்கு உழவு என்றே பெயரிட்டார்.

உழும்போது மண்ணுக்குள் இருக்கும் பூச்சிகளின் முட்டைகள் மேற்புறம் வந்து வெயிலில் காய்கின்றன. இதனால் பெரும்பாலான தீங்கு தரும் பூச்சிகளின் எண்ணிக்கை குறைக்கப்படுகிறது. ஆக, பூச்சிகளின் தாக்கத்தை கட்டுப்படுத்த உழவு அவசியமாகிறது.

மண்ணின் கீழ்ப்பகுதியில் இருக்கும் பலவிதமான தீங்கு தரும் பூஞ்சைகளும், வைரஸ், பாக்டீரியாக்களும் மேல்புறம் வந்து சூரிய ஒளியில் படுவதால் அழிக்கப்படுகின்றன. அதனால் கிருமிகளின்

பாத்திகளில் நீர் பாய்ச்சுதல்

பாதிப்பை குறைக்க உழவு அவசியமாகிறது

மண் துகள்களுக்கு இடையில் நீரும் காற்றும் இருக்கின்றன. இந்தக் காற்றும், நீரும் மண்ணில் வாழக்கூடிய நுண்ணுயிர்களுக்கு இன்றியமையாதவை.

பயிர் செய்யும் காலப்போக்கில் மண் இறுகுவதால் காற்றோட்டம் குறைகிறது. நீர்ப்பிடிப்பும், நீர்வடியும் தன்மையும் மாறி விடுகிறது. அதனால் மண்ணுக்குள் காற்றோட்டத்தை மேம்படுத்த உழவு அவசியமாகிறது.

உழும்போது களைகள் வேரோடு நீக்கப்படுகின்றன. களைகளின் விதைகளும் அழிக்கப்படுகின்றன. ஆக, களைக் கட்டுப்பாட்டுக்கும் உழுவது தேவையாகிறது.

ஆக, உழவில்லாமல் விவசாயம் இல்லை.

வீட்டுச் சூழலில் நாம் ஏர்கொண்டு உழப்போவதில்லை என்பதால், எப்படி உழ வேண்டும் என்பதை நாம் இங்கு பார்க்கப் போவதில்லை.

♦ **தேசிய மலர் ஆராய்ச்சிநிலையம் எங்குள்ளது?**

- எம்.செல்வி, தூத்துக்குடி.

பூனாவில். தட்பவெப்பம் கட்டுப்படுத்தப்பட்ட சூழலில் வணிக ரீதியாக பூனாவிலும் அதன் சுற்றுவட்டாரங்களிலும் அதிகளவில் பூ வளர்ப்பு நடக்கிறது.

♦ **Foam மெத்தையைவிட இலவம் பஞ்சு மெத்தையில் படுத்து உறங்குவது நல்லது என்கிறார்களே?**

- சி.ஓவியா, நாகூர்.

நிச்சயமாக. 'இலவம் பஞ்சில் துயில்' என்று அவ்வையார் ஆத்திசூடியில் சொன்னதில் மிகப்பெரிய அறிவியல் உண்மைகளும், பின்புலமும் உள்ளன.

இலவு என்ற மரத்தில் விளையும் இலவம் பஞ்சு, பருத்தியின் பஞ்சிலிருந்து வேறுபட்டது. இது பருத்தியைக்காட்டிலும் எட்டு மடங்கு இலேசானது, நீர் உறிஞ்சும் தன்மை இல்லாதது.

இலவம் பஞ்சின் இழைகளின் உட்புறம் கூடு போல உள்ளதால் ஒலியை நன்றாக உறிஞ்சக்கூடியவையாகவும், வெப்பத்தை தக்க வைக்காதவையாகவும் இருக்கின்றன. இதன் வழுக்கும் தன்மையாலும், நீர் ஒட்டா தன்மையாலும் இவை மெத்தை, தலையணைகளை மிருதுவாகவும், சுத்தம் செய்ய ஏதுவாகவும் மாற்றுகின்றன.

இந்த இழைகள் ஒவ்வாமை ஏற்படுத்தாதவை. இவைகளிலிருந்து தூசி வெளிப்படுவதில்லை. இவை நுண்ணுயிர் எதிர்ப்புத்தன்மை கொண்டிருப்பதால் இவற்றில் நுண் கிருமிகள் ஏதும் தங்குவதில்லை.

இலவம் பஞ்சு மெத்தைகளும், தலையணைகளும் காதி கடைகளில் கிடைக்கும். காதி கடைகளில் ரெடிமேடாகவும் மாவட்ட தலைநகர்களிலுள்ள காதி கிராமோத்யக் கடைகளில் தேவையான அளவுகளில் ஆர்டர் கொடுத்தும் செய்துகொள்ளலாம்.

கடைகளில் கிடைக்கும் பஞ்சு மெத்தைகள் பருத்திப் பஞ்சாலும் செய்யப்படுகின்றன. அவை எடை அதிகமாக இருக்கும்.

♦ **பசலிக்கீரையில் வைட்டமின் டி அதிகளவு உள்ளது என படித்தேன். உண்மையா?**

- எம்.சுப்பிரமணியன், துளசியாப்பட்டினம்.

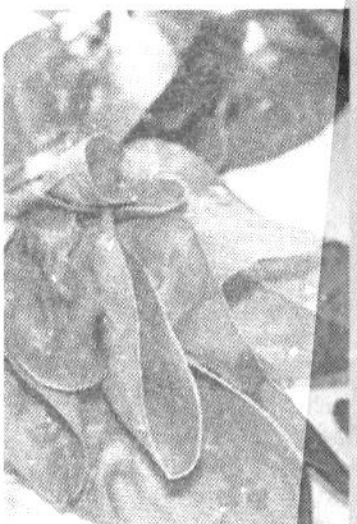

பசலிக்கீரையில் வைட்டமின் டி உள்ளது. ஆனால், அதிக அளவு என்று சொல்ல முடியாது. சிறிய மீன்கள், மீன் எண்ணெய், முட்டை, காளான் இவைகளில் பசலிக்கீரையில் இருப்பதை விட வைட்டமின் டி அதிகமாக உள்ளது. வெளியில் செல்லாமல் வீட்டுக்குள்ளோ, அலுவலகத்துக் குள்ளோ மட்டுமே வேலை செய்பவர்களுக்கே வைட்டமின் டி குறைபாடு ஏற்படுகிறது.

இக்குறைபாட்டால் மனச்சோர்வும், எலும்பு ஆரோக்யமும் பாதிக்கப்படுகிறது. பசலிக்கீரை யில் உள்ள மிக முக்கியமான சத்து வைட்டமின் K மற்றும் A.

♦ **நான் பல்வேறு வகையான பூமரங்களை வளர்க்க விரும்பு கிறேன். எத்தனை வகையான பூமரங்கள் இந்தியாவில் உள்ளன? பூமரங்களைப் பற்றி அறிந்துகொள்ள யாரை அணுகவேண்டும்?**

- இ.இந்திரா, திருநெல்வேலி.

நமது தட்பவெப்ப சூழலில் நீங்கள் சரக்கொன்றை, மஞ்சள் கொன்றை, கதலி, மர வல்லி, மந்தாரை, பூவரசு, வாகை, குல்மொஹர், முள்முருங்கை, இலவம் பஞ்சு, பாரிஜாதம் போன் றவற்றை வளர்க்கலாம். மேலும் விவரங்களுக்கு அரசாங்க வனத்துறை மற்றும் வனத்துறையின் கன்று உற்பத்தி செய்யும் தொழிலாளர்களை அணுகவும்.

மாறாக, வீட்டுச் சூழலில் எப்படி நிலம் தயார் செய்யலாம் என்று பார்க்கலாம்.

பயிர் செய்வதற்கு முன் மட்டும் நிலத்தைக் கொத்திவிட்டு மண்ணைப் புழுதியாக்குவது போதாது. பயிர் செய்வதாக முடிவு செய்தபின், ஒருசில மாதங்களுக்கு முன்பிருந்தே நன்றாகக் கொத்தி புழுதியாக்க வேண்டும். குறைந்தது முக்கால் அடி ஆழம் வரை கொத்திவிடுவது நல்லது.

இதற்கு, மண்வெட்டி, களைக்கொத்தி, கடப்பாரை இவற்றைப் பயன்படுத்தலாம். பலமுறை இப்படிச் செய்யும்போது களை, பூச்சிகள் கட்டுப்படுவதோடு வேர்கள் எளிதில் கீழே சென்று செடியும் எளிதில் ஸ்திரமாக நிற்க ஏதுவாகும்.

மண் தயாரிப்பில் நாம் எவ்வளவு நேரமும், உழைப்பும், கவனமும் தருகிறோமோ, அந்த அளவுக்கு நமக்குப் பயிர் பாதுகாப்பிலும், விளைச்சலிலும் பயன் கிடைக்கும்.

செடிகள் ஆரோக்கியமாகவும், பலமானதாகவும் இருப்பதால் பயிர் பாதுகாப்பு எளிதாகவும் இருக்கும். பயிர் வளர்ப்பதில் அஸ்திவாரம் போன்றது உழுவதும், மண் தயாரிப்பும். அதனால் தான் திருவள்ளுவரும்,

தொடிப்புழுதி கஃசா உணக்கின் பிடித்தெருவும்
வேண்டாது சாலப் படும்

என்ற குறள் மூலம் நன்றாக புழுதியாகுமாறு உழப்பட்ட நிலத்துக்கு எருவே தேவையில்லை என்கிறார்.

எருவே தேவையில்லை என்பது மிகைப்படுத்திச் சொல்லப் பட்டது என்றாலும் அது உழவின் முக்கியத்துவத்தை சுட்டிக் காட்டுகிறது.

உழும்போது கட்டிகள் உடைபட்டு மண் சிறிய அளவாகிறது. மண் எந்த அளவுக்கு தனித்தனியாக இருக்கிறதோ அந்த அளவுக்கு நுண்ணுயிர்கள், நீர் மற்றும் காற்று தங்க, நகர இடம் கிடைக்கிறது. அதனாலேயே மீண்டும் மீண்டும் உழுவது பயன் தருகிறது.

இனி நிலம் தயார் செய்வதிலிலுள்ள படிப்படியான செயல் பாடுகளைப் பார்ப்போம். வீட்டுச்சூழலில் உழவு என்பதை கொத்திவிடுதல் என்று புரிந்துகொள்ளவும்.

நிலம் தயாரிப்பு செயல்பாடுகள்:

- கீழுள்ள மண்ணை மேலே கொண்டுவரும்படியான கோடை உழவு - ஆழமான உழவு.
- தேவையில்லாத செடிகளை வேருடன் களைந்து, நிலத்தைச் சமப்படுத்துதல்.
- சரியான ஈரப்பதத்தில் இரண்டு முறை உழுதல்.
- எரு, மேலுரம் இடுதல் அல்லது கிடை அமர்த்துதல் அல்லது இரண்டும்.
- மீண்டும் ஒருமுறையோ, இரு முறையோ உழுதல் - தெளிப்பு முறையில் விதையிட வேண்டியிருந்தால், இந்த இரண்டாவது உழவில், விதைத்துக்கொண்டே உழலாம்.
- பள்ள பாத்தி / மேட்டுப் பாத்தி / ராமர் பாத்தி அமைத்தல் - நீர் பாய்ச்ச வாய்க்கால் அமைத்தல்.

காடுகளுக்கும் வீட்டுத் தோட்டத்துக்கும் இருக்கும் வேறுபாடுகள்...

1. காடுகளை யாரும் உழுவதில்லை:

நாம் முன்னரே பார்த்தது போல் உழுவது என்பது மேலுள்ள மண்ணைக் கீழ் கொண்டு வரவும், காற்றோட்டத்துக்கும், களைகளையும் களை விதைகளையும் வெளிக் கொணர்ந்து அழிப்பதற்குமாகும்.

காடுகளில் இந்த வேலைகளை மண்புழுக்களும், எறும்பு, பாம்பு, கறையான் போன்ற ஊர்வனவும், சில பூச்சி / கிருமிகளும் செய்கின்றன.

மண்புழுக்களும், பாம்பு, வண்டுகள், தவளை, எலி, எறும்பு போன்றவையும் மண்ணைத் துளையிட்டு காற்றோட்டத்தையும், மண்ணைப் புரட்டும் வேலையையும் பார்க்கின்றன.

இதிலிருந்து நாம் கற்றுக்கொள்ளக் கூடியவை: மண் புழுக்களும், பாம்புகளும் இருக்கும் சூழலை நம் தோட்டத்தில் உருவாக்க வேண்டும். எலிகள் சேதம் விளைவிக்கக்கூடியவை என்பதால், அவைகளை ஊக்கப்படுத்தத் தேவையில்லை.

பயிரிடாத சமயங்களில் கறையான்களை தோட்டத்தின் எல்லாப் பகுதிகளிலும் உற்பத்தி செய்யவேண்டும். மண்புழுக்களை அழிக்கக்கூடிய களைக்கொல்லிகளையும், அளவுக்கு அதிகமாக பூச்சி மருந்து உபயோகிப்பதையும் தவிர்க்க வேண்டும்.

நிலத்தை தரிசாகப் போட்டாலும், ஏதாவது ஒரு பகுதி எப்போதும் ஈரமாக இருக்குமாறு பார்த்துக்கொள்ள வேண்டும். ரசாயன உரங்களைப் பயன்படுத்தும்போது, தேவைக்கு

ஹோம் அக்ரி

ஒரே பாத்தி மற்றும் வாய்க்காலில் அமைந்த வீட்டுத் தோட்டம்

அதிகமாக உபயோகப்படுத்தக்கூடாது.

அடியுரமாக இடும் இயற்கை தொழுவுரத்தை அதிகமாகப் பயன்படுத்த வேண்டும்.

2. காடுகளில் யாரும் நீர் பாய்ச்சுவதில்லை:

மானாவாரிப் பயிர்களைத் தவிர, வேறு பயிர்களை நீர் பாய்ச்சாமல் நாம் விளைவிக்க இயலாது. ஆனாலும், இந்த உண்மையிலிருந்து ஒருசில விஷயங்களை நாம் விவசாயத்தில் நடைமுறைப்படுத்த முடியும்.

காடுகளில், மேற்கண்ட காரணங்களால், மண் பொல பொலவென இருப்பதால், வேர்கள் எளிதில் ஆழமாகச் செல்கின்றன. ஆக, நீர் எப்போதும் கீழ் மண்ணிலிருந்து கிடைக்கிறது.

மேலும், மரம் மற்றும் தாவரங்களிலிருந்து விழக்கூடிய இலைகளும் மற்ற கழிவுகளும் அங்கேயே கிடப்பதால் மண்ணின் மேல் சூரிய ஒளி நேரடியாக விழாது. இது மண் சூடாவதையும், நீர் ஆவியாகி மேல் செல்வதையும் தடுக்கிறது.

இதை நாம் மூடாக்கு என்று சொல்கிறோம். இப்படி மண்ணின் மேல் தங்கும் தாவரக்கழிவுகளும், மிருகங்களின் கழிவுகளும் நாளடைவில் நுண்ணுயிர்களால் மக்கி எருவாவதால், காடுகளின் மேல் மண்ணில் அதிகப்படியான 'Humus' போன்ற கரிமப் பொருட்கள் இருக்கின்றன.

இந்த கரிமப் பொருட்கள் நீரைப் பிடித்து வைத்துக்கொள்ளும் தன்மையுள்ளவை. இதனாலும் நீரானது மழைக்குப்பின் நீண்ட நாட்களுக்குச் செடிகளுக்கு மேல் மண்ணிலிருந்தே கிடைக்கிறது.

இதிலிருந்து நாம் கற்றுக்கொள்ளக்கூடியவை: தொழிற்சாலை போல் செயல்படும் சில 'hi-tech' தோட்டங்களிலும், தக்காளி, மிளகாய் போன்ற பணப்பயிர் பயிரிடும் சில பெரு விவசாயி

♦ இடிதாங்கி மரங்கள் உண்டு என்பது உண்மையா?
- எம்.சுரேஷ், வேதாரண்யம்.

ஆத்திமரம் இடி தாங்கும் என்று ஒரு நம்பிக்கை இருக்கிறது. பலரும் அதனால் ஆத்திமரத்தை வளர்க்கிறார்கள். இது விஞ்ஞானபூர்வமாக நிரூபிக்கப்பட வில்லை. இதுபோல கருங்காலி மரங்கள் இடியிலிருந்து காத்துக்கொள்வதற்காக சோழர்காலப் பாய்மரக்கப்பல்களின் பயன் படுத்தப்பட்டன.

♦ உளுந்து, துவரை, சோயா, தாமரைப்பூக்கள் ஒரேயளவில்தான் பூக்குமா? இவற்றை எங்கு பெறலாம்?
- எஸ்.ஜோதிகா, சீர்காழி.

இல்லை. அளவில் வேறு படும். வெள்ளை, இளஞ் சிவப்பு, சிவப்பு நிறங்களில் இருக்கும். தாமரையின் தளிர் இலைகள், பூவின் இதழ்கள், தண்டு, விதை, கிழங்கு இவை அனைத் தும் உண்ணக்கூடியவை. தாமரைப் பூவின் இதழ்கள், குறிப்பாக வெண்தாமரை யின் இதழ்கள் இருதயக் கோளாறுகளைச் சரி செய்யக்கூடியவை. இது விஞ்ஞான பூர்வமாகவும் நிரூபிக்கப்பட்டிருக்கிறது.

சென்னை இராமச்சந்திரா மருத்துவக் கல்லூரியில் இதற்கான ஆராய்ச்சி நடைபெற்றது.

தாமரை பற்றிய ஒரு விசேஷமான உண்மை, இவற்றின் பூக்க ளுக்கு உள்ளே 30 – 35 செல்ஷியஸ் அளவுக்குள்தான் எப்போதும் வெப்பம் இருக்கும். வெளியில் வெப்பம் –5 ஆக இருந்தாலும், +50 ஆக இருந்தாலும் இந்த வெப்பம் மாறாது.

இந்த உண்மை 1980களில் ஓர் ஆஸ்திரேலிய பல்கலைக்கழகத்தால் அறியப்பட்டு 'Nature' பத்திரிகையில் வெளியிடப்பட்டது.

இதில் ஆச்சர்யம் என்னவென்றால், இந்த உண்மை பல ஆயிரம் வருடங்களுக்கு முன் 'குறுந்தொகை'யில் சொல்லப்பட்டிருப்பதுதான்!

கத்திரியில் பிளாஸ்டிக் மூடாக்கு பனை ஓலையாலான மூடாக்கு

கொய்யாவில் இலைச்சருகுகளாலான மூடாக்கு. குளிர்ச்சியால் கவரப்பட்ட கோழிகளைக் கவனிக்கவும்

களிடமும் ஓர் அம்சம் வெளிப்படுகிறது. அது, மூடாக்கு இல்லாமல் அவர்கள் விவசாயம் செய்வதில்லை.

இது நீரின் தேவையைப் பெருமளவில் குறைப்பதுடன், களைகளை முற்றிலும் வளரவிடாமல் செய்கிறது. தென்னை, கொய்யா போன்ற பயிர்களுக்கு இயற்கை தோட்டக்கழிவுகளை மூடாக்காக இடலாம்.

நெருக்கமாக இருக்கும் காய்கறிப் பயிர்களுக்கு, பொதுவாக இதற்காகவே கிடைக்கும் நெகிழி பாய்கள் (mulching sheets) பயன்

♦ கொட்டைகள், தானியங்கள், பருப்புகள் எப்படி வகைப்படுத்தப் படுகின்றன?

- எஸ்.மலர்வளவன், நாகை.

கொட்டைகள் என்பவை பொதுவாக ஒன்று அல்லது ஒன்றிரண்டு விதைகள் மட்டும் கொண்ட பழங்கள். இவைகளின் மேல் ஒரு கடினமான தோல் இருக்கும். அதை நீக்கிய பிறகே உண்ணமுடியும்.

உதாரணம்: பாதாம், நிலக்கடலை, முந்திரி, பிஸ்தா போன்றவை.

விதைகள் பழங்களின் உட்புறத்திலிருந்து பெறப்படுபவை. பொதுவாக எண்ணிக்கை அதிகமாகக் காணப்படும். இவற்றை நேரடியாகப் பயன்படுத்தலாம். கடினமான தோல் ஏதும் இல்லாதவை.

உதாரணம்: எள், பூசணி விதை, வெள்ளரி விதை போன்றவை.

தானியங்கள் புல் வகைச் செடிகளிலிருந்து வளரும் விதைகள். இவற்றின் மேற்பரப்பிலுள்ள உமியை நீக்கினால் மட்டுமே உண்ண முடியும். இவை மாவுச்சத்து நிறைந்தவை.

உதாரணம்: நெல், கோதுமை.

சிறுதானியங்களும் பருப்புகளும் வேர் முடிச்சுள்ள பயரினத் தாவரங்களில் வளர்பவை. பல கிளைகளுடன் வளரும் இந்தத் தாவரங்களில் பல விதைகள் ஒரு மேற்புறத் தோலுடன் இருக்கும். மேல்தோலை நீக்கி விதையாகவோ, பருப்பாகவோ உபயோகிக்கலாம். இவை புரதச்சத்து நிறைந்தவை.

படுத்தப்படுகிறன. நாம் வீட்டுச்சூழலில் தென்னை மட்டை, காய்கறிக் கழிவுகள் போன்றவற்றை உபயோகப்படுத்தலாம்.

காட்டின் இந்த வகையான நீடித்த நிலையான பயிர் வளர்ச்சி சூழலிலிருந்து கற்றுக்கொள்ளக்கூடிய மற்ற விஷயங்களை வரும் அத்தியாயங்களில் பார்க்கலாம். இப்போது வேறு சில விஷயங்களை அறியலாம்.

3. காடுகளில் யாரும் களையெடுப்பதில்லை:

தேவையில்லாத இடையூறு தரக்கூடிய செடிகளை நாம் களை என்று வழங்குகின்றோம். தேவையைப் பொறுத்து, எது களை, எது பயிர் என்பது முடிவாகிறது.

பூவாளி

மரங்களுக்கும் பெருஞ்செடிகளுக்கும் ஏற்ற வட்டப் பாத்தி

நாம் காய்கறி வளர்க்கும் பட்சத்தில், அந்த செடிக்கு இடையூறாக இருக்கக்கூடிய எல்லா செடிகளையும் அழிக்கிறோம். நம் குறிக்கோள் காய்கறி.

ஒருசில பலன் தரும் செடிகளை இருக்க வைக்கிறோம். அவை உயிர் வேலியாகவோ, பூச்சி விரட்டிகளாகவோ, தழைச்சத்து தருபவையாகவோ இருக்கலாம்.

ஆனால், காடுகளின் தேவை அங்கு இருக்கக்கூடிய உயிரினங்களை வாழவைப்பது. ஆக, எந்த செடிகளையும் நீக்காமலே அங்கு எல்லா பயிர்களும் மரங்களும் நன்றாகவே இருக்கின்றன.

இதிலிருந்து நாம் கற்றுக்கொள்ளக்கூடியவை:

ஒரு சூழல் மண்டலத்தில் *(ecosystem)* ஒரு பயிர் / உயிர் இன்னொன்றுக்கு போட்டியா *(competitive)* அல்லது ஒத்தாசையானதா *(synergistic)* என்ற உண்மை, ஒரு செடி களையா இல்லையா என்பதை நிர்மாணிக்கிறது.

இதை நாம் தெரிந்துகொள்வது எளிதானதல்ல. தோட்டச் சூழலில் நிச்சயமாக காடுகளைப்போல் வளரும் எல்லா செடிகளையும் நாம் ஊக்கப்படுத்தி வளர்க்க முடியாது.

ஆனாலும் இதில் கற்றுக்கொள்ளக்கூடிய ஒரு முக்கிய அம்சம் இருக்கிறது. நாம் எவ்வளவு அதிகமான உயிரினங்களை பாதுகாக்கிறோமோ அந்த அளவுக்கு நம் விவசாயம் உற்பத்தி செய்யும்!

அதாவது பல்வேறு வகையான உயிரினங்கள், தாவரங்கள், பறவைகள், விலங்குகள் நம் விவசாயத்தில் இடம்பெற வேண்டும். எல்லா உயிர்களையும் பாதுகாப்பதே தலையாய அறம்.

ஆக, 'ஒரு பயிர்' *(mono cropping)* விவசாயம் என்பது இயற்கை முறையில் முடியாதது. பல்வேறு மரங்கள், செடி, கொடி வகைகளோடு; ஆடு, மாடு, கோழி இவைகளை வளர்ப்பதோடு;

தோட்டத்துக்கு வரும் மற்ற பறவைகளுக்கும், விலங்கு களுக்கும் ஆகாரம் அளிக்கும் தோட்டங்கள் நல்ல பலனளிக்கக் கூடியவையாக இருக்கும்.

4. காடுகளில் யாரும் உரமிடுவதில்லை:

சந்ததியினருக்கு சேர்த்து வைக்கக் கூடிய இச்சை இயல் பாகவே எல்லா உயிரினங்களுக்கும் உள்ளது. வாரிசுகளைக் காப்பாற்றுவதற்கான அடிப்படைத் தேவைகளை எல்லா உயிரினங்களுமே ஏற்படுத்திக் கொடுக்குமாறுதான் இயற்கை தன் படைப்புகளை உண்டாக்கியுள்ளது. இதற்கு தாவரங்கள் விதி விலக்கல்ல. விதையிலிருந்து முளைத்து, வேர்கள் நன்றாகக் காலூன்றி, ஸ்திரமாக நிற்கும் வரை தேவையான அடிப்படை சத்துக்கள் விதையிலேயே இருக்கின்றன.

நோய் எதிர்ப்புக்குத் தேவையான ஆற்றலும் இயற்கையாகவே அமைந்திருக்கிறது. புரோட்டீன் தயாரிக்க தேவையான தழைச் சத்து என்றழைக்கப்படும் நைட்ரஜனை மட்டும் இளஞ்செடிகள் காற்றிலிருந்து பெறவேண்டியிருக்கும்.

ஆனால், இதைச் செடிகள் நேரடியாக காற்றிலிருந்து பெற முடியாது. மண்ணில் இருக்கக்கூடிய ஒரு சில பாக்டீரியாக்கள் காற்றிலிருக்கும் நைட்ரஜனை உறிஞ்சி அதை நைட்ரேட்டாக மாற்றி வேர் மூலமாகச் செடிகளுக்கு தருகின்றன. இதற்கு உபகாரமாக ஒரு சில வகைத் தாவரங்கள், குறிப்பாகப் பயறு வகைத் தாவரங்கள் *(leguminous plants)*, அவற்றின் வேர்களில் /வேர்முண்டுகளில் இந்த வகையான பாக்டீரியாக்களுக்கு இடமளித்து அவைகளுக்குத் தேவையான ஊட்டங்களைத் தருகின்றன.

இதில் முக்கியமாக கவனிக்க வேண்டியது, இந்த பாக்டீரியாக் கள் ஒருசில வகைத் தாவரங்களால் மட்டும் பலனடைந்தாலும், எல்லா செடிகளுக்கும் இந்த உதவியைச் செய்கின்றன என்பதுதான்.

தவிர, மண்ணில் இருக்கும் வேறு சில பாக்டீரியாக்கள் மணிச் சத்து என்றழைக்கப்படும் பாஸ்பரஸ் சத்தை கரைத்துக் கொடுக் கின்றன. இந்த பாக்டீரியா உதவியில்லாமல் செடிகள் பாஸ்பரஸ் சத்தை தேவையான அளவு எடுத்துக்கொள்ள முடியாது.

மற்ற நுண்ணூட்டங்களையும், சாம்பல் சத்து என்றழைக்கப் படும் பொட்டாசியம் சத்தையும் செடிகள் தாமாகவோ, வேறு நுண்ணுயிர்களின் உதவியுடனோ மண்ணிலிருந்து எடுத்துக் கொள்கின்றன.

இதிலிருந்து நாம் கற்றுக்கொள்ளக்கூடியவை:

உண்மையான இயற்கை விவசாயம் என்பது மண்வளத்தைப் பெருக்கி தாவரங்கள் தாமே தம்மை கவனித்தும் கொள்ளும்படி செய்வதுதான்.

காற்றிலிருந்தும், மண்ணிலிருந்தும் தேவையான ஊட்டங்களை

ஹோம் அக்ரி

அவை பெற்றுக்கொள்ளும்போது, நாம் வெளியிலிருந்து ஏதும் தரவேண்டிய அவசியம் இருக்காது.

அதுபோலவே நோய் எதிர்ப்பு மற்றும் பூச்சிகளிலிருந்து காத்துக்கொள்ளும் வசதிகளையும் இயற்கை தாவரங்களுக்கு வழங்கியிருக்கிறது. நாம் அவைகளை விலங்குகளிடமிருந்தும், மருந்துக்கடைக்காரர்களிடமிருந்தும் மட்டும் காப்பாற்றினால் போதும்.

செடிகளுக்குத் தேவையான எல்லாவற்றையும் நாமே தருவது என்பது குழந்தையை செல்லமாக வளர்ப்பது போன்றது. இப்படி வளர்க்கப்பட்டால் தாவரங்களுக்கும், குழந்தைகளுக்கும் பிறர் உதவி இல்லாமல் ஏதும் செய்ய இயலாமல் போவதோடு, தங்க ளுக்கு இயல்பாகவே உள்ள பல திறன்களை இழக்கவும், மறக்கவும், வெளிப்படுத்த முடியாமலும் போய்விடும்.

நவீன விவசாயத்தில் இடுபொருள்களுக்கு மாற்று தேடுவது என்பது இயற்கை விவசாயம் இல்லை என்பதை அனைவரும் புரிந்துகொள்ள வேண்டும்.

யூரியாவுக்கு பதிலாக இயற்கை தழைச்சத்து, சூப்பர் பாஸ் பேட்டுக்கு பதிலாக இயற்கை மணிச்சத்து, பிறகு இயற்கை பூச்சிக் கொல்லி, இயற்கைப் பயிர் ஊக்கி, இயற்கை ஹார்மோன், அக்ரி படித்த ஆலோசகருக்குப் பதிலாக இயற்கை விவசாய ஆர்வலரின் அறிவுரை என்ற போக்கு விவசாயிகளைத் தவறான பாதைக்கு இட்டுச்செல்லும்.

மண்வளம் மேம்படுத்தும் சூழ்நிலைகளில், இன்றைய காலகட் டத்தில் மண்ணில் அங்ககப் பொருட்களின் அளவைக் கூட்டுவது இந்த நுண்ணுயிர்களின் அளவை மேம்படுத்தும்.

இந்த மாறும் காலகட்டத்தில் அரசாங்கம் மற்றும் தனியார்கள் தயாரித்து விற்கும் அசோஸ்பைரில்லம் (தழைச்சத்துக்கு), பாஸ்போ பாக்டீரியா (மணிச்சத்துக்கு), அசெடோபாக்டர் (தழைச்சத்துக்கு), ரைசோபியம் (தழைச்சத்துக்கு) போன்றவற்றை பயன்படுத்தலாம்.

◆◇◆

வீட்டுத் தோட்டத்துக்கு நீர் பாய்ச்சுவது எப்படி?

பாத்தி வகைகளும், நீர் பாய்ச்சும் முறைகளும்:

வாய்க்கால்கள் மூலமாக நீர் பாய்ச்சும் முறைதான் இன்றும் அதிகமாகப் பயன்படுத்தப்படுகிறது. நீர் குறைந்த பகுதிகளில் இது சரியான முறை இல்லை என்று தெரிந்தும் கூட பெரும்பாலான விவசாயிகள் இந்த முறையையே நம்பி வாழ்கிறார்கள்.

இதுபோக சொட்டுநீர், தெளிப்புநீர் என்ற வேறு இரண்டு முறைகளும் பெரும்பாலானவர்களால் பின்பற்றப்படுகின்றன.

எந்த முறையை நாம் பின்பற்ற வேண்டும் என்பது நமக்கு இருக்கும் நீரின் அளவு, நாம் என்ன பயிர் பயிரிடப் போகிறோம், எவ்வளவு செலவிடத் தயாராக இருக்கிறோம், எவ்வளவு நேரம் செலவிட முடியும் என்பதையெல்லாம் பொறுத்து அமையும்.

வீட்டுத்தோட்டங்களுக்கு மூன்று முறைகளுமே ஏற்றவை தான். ஆனாலும் கூட, சிறிய தோட்டமாக இருக்கும் பட்சத்தில், ஒவ்வொரு செடிக்கும் தனித்தனியாகத் தண்ணீர் ஊற்றுவது, நமக்கு ஒவ்வொரு செடியையும் தனிப்பட்ட முறையில் கவனிப்பதற்கு ஒரு வாய்ப்பை அளிக்கும்.

முதலில் வாய்க்கால் முறையில் நீர் பாய்ச்சுவதைப்பற்றி பார்ப்போம். இந்த முறையில் ஆரம்பத்திலிருந்து பாத்தியின் கடைசிச் செடி வரை நீர் தானாகப் பாயும்படி பார்களும் பாத்திகளும் அமைக்கவேண்டும்.

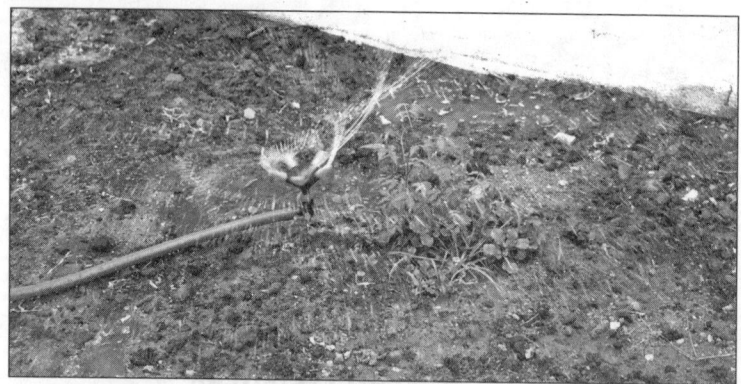

ஒரே இடத்திலிருந்து மழைபோல் தெளிக்கும் தெளிப்பான்

தானாகப் போக வேண்டும் என்றால் படிப்படியாக மட்டம் குறைக்கப்பட்டிருக்க வேண்டும். நீர் வேகமாகவும் பாயக்கூடாது, மிகவும் மெதுவாகவும் பாயக்கூடாது. நீர் பாயும்போது மண் அரித்துக்கொண்டும் போகக்கூடாது.

ஒரு பாரிலிருந்து மற்றொரு பாருக்கு மாற்றுவதற்கும், ஒரு பாத்தியிலிருந்து மற்றொரு பாத்திக்கு மாற்றுவதற்கும் சிறு மடைகள் அமைத்திருக்க வேண்டும். நீரின் வேகம், நாம் நீர் பாய்ச்சும் இடைவேளை இவற்றைப் பொறுத்து நீரை நிறுத்தியோ, வேகமாகவோ பாய்ச்ச வேண்டும்.

பாத்திகளில் பாய்ச்சுவது அல்லாமல் தெளிப்புநீர், சொட்டுநீர் மூலமாகவும் நீர் பாய்ச்சலாம்.

தென்னை மட்டைகளாலான பந்தல்

வீட்டில் தெளிப்பு நீர் மூன்று விதத்தில் செயல்படுத்தலாம். பூவாளி மூலம் நீர் தெளித்தல். இந்த முறையில் ஒவ்வொரு செடியாக

♦ புங்கமரத்திலுள்ள வகைகள் எத்தனை, புங்கமரக் கன்றுகளை எங்கு வாங்கலாம்??

– என்.மேரி, மதுரை.

புங்கமரம் ஒரே வகைதான். Pongamia pinnatta என்று இது வழங்கப்படுகிறது. தமிழகத்தின் பாரம்பரியமிக்க மரங்களில் இதுவும் ஒன்று. மூங்கிலுக்குப் பிறகு மிக அதிக அளவில் ஆக்ஸிஜன் தரும் மரமிது.

மிகுந்த மருத்துவ பலன்கள் கொண்டது. குறிப்பாக பல்வேறு தோல் வியாதிகளுக்கும் மருந்தாகிறது. இதன் விதையிலிருந்து பெறப்படும் எண்ணெய், நல்ல இயற்கை பூச்சி மருந்தாகிறது. பல களிம்பு களின் உட் பொருளாகவும் அமைகிறது.

இன்னொரு சிறப்பு இது legume வகையைச் சார்ந்தது. காற்றிலுள்ள நைட்ரஜனை உறிஞ்சி மண்ணில் சேகரிக்கிறது. இதன் கன்றுகள் வனத்துறை நர்சரிகளிலும், தனியார் நர்சரிகளிலும் கிடைக்கும்.

♦ இயற்கை அங்காடிகளில் விற்கும் ஆர்கானிக் காய்கறிகளின் விலை ஏன் அதிகமாக இருக்கிறது?

– கனக சபாபதி, ஹைதராபாத்.

பொதுவாக இயற்கை முறையில் விளைவிக்கப்படும் காய்கறிகளின் உற்பத்திச் செலவு குறைவாகவே இருக்க வேண்டும். ஏனெனில் இயற்கை முறையில் இடு பொருட்களின் செலவு குறைவு.

விலை மூன்று காரணங்களால் அதிகமாகிறது. போக்குவரத்துச் செலவு அதிகம். இயற்கை விவசாயிகள் விளைபொருட்களை சந்தைக்கு அனுப்பமுடிவதில்லை. கடைகளுக்கு நேரடியாகவே அனுப்பவேண்டும்.

ஹோம் அக்ரி

தருமபுரியிலிருந்து ஒருவர் சென்னையிலிருக்கும் கடைக்கு அனுப்பும் போது அவர் தனிப்பட்ட முறையில் தருமபுரி பஸ் ஸ்டாண்ட் போகவும், சென்னை வரைக்கும் லக்கேஜ் சார்ஜும் கொடுக்கவேண்டும். கடைக்காரர் 10 கிலோ காய்கறிக்காக கோயம்பேடு போய்வர வேண்டும்.

இதுவே விலை அதிகமாவதற்கான முதல் காரணம்.

இயற்கை விவசாயத்தில் வீரிய மற்றும் off season ரகங்கள்: நமக்கு எல்லா சமயங்களிலும் எல்லா காய்களும் வேண்டும் என்ற மனப்பான்மை இருக்கிறது.

ஆனால், இயற்கை ரகங்கள் ஒரு சில பட்டங்களிலேயே நன்றாக விளைகின்றன. விவசாயி இயற்கை முறையில் இப்படிப்பட்ட ரகங்களை விளைவிக்க முற்படும்போது உற்பத்திச் செலவு அதிகமாகிறது.

நமது தவறான நம்பிக்கைகள்: கடைக்காரர்களின் பேராசையும், விலை அதிகமாக இருந்தால்தான் நல்ல பொருளாக இருக்கும் என்ற நமது எண்ணமும் கூட விலை அதிகமாக இருப்பதற்குக் காரணம்.

♦ இலுப்பைமரம் மழையை ஈர்க்கும் என்பது உண்மையா?
– எஸ்.உமா, நாகை.

இந்த நம்பிக்கை பலரிடம் உள்ளது. ஆனால், விஞ்ஞானபூர்வமாக நிரூபிக்கப்படதாகத் தெரியவில்லை.

இலுப்பை மரம் பல கோயில்களில் ஸ்தல விருட்சமாக இருக்கிறது. இதன் ஒவ்வொரு பகுதியும், இலை, பூ, பட்டை, வேர் எல்லாமுமே மருத்துவக் குணம் கொண்டவை.

இதன் பூவிலிருந்து தயாரிக்கப்படும் ஒரு வகையான மது (Mahua wine) ஜார்க்கண்ட் பகுதிகளில் விருந்தாளிகளுக்கு மரியாதை நிமித்தமாகத் தரப்படுகிறது.

ஹோஸ் நீக்கப்பட்ட பிறகு சரியாக அமைந்த வட்ட வடிவத் தோட்டம்

மன்னர் மன்னன்

பார்களில் நேரடியாக விதைக்கப்பட்ட வெண்டி

நாம் தெளிக்க வேண்டும்.

ஹோஸ் பைப்பில் தெளிப்பான்களைச் சேர்த்து நீர் தெளித்தல். இந்த முறையில் ஓர் இடத்திலிருந்தே பல செடிகளுக்கு நீர் தெளிக்கலாம். ஹோஸ் பைப்பை நாம் நம் கையில் பிடித்திருக்க வேண்டும். இந்த தெளிப்பான்களில் இப்போது வேண்டுமான வெவ்வேறு தெளிக்கும் முறைகளைத் தேர்வு செய்துகொள்ளலாம்.

ஸ்ப்ரிங்க்ளர் முறை: இந்த முறையில் தெளிப்பானை ஓர் இடத்தில் குத்தி வைக்கலாம். ஒரு குறிப்பிட்ட இடத்துக்கு இது நீர் தெளிக்கும். தேவையில்லாதபோது நிறுத்திக்கொள்ளலாம்.

செடிகளுக்கு எப்படி நீர் தரக்கூடாது என்பதையும் நாம் தெரிந்துகொள்ள வேண்டும்.

வெயில் நேரங்களில் நீர் பாய்ச்சக்கூடாது. அப்படிச் செய்தால் நீர் எளிதில் ஆவியாகும். மேலும் நீரும் சூடாக இருக்கும்.

அதனால் காலை 9 மணிக்குள் அல்லது மாலையில் நீர் பாய்ச்சலாம்.

மாடித் தொட்டியிலிருந்து பாய்ச்சுவதாக இருந்தால் நீர் சூடாக இருக்கிறதா என பரிசோதித்துவிட்டு பாய்ச்சுவது நல்லது.

அதேபோல் தேவைக்கு அதிகமாக நீர் கொடுக்கக்கூடாது. செடியின் வேர் இருக்கும் பகுதிகள் ஈரமாக இருக்கத் தேவையான அளவே நீர் வேண்டும். தேங்கியிருக்கும்படி பாய்ச்சக்கூடாது.

பெரும்பாலான செடிகளுக்கு தினமும் நீர் தேவைப்படாது. மண்ணில் ஈரம் போதுமான அளவு இருந்தால் ஒரிரு நாள் கழித்துப் பாய்ச்சலாம். பொதுவாகவே 'காய்ச்சலும் பாய்ச்சலும்' என்ற முறையில் நீரிடுவது எல்லா பயிருக்குமே நல்லது.

பொதுவாகவே அழுத்தமான சூழ்நிலையில் செடிகள் உற்பத்தி செய்ய தங்களை ஆவணப்படுத்திக்கொள்கின்றன. நீரும் உரமும் தொடர்ந்து கொடுக்கும்போது அவை அதிகமான இலைகளையும் கிளைகளையுமே பெருக்க விழைகின்றன. இது செடியின் உற்பத்தித் திறனைப் பாதிக்கும்.

அதனால் பூக்கும் தருணம் வருவதற்கு சற்று முன் நீர் பாய்ச்சாமலோ, குறைந்த அளவே நீர் பாய்ச்சுவதோ நல்லது.

சொட்டுநீர் /தெளிப்புநீர் நேரமும் அளவும்: சொட்டு நீர், தெளிப்பு நீர் அமைக்கும் போது செடிகளின் தேவைக் கேற்ப அவை அமையுமாறு அமைப்பது அவசியம். தேவைப்படும் நீரின் அளவு செடிகளின் வகை / அளவு / பருவம் ஆகியவற்றுக்கு ஏற்ப மாறும்.

அதனால் ஒரே மாதிரியான சொட்டுநீர் / தெளிப்புநீர்க் கருவியைப் பொருத்துவது கூடாது. ஒரே சொட்டு நீர்க் குழாயில் வெவ்வேறு அளவு / விதத்தினாலான drippers, sprinklers ஆகியவற்றைப் பயன்படுத்த வேண்டும்.

பெரும்பாலான ஊட்டங்களையும் / பூச்சி விரட்டிகளையும் நீர் பாய்ச்

காதி கடைகளில் கிடைக்கும் மண்புழு உரம்

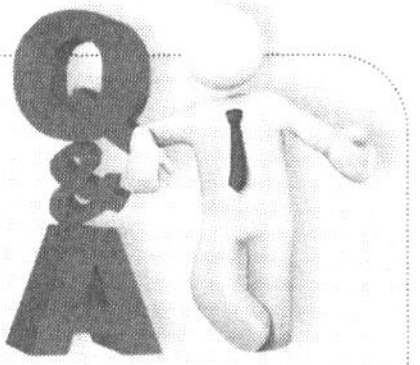

♦ வீட்டில் திராட்சை வளர்க்க முடியுமா? எப்படி வளர்க்க வேண்டும்?

- தேவராஜ், தருமபுரி.

மிகவும் அதிகபட்ச பூச்சிக் கொல்லிகளின் அளவோடு வரும் பழங்களில் திராட்சையும் ஒன்று. திராட்சைப் பயிர் பல விதமான நோய்களாலும், பூச்சிகளாலும் தாக்கப்படுவதால்,   பழத்தைப் பறிக்கும் வரை, சிலர் பறித்த பின்னும் கூட பூச்சி மருந்து உபயோகப்படுத்துகிறார்கள்.

இந்த ஒரு காரணத்துக்காகவே வீட்டில் திராட்சை வளர்க்க வேண்டும். தமிழகத்தின் எல்லாப் பகுதிகளிலும் வீட்டில் வளர்க்கத் தகுந்த பயிர்தான். தோட்டமாக வளர்க்க வேண்டுமென்றால் சாதகமான தட்பவெப்ப சூழல் வேண்டும்.

திண்டுக்கல், தேனி, ஓசூர் போன்ற பகுதிகளில் திராட்சை பணப் பயிராக வளர்க்கப்படுகிறது. வீட்டில் வளர்க்க அருகிலுள்ள நர்சரியிலிருந்து கன்றுகளை வாங்கி குழியில் நல்ல கரம்பை மண், குப்பைநிரப்பி நடலாம். அல்லது நல்ல முற்றிய திராட்சைக் குச்சியைக் கொண்டு வந்து, அதை வேர்பிடிக்க வைத்து நடலாம்.

பந்தலின் மேல் படரும் வரை கிளை விடாமல் ஒற்றைக் குச்சியாகவே வளர்க்க வேண்டும். பின்னர் நுனிகளை நறுக்கி கிளைகளைப் படரவிடலாம்.

15 மாதங்களிலிருந்து பலன் தர ஆரம்பிக்கும். 10 – 15 வருடங்கள் வரை பலன் தரும். வீட்டுக்கு ஒரு கொடியே போதுமென்றாலும், 4 – 5 கொடிகளை நடுவது நல்லது. ஏனெனில் ஒருசில கொடிகள் காய்க்காமலும் போகும். அது வளர்ந்த பிறகுதான் தெரியும். தெரிந்தபின் நீக்கிவிட்டு பயன் தரும் கொடியை மட்டும் வைத்துக்கொள்ளலாம்.

♦ கத்திரியை வீட்டுத் தோட்டத்தில், தொட்டியில் வளர்ப்பது நல்லதா அல்லது மண்ணில் வளர்ப்பது நல்லதா?

- சி.ரவி, செய்யாறு.

இரண்டிலுமே வளர்க்கலாம். பெரிய செடியாக வளரும் ரகமாக இருந்தால் மண்ணில் வளர்ப்பது நல்லது. இது பல மாதங்கள் பலன் கொடுக்கும். பல பாரம்பரிய ரகங்கள் இது போன்றவை.

தரையில் வளரும் நாட்டுக் கத்திரி

தொட்டியில் வளரும் நாட்டுக் கத்திரி

தரையில் வளரும் வீரிய கத்திரி

வீரிய ரகங்களை தொட்டியிலும், தரையிலும் வளர்க்கலாம். இரண்டிலுமே நல்ல மண் வளத்தை பராமரிப்பது அவசியம்.

♦ நெல் நாற்றுகளை டிரேயில் வளர்க்கலாம் என்கிறார்களே? அது எப்படி?
- டி.என்.இளங்கோவன், ஆடுதுறை.

ஆமாம். நாற்றங்கால் தயாரிப்பதில் தாமதமாகும் சூழலிலும், வேறு சில காரணங்களாலும் இதற்காகவே வடிவமைக்கப்பட்ட தட்டுகளில் நாற்றுகளை வளர்க்கலாம்.

இது எளிதாகவும் வெளியிடங்களுக்கு எடுத்துச் செல்ல வசதியாகவும் இருக்கிறது. இந்த தட்டுகள், மாவட்ட வேளாண் அலுவலகங்களிலும், தனியார் கடைகளிலும் கிடைக்கும்.

தட்டுகளில் வளர்க்கப்படும் நெல் நாற்றுகள்

இந்தத் தட்டுகளை 'நுண்பசுந்தழைகளை' வளர்க்கவும் பயன்படுத்தலாம்.

சும் போதும் /தெளிக்கும்போதும் தருவது நல்லது. பூவாளி அல்லது நேரடியாகக் குவளை அல்லது வாளி மூலம் நீரிடும் போது, தேவையான பொருளை தேவையான அளவு கலந்து தெளிக்கலாம்.

சொட்டு நீர் மூலமோ, தெளிப்பு நீர் மூலமோ செய்ய வேண்டியிருந்தால் இதற்காக தனி நீர்த் தொட்டியும், ஒருசில கருவிகளும் தேவைப்படும்.

நீரின் தரமும் மிக முக்கியமான ஓர் அம்சம். வீட்டுச் சூழலில் நாம் கிடைக்கும் நீரைத்தான் உபயோகிக்க முடியும் என்றாலும், நீரின் தரத்துக்கு ஏற்ப ஒருசில முன்னேற்பாடுகளைச் செய்து கொள்வது நல்லது.

ஆழ்குழாய் நீர் பாய்ச்சும்போது பெரும்பாலான இடங்களில் இன்று உப்புநீர்தான் கிடைக்கிறது. இந்த நீர் செடிகளுக்கு உகந்த தல்ல. இதற்காக நாம் நல்ல குடிநீர் வாங்கி உபயோகப்படுத்த

ஹோஸ் பைப்பில் இணைத்து பல்வேறு விதங்களில்
தெளிக்கக்கூடிய தெளிப்பான்

முடியாது. நீரில் இருக்கும் உப்பின் அளவைப் பொறுத்து கீழ்க் கண்ட முறைகளில் இதன் பாதிப்பைக் குறைக்கலாம்.

அதிகமான இயற்கை உரம் பயன்படுத்துதல்: அங்ககப் பொருள் நிறைந்த மக்கிய எருவை உபயோகப்படுத்தும் போது உப்புநீரினால் ஏற்படும் காரத்தன்மை மட்டுப்படுத்தப் படுகிறது. அதிக உப்புள்ள (கால்சியம் மக்னீசியம் நிறைந்த கடின நீர் - *Hard water*) நீரைப் பாசனத்துக்குப் பயன்படுத்தும்போது, இயல்பாக இடும் அளவைவிட சற்று அதிகமாக உபயோகிக்கும்போது, கடின நீரின் பாதிப்புகள் குறையும்.

ஹுமிக் ஆசிட் பயன்படுத்துதல்: இயற்கை எரு கிடைக்காத வர்களும், மாடியில் தோட்டம் வைத்திருப்பவர்களும் கடை களில் கிடைக்கும் *Humic Acid*-ஐ உபயோகப்படுத்தலாம். ஒருசில மூட்டைகளில் கிடைக்கும் அங்ககப்பொருட்களின் பயனை ஓரிரண்டு லிட்டர் *Humic Acid* மூலமாகப் பெறலாம்.

இது துகள்களாகவும், சிறு கட்டிகள் வடிவிலும், திரவ மாகவும் கிடைக்கும். இதை மண் இறுகுவதுபோலத் தெரியும் போதெல்லாம் சிறு அளவிலும் அல்லது மாதத்துக்கு ஓரிரு முறையும் பயன்படுத்தலாம்.

இதை தேவைக்கு அதிகமாக உபயோகித்தாலும் எந்த பாதிப்பும் ஏற்படாது.

தொட்டி மண்ணை அடிக்கடி மாற்றுதல்: உப்பு நீரால் ஏற்படும் பெரிய பாதிப்பு மண் இறுகுதல் மற்றும் நுண்ணுயிர்கள் வாழ முடியாத சூழலை ஏற்படுத்துதல். இந்த நிலை நீரிலிருக்கும் உப்பின் அளவைப் பொறுத்து 2 - 3 மாதங்களிலோ, 10 - 12 மாதங்களிலோ ஏற்படலாம். இந்தச் சூழல் ஏற்படுமுன், தொட்டி மண்ணை

ஹோம் அக்ரி

மாற்றுவது ஒரு தீர்வாகும். மண்ணை மாற்றும்போது தேவையான அளவு புது மண், குப்பைகளைச் சேர்த்துக்கொள்ளலாம்.

உப்பு நீர் தாங்கும் செடிகளை வளர்த்தல்: சில தாவரங்கள் உப்பு நீரில் நன்றாக வளரும். சில உப்புத்தன்மையைத் தாங்கி வளரும். வேறு சில செடிகள் உப்பு நீரில் வளர முடியாதவையாக இருக்கும்.

நம்மிடம் இருக்கும் உப்பு நீரின் கடினத்தன்மையைப் பொறுத்து நாம் என்ன பயிரிட வேண்டும் என்பதை முடிவு செய்துகொள்ள வேண்டும்.

வெளிச்சமும் காற்றோட்டமும்

தோட்டப் பராமரிப்பில் சரியான முறையில் நீரிடுவது, உரமிடுவது எவ்வளவு முக்கியமோ அவ்வளவு முக்கியமானது, காற்றோட்டமும் வெளிச்சமும்.

அகத்தி, மருதாணி, பப்பாளி, தவசிக்கீரை, செம்பருத்தி போன்ற சற்று உயரமாக வளரக்கூடிய செடிகளை வீட்டுத் தோட்டத்தில் வைக்கும்போது, அவற்றின் நிழல் மற்ற செடிகளைப் பாதிக்காமல் இருக்குமாறு வைக்க வேண்டும்.

இப்படி உயரமாக வளரும் செடிகளையும், மரங்களையும் கிழக்கு மேற்காகச் சரியான இடைவெளியில் வைப்பதால், மற்ற செடிகளுக்கு வெளிச்சம் இல்லாமல் இருக்கும் சூழ்நிலையைத் தவிர்க்கலாம்.

வீட்டின் எந்தத் திசையில் தோட்டம் இருக்கிறது என்பதைப் பொறுத்து அடுக்குகளை அமைக்க வேண்டும். தோட்டம் கிழக்குப் பக்கம் அமைந்தால் உயரம் குறைவானவற்றைக் கிழக்கேயும், பிறகு உயரத்தின் அளவுக்கேற்ப மேற்கிலும் அமைக்கவேண்டும்.

அதுபோலவே மற்ற திசைகளிலும் வெளிச்சம் கிடைக்கும்படி உயரமானவற்றைப் பின் பக்கமும், உயரம் குறைந்தவைகளை முன்னரும் வைக்க வேண்டும்.

குறைந்த அளவு வெளிச்சம் தேவையான செடிகளை தெற்கு, மேற்கு பார்த்த இடங்களில் வைக்கும்போது, முழு நேரமும் அதற்கு வெளிச்சம் கிடைக்கும். அதனால் மதிய

♦ நுணா எனும் மஞ்சணத்தி மரத்தின் முழுமையான பயன்கள் என்ன?

- ஏ.திவ்யா, வேதாரண்யம்.

காலம் காலமாக நுணா மரத்திலிருந்துதான் நுகத்தடி செய்து வந்திருக்கிறார்கள். நுகத்தடி என்ற பெயரே நுணா மரத்திலிருந்து செய்வதால்தான் என்றும் ஒரு கருத்து உண்டு. இதுபோலவே மண்வெட்டி, களைக்கொத்தியின் கைப்பிடிகளும் இந்த மரத்தில்தான் செய்வார்கள்.

காரணம், இந்த மரத்தின் புண்ணை ஆற்றும் மருத்துவ குணம். மாடுகளுக்கு செக்கு இழுக்கும்போதும், வண்டி இழுக்கும் போதும், ஏர் உழும்போதும், நுகத்தடியால் தோளின் மேல் உராய்வு ஏற்படும். இது புண்ணாகாமல் இருக்கவும், வலி தெரியாமல் இருக்கவும் இந்த மரம் உதவுகிறது.

தமிழகத்தில் பரவலாகக் காணப்படும் இந்த நுணா 'Morinda tinctoria' என்று வழங்கப்படுகிறது. மஞ்சணத்தி என்ற பெயர் இது மஞ்சள் நிற சாயம்செய்ய பயன்பட்டதால் வந்தது. இதன் பட்டைகளிலிருந்து மஞ்சள் சாயம் பெறலாம். இதன் இலைகளும், பட்டையும், வேரும், காயும், பழமும் பல மருத்துவ பலன்கள் கொண்டன. குறிப்பாக குழந்தை மருத்துவத்தில் பயன்படக் கூடியவை.

'NONI' என்று இப்போது பரவலாகக் கிடைக்கக்கூடிய பழரசம் இந்த வகையைச் சார்ந்த மரத்திலிருந்து பெறக்கூடியதுதான். இது 'வெள்ளை நுணா' என்று வழங்கப்படுகிறது. இதற்கு 'Morinda citrifolia' என்று பெயர். இதன் பழங்கள் நுணாவை விட பெரியதாகவும், வெள்ளையாகவும் இருக்கும். இந்த மரங்களை வீட்டிலும் வளர்க்கலாம்.

♦ அசோகமரத்தை சோகத்தை நீக்கும் மரம் எனவும், மகிழ மரத்தை மகிழ்ச்சி தரும் மரம் என்றும் குறிப்பிடுகிறார்களே?

- க.ஜீவிதா, பாமணி.

அசோக மரத்தின் பட்டையும், மற்ற பகுதிகளும் பெண்களுக்கான எல்லா பிரச்னைகளுக்கும் சரியான, முழுமையான தீர்வை அளிக்கக்கூடியவை. இதிலிருந்து தயாரிக்கப்படும் 'அசோகரிஷ்டம்' என்ற ஆயுர்வேத மருந்து மாதவிடாய், அதிக ரத்தப்போக்கு, மாதவிடாய் காலங்களிலுள்ள வலி ஆகியவற்றை சரிசெய்யக்கூடியது.

துரதிர்ஷ்டவசமாக, இந்த மரம் அழியும் நிலையில் உள்ளது. சென்னையில் 'Theosophical society' ஒரு மரத்தைப் பாதுகாக்கிறது. இந்த காரணத்தால் சோகத்தை நீக்கும் மரமாக இதைக் கொள்ளலாம்.

மகிழம் பூவின் வாசம் மகிழ்ச்சி தரக்கூடியது. வணிலா, மல்லிகை, மகிழம் போன்ற மணங்கள் உடலில் endorphin, serotinin, oxytocin, dopamine போன்றவற்றை சுரக்கச் செய்கின்றன. நம் மகிழ்ச்சி, சோகம், பாசம், வெறுப்பு போன்ற பலவிதமான உணர்வுகளுக்கு இந்தச் சுரப்பு களின் அளவே காரணமாக இருக்கிறது.

அரச மரத்தைச் சுற்றுவது, கோயில் ஸ்தல விருட்சங்களைச் சுற்றுவது என்ற பழக்கங்கள் இந்தக் காரணத்துக்காகவே ஏற்படுத்தப்பட்டன.

♦ **ஹைபிரிட், மரபணு மாற்றப்பட்ட பயிர், பி.டி., என்ன வேறுபாடு?**

-தி.மோனலிசா, மணலி.

ஹைபிரிட் என்பது இயற்கையாக, மகரந்தச் சேர்க்கை மூலமாக இரு வேறு தரமுள்ள ஆனால், ஒரே மாதிரியான செடிகளை இனப்பெருக்கம் செய்ய வைப்பது. இது கட்டுப்படுத்தப்பட்ட சூழ்நிலைகளில் தோட்டங்களில்தான் செய்யப் படுகிறது. இந்த வீரிய வகைகள் இயற்கையாகவும் நடக்கின்றன.

மரபணு மாற்றம் என்பது உயர் தொழில்நுட்ப ஆய்வகங்களில் செய்யப்படுகிறது. இது இயற்கை யான முறையில்லை. விலங்கு, பறவைகள், நுண்ணு யிர்களின் மரபணுக்களின் தன்மைகளை தாவரங்க ளுக்குள் உட்புகுத்துவது.

இதன் பின்விளைவுகள் இன்னும் சரியாக அறிந்துகொள்ளப்படாமல் இருக்கின்றன.

பி.டி. என்பது மரபணு மாற்றப்பட்ட பயிர்தான். அது மரபணு மாற்றத்தின் ஒரு வகை. Bacillum thuringiensis என்ற ஒரு பாக்டீரியாவின் மரபணுவை பயிர்களின் விதைக்குள் இருக்கும்படி செய்கிறார்கள்.

ஒருசில பூச்சிகளையும் வண்டுகளையும், குறிப்பாக துளைப்பான்களைக் கொல்லும் தன்மை இந்த பாக்டீரியாவில் இருப்பதால், பூச்சிக்கொல்லி களின் அளவு குறையும் என்று சொல்லப்படுகிறது.

பி.டி. முறையில் பருத்தி, கத்திரி மற்றும் மக்காச்சோள விதைகள் அறிமுகப்படுத்தப்பட்டிருக்கிறன. இதில் பருத்தி மட்டும் இந்தியாவில் அனுமதிக்கப்பட்டிருக்கிறது.

நேரங்களில் நேரடி சூரிய வெப்பத்தின் தாக்கம் அதன்மீது இருக்கும்.

இந்தச் சூழலில் வெயிலைத் தாங்கும் சில உயரமான செடி களின் நிழல் படும் இடங்களில் குறைந்த அளவு வெளிச்சம் தேவைப்படும் செடிகளை வைக்கலாம். அல்லது குறைந்த அள வில் வெயில் படும்படியான *'shade net'* துணிகளின் மூலமாகப் பந்தல் அமைக்கலாம்.

சில செடிகள் முழுநேரம் வெயிலிலும், அதிக வெப்பத்

தையும் தாங்கி வளரக்கூடியவையாக இருக்கும். சில செடி களுக்குக் குறைந்த வெளிச்சமும், சிலவற்றுக்கு நிழலே பொருத்த மானதாகவும் இருக்கும்.

உதாரணமாக மிளகாய், தக்காளி, வெங்காயம், மல்லிகை போன்றவை முழுநேர வெயிலில் வளரக் கூடியவை. முள்ளங்கி, கேரட், கீரைகள், மக்காச்சோளம், கனகாம்பரம், முல்லை போன்றவை மிதமான வெளிச்சத்தில் வளரக் கூடியவை.

எனவே, தரம் பிரித்து தேவைக்கேற்ற வெளிச்சம் கிடைக்கும் படியான இடத்தில் அவற்றை வைக்க வேண்டும்.

இந்த இடத்தில் வெளிச்சத்தின் தேவைக்கேற்ப தரம் பிரிக் கும் போது, பருவத்தையும் கணக்கில் கொள்ள வேண்டும். கோடைக்கால மத்தியில், வெயில் தாங்கும் தாவரமாக இருந் தாலும், மொட்டை வெயிலில் வாடத்தான் செய்யும். மிதமான வெயில் தேவைப்படும் தாவரமாக இருந்தாலும் குளிர் காலங்களில் வெயிலில்லாதபோது வாடத்தான் செய்யும்.

அடுத்து, செடிகளை அடர்த்தியாக வைக்கக்கூடாது. இதனால் காற்றோட்டம் பாதிக்கப்படும். நம்மாலும் ஒவ்வொரு செடியையும் தனியாகக் கவனிக்கமுடியாமல் போகும்.

காற்று புக இடைவெளி விட்டு செடிகளை வைக்கும்போது ஒரு விஷயத்தைக் கவனத்தில் கொள்ள வேண்டும். நேரடியாக வேகமான காற்று அவற்றைத் தாக்காதபடி உயிர் வேலியோ மற்ற தடுப்பான்களையோ அமைக்க வேண்டும்.

வீட்டுச் சூழலில் நிரந்தர காற்றுத் தடுப்பான்களுக்கான தேவை குறைவாகத்தான் இருக்கும். இருந்தாலும் இதற்கான தேவையை உணர்ந்து தோட்டம் அமைக்க வேண்டும்.

மண்வளமும் பயிர் ஊட்டமும்!

வெற்றிகரமான வேளாண்மைக்கு மண்வளத்தைப் பற்றியும், பயிர் ஊட்டத்தைப் பற்றியும் அறிந்துகொள்வது அவசியம்.

வளமான மண் என்பது பயிருக்குத் தேவையான தாதுச் சத்துக்களை சரியான அளவிலும், சரியான சமயத்திலும் தரக்கூடியது. பழங்காலத்தில் உலகின் எல்லாப் பகுதிகளிலுமே காடுகளை அழித்தே விவசாயம் மேற்கொள்ளப்பட்டது. முன்னமே பார்த்தபடி காடுகளில் இருக்கும் மண் மிகவும் வளமானதாகவும், உடனடி பயிர் வளர்ச்சிக்கு ஏற்றதாகவும் இருக்கும். இப்போதும் இந்த வழக்கம் வடகிழக்கு மாநிலங்களிலும், தென்னிந்தியாவின் பல மலைப் பிரதேசங்களிலும் சட்ட விரோதமான முறையில் மேற்கொள்ளப் படுகிறது.

பயிர்களுக்குத் தேவையான ஊட்டங்களை அவசியமானவை, நற்பயன் தருபவை என்று இரண்டு விதமாகப் பிரிக்கலாம்.

அவசியமானவை என்னும்போது, ஒரு செடி இந்த ஊட்டங்கள் இல்லாமல் வாழமுடியாது. இந்த அவசிய ஊட்டங்களை வேறு பொருட்களால் சரிசெய்ய முடியாது. நற்பயன் தரக்கூடிய ஊட்டங்கள் இல்லாமல் ஒரு செடி வளர முடியும், ஆனால், முழுமையான ஆரோக்கியத்துடன் இருக்க முடியாது; அது தரும் காய் / கனி / தானியங்களும் முழுப்பலன் தரக்கூடியவையாக இருக்காது.

ஹோம் அக்ரி

♦ பப்பாளி மரத்துக்கு கிளைகள் உண்டா? பப்பாளியில் ஆண்மரம் என்பது என்ன?

- பாஷா, மதுரை.

பப்பாளி மரத்துக்கு இயற்கையில் கிளைகள் கிடையாது. மரம் வெட்டுப்படும் போதோ அல்லது ஏதாவது பாதிப் பின்போதோ கிளைகள் உருவாகும். எல்லா கிளைகளிலும் காய்க்கும்.

ஆண்மரம் என்பது பூக்கும் மரம்.இதில் காய்கள் வராது. ஆனாலும் மகரந்தச் சேர்க்கைக்கு அவசியமானவை. 20 மரங்களுக்கு ஓர் ஆண்மரம் போதும். மீதி மரங்களை அழித்து விடலாம்.

♦ நாங்கள் அருகிலுள்ள இயற்கை அங்காடியிலிருந்து ஆர்கானிக் அரிசி வாங்கி உண்கிறோம். அது இயற்கையாகத்தான் வளர்க்கப்பட்டது என்று எப்படித் தெரிந்துகொள்வது?

- O.K.S. அசோகன், தேரழுந்தூர்.

அரிசியின் சுவை மூலமாக மட்டுமே தெரிந்துகொள்ளலாம். அரிசியை வேகவைத்து இறக்குமுன் வரக்கூடிய வாசத்தில் நன்றாக அறியலாம். மற்ற ஓர் எளிமையான வழி இந்த சாதத்தில் ‘பழையது’ சாப்பிடுவது.

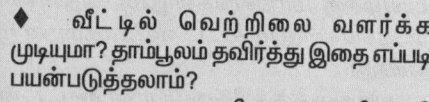

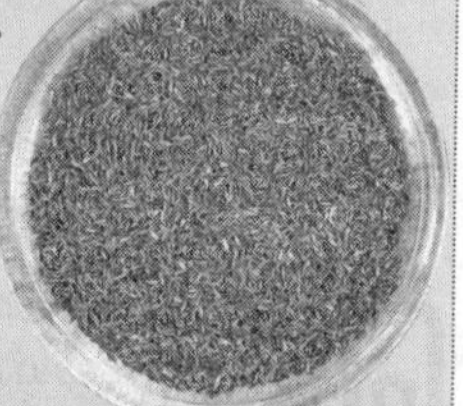

சேலம் சன்னம் - இயற்கை முறையில் விளைந்த பாரம்பரிய நெல்

முதல்நாள் நீரிட்டு, மறுநாள் காலையில் உண்ணும்போது நன்கு புளித்து சுவையாக இருந்தால் அது நல்ல இயற்கை அரிசி. ஆய்வகப் பரிசோதனையில் பூச்சிக்கொல்லிகள் மற்றும் மற்ற பயன்பாடுகளைக் கண்டறியலாம். ஆனால், யூரியா, DAP போன்ற பேரூட்டங்களைப் பயன்படுத்தியிருந்தால் தெரியாது.

சுற்றுச்சுவரில் வளரும் வெற்றிலைக் கொடி

♦ வீட்டில் வெற்றிலை வளர்க்க முடியுமா? தாம்பூலம் தவிர்த்து இதை எப்படி பயன்படுத்தலாம்?

- சிவபாலன், சீர்காழி.

வீட்டில் வெற்றிலையை வளர்க்க முடியும். நல்ல வண்டல் மண் இதற்கு உகந்தது. பெரும்பாலான சமயங்களில் வெற்றிலை நாற்றை நர்சரியிலிருந்து வாங்கி வந்து வீட்டில் நட்ட சில நாட்களில் வாடிவிடும். எனவே 4 – 5 நாற்றுகளை வாங்கி வரவேண்டும். தோட்டத்தின் வெவ்வேறு பகுதிகளில் நடவேண்டும். நடும் குழிகள் ஒரு வாரத்துக்கு முன்னதாக

தோண்டப்பட்டவையாக இருக்கவேண்டும்.

குழியின் சூடு வெற்றிலைக்கு ஆகாது. எனவே, கொஞ்சம் நிழல் இருக்கும் பகுதியில், மரம் போன்று ஏதேனும் ஆதாரம் இருக்கும் பகுதியாகப் பார்த்து நட வேண்டும்.

ஒரு கொடி வளர்ந்துவிட்டால் அது பல குடும்பங்களுக்குப் போது மானதாக இருக்கும்.

வெற்றிலைச்சாறு சளியைக் கட்டுப்படுத்தக் கூடியது. சாறை தேன் கலந்து குழந்தைகளுக்குக் கொடுப்பதால் சளி குறையும். பிறந்த குழந் தைகளுக்கு சளித் தொந்தரவைக் குறைக்க அனலில் வாட்டி சூடாக நெஞ்சிலும், முதுகிலும் வைப்பதால் சளி குறையும். இட்லி தோசை மாவை புளிக்காமல் அப்படியே வைக்க ஒரு வெற்றிலையைப் போட்டு வைக்கலாம். இதில் இருக்கக்கூடிய 'phenol' ஒரு சிறந்த கிருமிநாசினி. இதன் சாறு பல் ஈறுகளின் ரத்தக் கசிவைக் கட்டுப்படுத்தும்.

♦ நாங்கள் வீட்டில் முட்டைக்காக நாட்டுக்கோழி வளர்க்க விரும்பு கிறோம். வாங்கும்போது நாட்டுக் கோழியை ப்ராய்லர் கோழியிலி ருந்து எப்படி இனம் கண்டறிவது?

- அல்லிமலர் வீரமணி, சேலம்.

'எந்த குழந்தையும் நல்ல குழந்தைதான் மண்ணில் பிறக்கையிலே; பின் நல்லவராவதும் தீயவராவதும் அன்னை வளர்ப்பினிலே...' என்ற புலமைப் பித்தன் வரிகளின்படி, எல்லா கோழி வகைகளும் நல்லவையே. அவற்றை வளர்க்கும் விதத்தில் தான் பலன் வேறுபடுகிறது.

தொழில் முறையில் அடைத்து வளர்க்கப்படும் கோழிகளுக்கு வழங்கப்படும் உணவுகளில் ஆன்டிபயாட்டிக், ரசாயன உணவு கள் போன்றவை இருப்பதாலும்; வருத்தத்தோடும், எரிச்சலோடும், கோபத்தோடும் கோழி முட்டை யிடுவதாலும் அதன் தரம் சரியில் லாமலிருக்கிறது.

வீட்டில் வளர்க்கும்போது கோழிகள் சுதந்திரமாகவும், சந்தோஷமாகவும் இருப்பதாலும்; நாம் நல்ல தீவனம் தருவதாலும் முட்டை ஆரோக்கி மானதாக இருக்கின்றன.

நீங்கள் சிறுவிடை, பெருவிடை, அசீல், நாமக்கல் 1 போன்ற வகைகளை வளர்க்கலாம்.

20 வகையான தாதுப்பொருட்கள் ஒரு தாவர வளர்ச்சிக்கு அவசியம். இதில் மிக அதிகமாகத் தேவைப்படும் கார்பன் (C), ஹைட்ரஜன் (H), ஆக்ஸிஜன் (O) இவை மூன்றும் காற்றிலிருந்தும், நீரிலிருந்தும் கிடைக்கின்றன.

அடுத்தது பேரூட்டங்கள் என்று அழைக்கப்படும் தழைச்சத்து என்ற நைட்ரஜன் (N), மணிச்சத்து என்ற பாஸ்பரஸ் (P), சாம்பல்

வளமான மண்ணில் வளரும் தரமான வெண்டிச்செடி

சத்து என்ற பொட்டாசியம் *(K)*, சுண்ணாம்புச்சத்து எனப்படும் கால்சியம் *(Ca)*, மக்னீசியம் *(Mg)*, கந்தகம் எனப்படும் சல்பர் *(S)*.

இவை தவிர சில நுண்ணூட்டங்களும் செடிகளுக்கு அவசியம். போரான் *(B)*, குளோரின் *(Cl)*, தாமிரம் *(Cu)*, இரும்பு *(Fe)*, மாங்கனீஸ் *(Mn)*, சோடியம் *(Na)*, துத்த நாகம் என்று அழைக்கப்படும் ஜிங்க் *(Zn)*, மாலிப்டினம் *(Mo)*, மற்றும் நிக்கல் *(Ni)*. சிலிகான் *(Si)*, மற்றும் கோபால்ட் *(Co)* போன்ற சில நுண்ணூட்டங்கள் அவசியமானவை அல்ல என்றாலும் நற்பலன் தரக்கூடியவை.

இந்த ஊட்டங்கள் எதற்குத் தேவையானவை, எங்கிருந்து இந்த ஊட்டங்களைப் பெறலாம், இவை குறைவதாலோ, மிகுவதாலோ என்ன பாதிப்புகள் ஏற்படும், இவற்றை இயற்கையாக எப்படிப் பெறலாம் போன்ற விவரங்களையும் நாம் தெரிந்து

நைட்ரஜன் குறைபாட்டால் மட்டுப்பட்ட வளர்ச்சி- மிளகாய்

● பசுமையான இலைகள் பூச்சிகளைக் கவரும்

● ஆரோக்கியமான, ஊட்டச்சத்து குறைபாடுள்ள கத்திரி

கொள்வதன் மூலம் சரியான ஊட்டத்தைத் தரமுடியும்.

தழைச்சத்து என்கிற நைட்ரஜன் எல்லாவற்றையும் விட அதிக மான முக்கியத்துவத்தை விவசாயிகளிடம் பெறுகிறது. தழைச்சத்து செடியின் புரதச்சத்து, ஹார்மோன்கள், பச்சையம், வைட்ட மின்கள், என்சைம்கள்... என அனைத்துக்கும் முக்கிய அம்சமாக இருக்கிறது.

செடிகளின் கிளைகளும் இலைகளும் வளர இது அவசியம். குறைபாடு இருக்கும்போது இலைகள் மஞ்சளாகும், வளர்ச்சி பாதிக்கும், மகசூல் குறையும். தேவைக்கு அதிகமான தழைச்சத்து பூப்பதையும், காய்ப்பதையும் தள்ளிப்போடும்.

ஆக, பார்க்க பசுமையாக இருப்பதால் மட்டுமே தாவரம் ஆரோக்கியமாக இருப்பதாக நினைக்கக்கூடாது. அளவுக்கு அதிக மான தழை வளர்ச்சி, தண்டு / கிளை வளர்ச்சி உற்பத்தியைப் பாதிக்கும். பல பூச்சிகளைக் கவரும். வியாதிகளை வரவழைக்கும்.

அளவுக்கு அதிகமான உடல் எடையும், சதையும் எப்படி நமக்கு பாதிப்பு ஏற்படுத்துமோ அப்படித்தான் அளவுக்கு அதிகமான தழைச்சத்தும் செடிகளுக்கு *Obesity* பிரச்னையை ஏற்படுத்தும்.

இந்தத் தழைச்சத்தை இரசாயன முறையில் நாம் பெரும்பாலும் யூரியா மூலமாகப் பெறுகிறோம். இதுதவிர *DAP*, அம்மோனியா உரங்கள் போன்றவற்றாலும் நாம் தழைச்சத்தை அளிக்கலாம். இயற்கை முறையில் தொழுஉரம், பசுந்தழை உரம், மண்புழு உரம், மழைநீர் போன்றவற்றால் நாம் நைட்ரஜனைப் பெறலாம்.

ஆனால், யூரியா போன்ற எந்த வெளி இடுபொருளுமே இல்லாமல் தழைச்சத்தை செடிகள் தாமாகவே காற்றிலிருந்து பெற்றுக் கொள்ளச் செய்வதுதான் சிறந்த முறை.

இது செலவு இல்லாத முறை. இதை எப்படிச் செய்வது?

பசுந்தாள் உரம் என்றால் என்ன..?

தழைச் சத்து என்று சொல்லக்கூடிய நைட்ரஜன் சத்து இப்போது பெரும்பாலும் யூரியா உரம் மூலமாகப் பெறப்படுகிறது.

யூரியாவில் நைட்ரஜன் 46% இருக்கிறது. இது மலிவாகவும் கிடைக்கிறது. யூரியாவில் நைட்ரஜன் தவிர வேறு எந்த சத்துக்களும் இல்லை. இதுதவிர நாம் நைட்ரஜன் சத்தை DAP எனப்படும் டை அம்மோனியம் பாஸ்பேட் (11 - 18% N), அம்மோனியம் சல்பேட் (21% N), அம்மோனியம் நைட்ரேட் (35% N), கால்சியம் அம்மோனியம் நைட்ரேட் (25% N) போன்ற செயற்கை ரசாயன உரங்கள் மூலமாகவும் பெறலாம்.

எல்லா அடிப்படைப் பேரூட்டங்கள் உடைய உரங்களும் மானிய விலையில் விவசாயிகளுக்குக் கிடைக்கின்றன. யூரியா 50 கிலோ மூட்டை ரூ.300க்கும் குறைவான விலையில் கிடைக்கிறது. இதன்படி ஒரு கிலோ நைட்ரஜன் ரூ.13 என்று கணக்காகிறது. DAP 50 கிலோ மூட்டை ரூ.1200க்கு கிடைக்கிறது. இதில் 18% நைட்ரஜனும், 46% பாஸ்பரஸும் உள்ளன. இதன்படியும் நைட்ரஜன் ரூ.15க்குள்ளேயே இருப்பதாகக் கொள்ளலாம்.

1970க்கு முன்னால் இந்திய விவசாயிகள் யாரும் ரசாயன உரங்களை பெருமளவில் உபயோகிக்கவோ, அதைச் சார்ந்தோ இல்லை. பசுமைப் புரட்சிக்கு முன் இயற்கை வழியிலான ஊட்டங்களையே பயன்படுத்தினார்கள். இன்றைய நிலையில் இந்த ரசாயன உரங்களுக்கான மாற்றுவழிகள் என்ன இருக்கின்றன என்று பார்ப்போம்.

மழைநீரிலிருக்கும் நைட்ரஜனால் பசுமையான தழை

சாணம் முதலிய தோட்டக்கழிவுகள் (Farm yard manure) (0.5%-1% N), பசுந்தாள் உரங்கள் (2.5% to 3.5% N), பசுமையான இலை தழைகள் (0.5% to 3.5% N), மண்புழு உரம் (2% to 2.5% N), நகராட்சி காம்போஸ்ட் (1% to 3% N), வணிகரீதியான இயற்கை உரங்கள் (2% to 8% N), புண்ணாக்கு வகைகள் (கடலை / ஆமணக்கு / வேம்பு / மற்றவை 3% to 8% N) இந்த இயற்கை உரங்களில் மேற்படி தழைச்சத்தின் அளவை கணக்கிடும்போது குறைந்த அளவே இருப்பதை நாம் உணரமுடியும்.

நைட்ரஜன் குறைபாட்டால் நிறமிழக்கும் தழை

ஒரு டிராக்டர் லோடு குப்பை தோராயமாக ரூபாய் ரூ.2500க்கு (2018 நிலவரம்) கிடைக்கும். இதில் 2 டன் வரை இருக்கும். இது ஒரு கிலோ உரம் 80 காசு என்று கணக்காகிறது. இந்த ஒரு கிலோவில் நமக்கு 1 கிராமுக்கும் குறைவான நைட்ரஜனே கிடைக்கும்.

ஹோம் அக்ரி

♦ எங்கள் வீட்டில் ஒரு வேப்பமரம் உள்ளது. வேப்பமரப் பொருட்களை பலவிதமாகப் பயன்படுத்தலாம் என்று தெரிந்திருந்தாலும் நாங்கள் எந்த விதத்திலும் பயன்படுத்துவதில்லை. வேம்பு சார்ந்த பயன்கள் குறித்து தங்கள் அறிவுரை என்ன?
- திருஞானம், தேவதானப்பட்டி.

சித்திரையில் பூக்கும் வேம்பு, ஆடிக்கு முன் காய்த்து, பின் பழுத்து விழ ஆரம்பிக்கும். கீழே விழும் பழுத்த பழங்களைச் சேகரித்து, காயவைத்து, வேப்பங்கொட்டையைப் பிரித்து எடுக்கலாம்.

● வேப்பம்பழம், காய்ந்த வேப்பம் பழம் மற்றும் வேப்பங்கொட்டை

வேப்பங்கொட்டை மிகச் சிறந்த பூச்சிக்கொல்லி. கொட்டையைப் பிரிப்பது கடினமானதாகத் தோன்றினால் அப்படியே தோலோடு எடுத்து ஒன்றிரண்டாக கொட்டை உடையும்படி தட்டி வைத்துக்கொள்ளவும்.

பிறகு தொட்டி மண் தயார் செய்யும்போதோ அல்லது பின்னரோ மண்ணில் நன்றாகக் கலந்து விடலாம்.

வேப்பங்கொட்டை பலவிதமான பூச்சிகளைக் கட்டுப்படுத்துவதோடு பல நோய்களிலிருந்தும் செடிகளைக் காக்கிறது.

♦ 'Dragon fruit' என்று விற்கப்படும் பழம் கள்ளிச்செடியிலிருந்து பெறப்படுவதா?
- எட்வர்ட், நாகர்கோவில்.

● Dragon fruit கள்ளி

ஆமாம். இந்தப் பழம் ஒரு விதமான கள்ளிச் செடியிலிருந்து விளைவது. ஆனால், நமது சப்பாத்திக்கள்ளி / சதுரக்கள்ளியிலிருந்து விளைவதில்லை. இப்போது இந்தியாவிலும் இது விளைவிக்கப்படுகிறது. நட்டபின் 8 மாதத்தில் பலன் தரக்கூடியது.

♦ தில்லியில் நடைபெறும் சர்வதேச மாங்கனி கண்காட்சியில் மரக்கன்றுகள் விற்பனை உண்டா?
– எஸ்.சுதா, திருப்பூண்டி.

இல்லை.

♦ நான் வீட்டில் கொத்தமல்லித் தழை வளர்க்க விரும்புகிறேன். ஒருமுறை முயற்சி செய்தபோது சரியாக முளைக்கவில்லை. நல்ல 'potting mixture'தான் உபயோகித்தேன். முளைக்காததற்கு என்ன காரணமாக இருக்கும்?
– நித்யா கணேஷ், சிங்கப்பூர்.

ஒன்றிரண்டாக உடைக்கப்பட்ட கொத்தமல்லி விதைகள்

கடையில் கிடைக்கும் கொத்தமல்லி (தனியா)

விதை சில சமயங்களில் 'irradiate' செய்யப்பட்டு இருப்பதால் மலடாகி யிருக்கும். அதனால் முளைக்காமல் இருந்திருக்கலாம்.

விதையாகக் கிடைக்கும் தனியாவையே உபயோகப்படுத்தவும். மேலும் கொத்தமல்லி விதையை ஒன்றிரண்டாக உடைத்தே விதைக்கவேண்டும்.

அசோஸ்பைரில்லம் நுண்ணுயிரி

வேர் முண்டுகள்

ஆக, ஒரு கிலோ நைட்ரஜனுக்கு ரூ.800 வரை செலவாகும்.

அதாவது யூரியாவில் ரூ.13க்கு கிடைக்கும் 1கிலோ நைட்ரஜனை இயற்கையான உரங்களை பயன்படுத்துவதன் வழியே ரூ.500 முதல் 800 வரை செலவழித்து பெறவேண்டியிருக்கிறது. இச்சூழலில், விவசாயி எதைத் தேர்ந்தெடுப்பார்?

இயற்கை உரங்களைப் பயன்படுத்தும்போது மற்ற பலன்கள் கிடைக்கும் என்ற உண்மையை இதில் நாம் கணக்கில் கொள்ளவில்லை. செயற்கை ரசாயன உரங்களை பயன்படுத்தும் போது செலவு குறைவதைக் காண்பிக்கவே இந்த விளக்கம் தரப்பட்டிருக்கிறது.

இந்த N-P-K உரங்கள் அனைத்துமே உப்பு வகையைச் சார்ந்தவை. மண்ணில் உப்பை இடுவது என்பது நுண்ணுயிரிகளை அழிக்கக்கூடியது.

ஆக , நாம் உரமிடும் முறையும், அளவும் மண்ணை பெருமளவில் பாதிக்கக்கூடியவை. இந்த உப்புகளைத் தேவைக்கு அதிகமாக உபயோகிக்கும்போது மண்ணின் வளம் பாதிக்கப்படுகிறது.

யூரியா மற்றும் DAP உரங்களை இலை வழியாகவும் தரலாம். இந்த வகையில் மண் உப்பாவது தவிர்க்கப்படும். இது தவிர முழுவதும் நீரில் கரையக்கூடிய பேரூட்டங்களும் இப்போது கிடைக்கின்றன. இந்த உரங்களை நீர் வழியாகவும், இலை வழியாகவும் தரலாம். இந்த தழைச்சத்தை மண்ணில் சேர்ப்பதற்கு உரங்களை இடுவது தவிர மற்ற சில வழிகளும் இருக்கின்றன.

நாம் சுவாசிக்கும் காற்றில் 78% நைட்ரஜன் இருக்கிறது. தாவரங்கள் இந்தக் காற்றிலிருக்கும் நைட்ரஜனை நுண்ணுயிர்கள் மூலமாகப் பெறுகின்றன. இதற்கான வாய்ப்புகளை நாம் ஏற்படுத்திக் கொடுக்கும்போது, வெளியிருந்து தழைச்சத்தை கொடுக்கவேண்டிய அவசியம் குறைகிறது.

காற்றிலிருக்கும் நைட்ரஜன் தவிர மழை நீரிலிருந்தும், மண்ணில் இயற்கையாக இருக்கும் நைட்ரேட் போன்ற பொருட்களிலிருந்தும் செடிகள் நைட்ரஜனை கிரகித்துக்கொள்கின்றன.

அவரை வகையைச் சார்ந்த பல தாவரங்கள் தங்களின் வேர் முண்டுகளில் சில நுண்ணுயிர்களின் உதவியோடு காற்றிலிருக்கும் நைட்ரஜனை நிலைப்படுத்துகின்றன.

இந்த விதமான பயிர்களை முதலில் விதைத்து வளர்த்து பின் அவற்றை மடக்கி உழுவதன் மூலமாகத் தழைச்சத்தின் அளவை மண்ணில் அதிகரிக்கலாம்.

இதையே பசுந்தாள் உரம் என்கிறோம். சணப்பு, தக்கைப் பூண்டு, கொழுஞ்சி, பயறு வகைகள் போன்றவை விதைக்கப்பட்டு பூக்கும் முன் மடக்கி உழப்படுகின்றன.

இதுதவிர எருக்கு, புங்க இலை, வேம்பு, நுணா, வாகை போன்ற பல்வேறு விதமான பசுந்தழைகளையும் மண்ணோடு சேர்த்து உழுவதன் மூலமாக மண்ணில் தழைச்சத்தை மேம்படுத்தலாம்.

குறிப்பாக, நெல் பயிரிடும் முன் இந்த பசும் இலைகள் நிலத்தில் இடப்பட்டு அழுக வைக்கப்படுகின்றன. பின்னர் அம்மோனியா வாடை வரும்போது மண்ணோடு கலக்கும்படி உழுது விடப்படுகிறது.

நுண்ணுயிர்களைத் தரையில் இடுவதும் காற்றிலுள்ள நைட்ர ஜனை மண்ணில் நிலைப்படுத்த உதவுகின்றன. வேளாண் துறை அலுவலகங்களில் ‘அசோஸ்பைரில்லம்’ என்ற நுண்ணுயிரி, துகள் கள் வடிவில் பாக்கெட்டுகளில் விற்கப்படுகின்றன. இதை ஏக்கருக்கு 3 – 6 பாக்கெட்டுகள் என்ற அளவில் பயன்படுத்தலாம்.

மண்ணுக்கு உள்ளே இவை சேரவேண்டும் என்பதால் உழுவ தற்கு முன் கலப்பது நல்லது. ஈரமில்லாத நிலத்தில் இந்த நுண்ணு யிரிகள் வாழமுடியாது. எனவே, பயிரிடுவதற்கு முன் செய்யும் கடைசி உழவில் இதைக் கலந்துவிடுவது நல்லது.

‘அசோஸ்பைரில்லம்’ மற்றும் மற்ற பேரூட்டங்களுக்கான நுண்ணுயிரிகள் திரவ வடிவிலும் கிடைக்கின்றன. அமுதக் கரைசல், பஞ்சகவ்யா போன்ற இயற்கை ஊட்டங்களில் இந்த நுண்ணுயிரிகள் பெருமளவில் உள்ளன.

மணிச்சத்து என்ற பாஸ்பரஸ் சத்து!

காற்றிலிருக்கும் நைட்ரஜனை நுண்ணுயிரிகள் கிரகித்து வேர் முண்டுகள் மூலமாக செடிகளுக்குத் தருகின்றன. இது 'ரைசோபியம்' என்ற பாக்டீரியா மூலமாகக் கிடைக்கிறது.

இந்த பாக்டீரியா, வேர் முடிகளில் தங்கி, வேர்முண்டுகளை உண்டுபண்ணி, பின் நைட்ரஜனை காற்றிலிருந்து எடுத்து அம்மோனியாவாக மாற்றுகிறது. இது பயறுவகைப் பயிர்களில் மட்டுமே நடக்கிறது.

வேர்முண்டுகள் இல்லாத பயிர்களுக்கும், பொதுவாக மண்ணிலும், பயிர்களிலும் தழைச்சத்தை மேம்படுத்த 'அசோஸ் பைரில்லம்' மற்றும் 'நீலப் பச்சை பாசி' போன்றவை பயன் படுகின்றன. இதில் நீலப் பச்சை பாசி எந்தச் சூழலிலும் வளர்ந்து பயன் தரக்கூடியது. இந்த முறைகளால் மிகக்குறைந்த செலவில் நாம் தழைச்சத்தைப் பெறலாம். இந்த முறைகள் பல ஆண்டுகளுக்குப் பலன் தரக்கூடியவை.

இனி மணிச்சத்து என்ற 'பாஸ்பரஸ்' சத்தைப் பற்றிப் பார்ப்போம். மணிச்சத்து, பயிரின் ஆரம்பகால வளர்ச்சிக்கு மிகவும் இன்றியமை யாதது. வேர்களின் வளர்ச்சிக்கும், தாவரங்கள் ஸ்திரமாக இருப்ப தற்கும், பூக்கள் பூப்பதற்கும், உணவு உற்பத்தி செய்வதற்கும், சத்துக் களை பல்வேறு பாகங்களுக்குக் கொண்டு செல்வதற்கும் மணிச்சத்து மிகவும் அவசியம். டிஎன்ஏ-வின் கட்டமைப்பு பாஸ்பரஸ் சத்து இல்லாமல் இல்லை. மற்றும் டிஎன்ஏ - ஆர்என்ஏ இணைப்புக்கும்

♦ எங்கள் வீட்டிலுள்ள சில தொட்டிச் செடிகளில் நிறைய நத்தைகள் உள்ளன. இவை இலைகளைக் கடித்துக் கடித்து வளரவிடாமல் செய்கின்றன. இவற்றை எப்படி கட்டுப்படுத்தலாம்?

– அருள்ஜோதி, திருச்செங்கோடு.

நத்தைகள் இளம் தளிர்களையும், பிஞ்சுகளையும் உண்டு வாழ்கின்றன. ஈரமான இடங்களிலும், காற்றில் ஈரப்பதம் அதிகமாக இருக்கும் இடங்களிலும் அதிகமாக வாழ்கின்றன. ஒருசில செடிகளிலிருந்தால் அவற்றை கையால் எடுத்து அகற்றிவிடலாம். அதிகமான அளவில் இருந்தால் கீழ்க்கண்ட முறைகளில் கட்டுப்படுத்தலாம்.

நத்தைகளுக்கு பீர் ரொம்பப்பிடிக்கும். ஒரு சிறிய கப்பில் நுனிவரை பீரை ஊற்றவும். நுனி மட்டும் வெளியில் இருக்குமாறு செடிக்கு அருகில் இந்த கப்பை புதைத்து வைக்கவும்.

மறுநாள் இதில் நிறைய நத்தைகள் இறந்து கிடக்கும். இதற்கு பதிலாக கழனித் தண்ணீரையும் வைக்கலாம்; ஆனால், இது பீர் போல் ஆகாது.

இன்னொரு விஷயம். நத்தைகள் தாமிரத்தை தாண்ட முடியாது. எனவே ஒரு தாமிரக் கம்பியைக் கட்டிவைக்கும்போது அதைத் தாண்டிச் செல்ல முடியாமல் நத்தைகள் தவிக்கும்.

உப்பு, உமி ஆகியவற்றையும் தெளித்து வைக்கலாம். இதை உண்ணுவதால் நத்தைகள் இறந்துவிடும். இவை எதற்குமே கட்டுப்படாமல் பெருகிக்கொண்டேபோனால், தினமும் கொஞ்சம் பிடித்துச் சாப்பிடலாம். மற்றவர்களுக்கும் கொடுக்கலாம்.

♦ கல்குவாரி தூள் கொஞ்சம் சேர்த்துக்கொள்வதால் மண்வளம் மேம்படும் என்கிறார்களே, அது உண்மையா?

– செங்குட்டுவன், காட்பாடி.

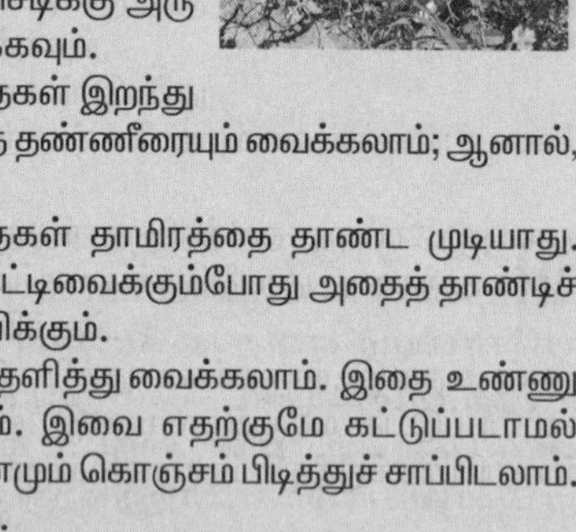

உண்மைதான். கருங்கல்துகள் பல்வேறு தாதுக்களைக் கொண்டிருக்கிறது. அவை உடனடி பலன் தராவிட்டாலும், பிற்காலத்தில் பல தாதுச் சத்துக்களைத் தருவதற்கான ஆதாரமாக அமையும்.

அசோலா வளர்க்கும்போது இதன் பலன்கள் நன்றாகத் தெரியும். 0.5% குறைவாக சேர்த்துக் கொள்ளலாம்.

இது அவசியம்.

மணிச்சத்து குறைபாடு இருப்பது எளிதில் தெரிவதில்லை. குன்றிய வளர்ச்சி மற்றும் குறைந்த மகசூல் போன்றவை ஓர் அடையாளமாக இருந்தாலும் இவை மற்ற காரணங்களாலும் இருக்கக்கூடும் என்பதால் மணிச்சத்து குறைபாட்டை எளிதில் தெரிந்துகொள்ள முடிவதில்லை.

இரசாயன உரங்களில் டிஏபி, சூப்பர் பாஸ்பேட் போன்ற உரங்களிலிருந்து நாம் மணிச்சத்தைப் பெறுகிறோம். டிஏபி-யில் 20% பாஸ்பரஸ் இருக்கிறது. சூப்பரில் 10% இருக்கிறது. இயற்கை வழிகளில் எலும்புத்தூள் மூலமாகவும், மக்கிய குப்பை, மண்புழு உரம் போன்றவை மூலமாகவும் மணிச்சத்து கிடைக்கிறது.

பொதுவாகவே மணிச்சத்து எல்லா விவசாய நிலங்களிலும் போதுமான அளவுக்கு இருக்கிறது. இது மண்ணில் இணைந்து கொண்டு தாவரங்களுக்கு கிடைக்காமல் போகிறது. இரசாயன உரங்களைப் பயன்படுத்தும் போதும் 20%க்கு மேல் இந்த சத்து செடிகளுக்கு கிடைப்பதில்லை.

ஆக, மணிச்சத்து அளிப்பதை விட அதை கிடைக்கச் செய்வதில்தான் வெற்றி இருக்கிறது. மண்ணில் இருக்கும் கரிமப் பொருட்களின் அளவு, மண்ணின் கார, அமிலத்தன்மை, மண்ணின் காற்றோட்டம், ஈரப்பதம் மற்றும் வெப்பம், வேர்களின் வளர்ச்சியை பாதிக்கும் மற்ற காரணிகள் போன்றவை எவ்வளவு மணிச்சத்து செடிகளுக்கு கிடைக்கும் என்பதைப் பாதிக்கின்றன.

மண்ணின் pH 5.5க்குக் கீழே இருந்தாலோ, 7.5லிருந்து 8.5க்குள் இருந்தாலோ பாஸ்பரஸ் கிடைப்பது கடினமாகிறது.

இதை எப்படி சரிசெய்யலாம்?

♦ **நாங்கள் வீட்டிலேயே 40 கோழிகளை வளர்க்கிறோம். நோய்த் தடுப்புக்காக அவைகளுக்கு ஊசி போடுவதில் எங்களுக்கு விருப்பம் இல்லை. நோய் வராமல் தடுக்க என்னென்ன செய்யலாம்?**

- சோத்தமன், காரைக்குடி.

வாரம் ஒரு முறை கோழி களுக்கு சின்ன வெங்காயம் வெட்டிப் போடலாம். இது மிகச் சிறந்த நோய் எதிர்ப்புச் சக்தியை கோழிகளுக்கு கொடுக்கும். மேலும் அரிசி போடும்போது கொஞ்சம் மஞ்சள் கலந்து போட லாம். கோழிகள் ஆரோக்யமாக இருக்கும்போது எளிதில் தொற்று நோய்களை எதிர்கொண்டு சமாளிக்கும்.

வாரம் ஒருமுறை காய்கறிக் கழிவுகளை வேகவைத்துக் கொடுக்கலாம். அகத்தி, வேலி மசால் போன்ற கீரைகளையும் உண்ணக் கொடுக்கலாம்.

♦ **நமக்கும், விலங்கு, பறவைகளுக்கும் சித்த வைத்தியம், ஹோமி யோபதி, ஆயுர்வேதம் போன்ற மாற்று மருத்துவ முறைகள் உள்ளன. அதேபோல் பயிர்களைக் காப்பதற்கும் மாற்று முறைகள் உள்ளனவா?**

– வர்ஷா, சென்னை – 4.

'விருக்ஷாயுர்வேதம்' என்ற ஒரு நூல் பயிர்களுக்கான ஊட்டங்கள், ஒரு சில ஆயுர்வேத மருந்துக்குறிப்புகளைத் தருகிறது. இன்று பரவலாக பயன்பாட்டில் இருக்கக்கூடிய பஞ்சகவ்யம், பீஜாமிர்தம், ஆவூட்டம், அமுதக்கரைசல், மூலிகை பூச்சிவிரட்டி போன்ற பல தயாரிப்புகள் இதை அடிப்படியாகக்கொண்டவையே.

சித்தவைத்தியத்தில் இதற்கு இணையான நூல்கள் அவசியம் இருந் திருக்க வேண்டும். ஆனால், எந்த நூலும் முறையாகப் பதிப்பிக்கப்பட்ட தாகத் தெரியவில்லை. அரசாங்கமும், சித்த வைத்திய நிபுணர்களும் ஆராய்ச்சி செய்யும் பட்சத்தில் கிடைக்க வாய்ப்பிருக்கிறது.

குறிப்பாக சரபோஜி நூலகத்திலிருக்கக்கூடிய பதிப்பிக்கப்படாத புத்தகங்களில் கிடைக்க வாய்ப்பிருக்கிறது.

மனிதனுக்கு ஆகும் ஒருசில சித்த மருந்துகளை நான் ஒருசில ஆண்டுகளுக்கு முன் செடிகளில் பயன்படுத்திப் பார்த்தபோது அபரிமிதமான பயன்கள் கிடைத்தன. குறிப்பாக, செடிகளுக்கு வரும் பூஞ்சாண மற்றும் வைரஸ் வியாதிகளுக்கு இந்த மருந்துகள் ஆச்சரியப்படத்தக்க பயன்களைக் கொடுத்தன.

அமிலத்தன்மையுள்ள நிலங்களில் சுண்ணாம்புச் சத்துள்ள பொருட்களினால் pH அளவை சமன்செய்து சரிசெய்யலாம். மணிச்சத்து உரத்தை மொத்தமாகப் போடாமல், சிறிது சிறி தாகப் போடலாம். திரவ உரங்களை மண்ணுக்குள் நேரடியாகச் செலுத்தலாம். வேர்ப்பகுதிகளில் மட்டும் உரத்தை இடலாம்.

பாஸ்பரஸைக் கரைத்துக் கொடுப்பதில் நுண்ணுயிர்களும் முக்கிய பங்கு வகிக்கின்றன. ரைசோபியம், சூடோமோனாஸ், பாஸ்போபாக்டீரியா போன்ற நுண்ணுயிரிகள் மண்ணில் நிலைப் பட்ட மணிச்சத்தை தாவரங்கள் ஏற்றுக்கொள்ளும் விதத்தில் மாற்றிக் கொடுக்கின்றன.

ஆரோக்கியமான மண்ணின் கரிம அளவினாலும், இந்த நுண்ணுயிர்களை வெளியிலிருந்து மண்ணில் சேர்ப்பதாலும் செடிகள் மணிச்சத்தை கிரகித்துக்கொள்வதை மேம்படுத்தலாம்.

களையெடுக்கும்போதும், நீர் பாய்ச்சும்போதும், மற்ற காரணங்களாலும், வேர்கள் வெட்டப்படுவதாலோ, பாதிக்கப் படுவதாலோ கூட செடிகள் மணிச்சத்தை எடுக்க முடியாமல் போகலாம்.

மேலும், மண்ணரிப்பாலும், மழைநீர் விவசாய நிலங்களில் வேகமாக ஓடுவதாலும், மண்ணில் பாஸ்பரஸ் குறைவதற்கான வாய்ப்புகள் அதிகம்.

சாம்பல் சத்து என்ற பொட்டாசியம் சத்து, தாவரங்களின் எல்லா விதமான வளர்ச்சிக்கும் அவசியம். இது தாவரங்கள் வேகமாகவும், ஸ்திரமாகவும் வளர்வதற்கும், பூச்சித் தாக்கலையும் நோய்களையும் எதிர்கொள்வதற்கும், வறட்சியைத் தாங்கிக் கொள் வதற்கும் அத்தியாவசியம்.

எரித்த மரச்சாம்பலில் பொட்டாஷ் அதிகமாக இருப்பதால் இது சாம்பல்சத்து என்று வழங்கப்படுகிறது. உணவுக் கழிவில் உண்டான காம்போஸ்ட்டை பயன்படுத்துவதன் மூலமாகவும், பொட்டாஷ் இரசாயன உரத்தின் மூலமாகவும் இந்த சத்தை செடிகளுக்கு அளிக்கலாம்.

சாம்பலை உபயோகப்படுத்தும்போது குறைந்த அளவில் அதிக முறை அளிப்பதால் தாவரங்கள் பொட்டாஷ் பெறும்படி செய்யலாம். பொட்டாஷ் அல்லது சாம்பல் சத்து அவசியம் என்று தெரிந்திருந்தாலும், இது எப்படி வேலை செய்கிறது, ஏன் செடியின் முக்கிய வளர்சிதை மாற்றங்களுக்கு பொட்டாசியம் அவசியமாகிறது என்பது அறிவியல் உலகத்தில் இன்னும் மர்ம மாகவே நீடிக்கிறது.

இனி நுண்ணூட்டங்களின் அவசியத்தையும் அவற்றின் குறை பாட்டால் வரும் இன்னல்களையும் பார்ப்போம்.

மாலிப்டீனம், போரான் மற்றும் தாமிரம் ஆகிய நுண்ணூட்டங் கள் பூக்கள் உருவாவதற்கும், அவை கொட்டிவிடாமல் இருப்ப தற்கும், காயாக மாறி பிஞ்சு கொட்டி விடாமல் இருப்பதற்கும் உதவியாக இருக்கின்றன.

சிறிய தோட்டங்களில் தேவையான அளவு மக்கிய குப்பை பயன்படுத்தும்போது, பொதுவாக தாமிரம் மற்றும் மாலிப்டீனம்

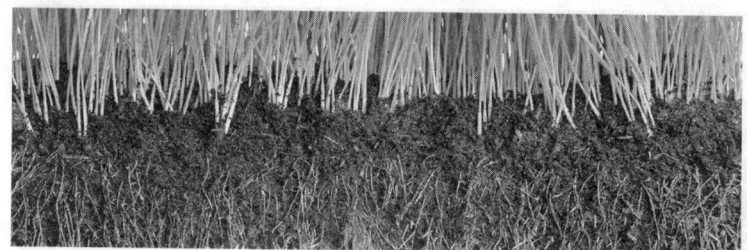

குறைபாடு ஏற்படாது. போரான் குறைபாடு பூ மொட்டுக்கள் நிறம் மாறுவதிலிருந்தும், பூ முதிர்வடைந்து கீழே விழுவதிலிருந்தும் வெளிப்படும்.

அப்படிபட்ட சூழலில் கொஞ்சம் 'போராக்ஸ்' பவுடரை (நாம் கேரம் போர்ட் பவுடராக உபயோகிப்பது இதைத்தான்) சுடுநீரில் கரைத்து (5% கரைசல்) இலைகளின் மீது தெளித்துவிடலாம்.

பூக்கள் காயாக மாறும்போது மேற்கண்ட மூன்று நுண்ணூட்டங்களோடு சேர்த்து சிங்க் (zinc) சத்தும் தேவைப்படும். இதன் குறைபாட்டை வெளிறிய இலைகள், கரும் பச்சையாகத் தெரியும் இலை நரம்புகள், ஆங்காங்கே இலையின் மேற்பரப்பில் தென்படும் கரும்பச்சை புள்ளிகள் வழியாக உணரலாம்.

இதை, சிங்க் சல்பேட்டை 1 – 5% கரைசலாக இலையில் தெளிப்பதன் மூலமாகவோ, மண்ணில் கலப்பதன் மூலமாகவோ சரி செய்யலாம்.

தண்டுகளின் வளர்ச்சிக்கும், இலைகளின் ஆரோக்கியத்துக்கும் இரும்புச் சத்து அவசியம். பொதுவாக இரும்புச்சத்துக் குறைபாடு நல்ல மண்ணில் பயிரிடும்போது ஏற்படுவதில்லை. குளோரோபில் உற்பத்திக்கு இரும்பு மிகவும் அவசியம். இதன் குறைபாட்டை, இலைகள் வெளிர் மஞ்சள் நிறத்துக்கு மாறுவதிலிருந்தும், நரம்புகள் கரும்பச்சையாக மாறுவதிலிருந்தும் தெரிந்து கொள்ளலாம்.

ஆனால் கரும்பச்சை புள்ளிகள் ஏதும் தென்படாது. இதை இரும்பு சல்பேட்டை (அன்னபேதி) 1 – 5% கரைசலாக இலையில் தெளிப்பதன் மூலமாகவோ, மண்ணில் கலப்பதன் மூலமாகவோ சரி செய்யலாம்.

நுண்ணூட்டங்கள் மிகச்சிறிய அளவிலேயே தேவைப்படுகின்றன. ஆகையால் இவைகளை உபயோகப்படுத்தும்போது கவனமாகவும் சிறிய அளவிலும் பயன்படுத்த வேண்டும்.

முடிந்த அளவுக்கு இலைகளின் மூலமாக இவைகளைக் கொடுப்பது நல்லது. பெரும்பாலான நுண்ணூட்டங்கள் மண்ணில் இருந்தாலும் மண்ணின் காரத்தன்மையால் செடிகளுக்கு கிடைக்காமல் போகின்றன.

அதனால் இலைவழி மூலம் தருவது நல்லது.

தாவரங்களில் புதைந்திருக்கும் மர்மங்கள்

நாம் தராத பல ஊட்டங்களை மண்ணிலிருந்து செடிகள் பெற்றுக்கொள்கின்றன. மண்ணில் இல்லாத ஒருசில நுண்ணூட்டங்களையும் கூட கிரகிக்கின்றன. இது போன்ற விஷயங்கள் இன்னும் புரியாத புதிராகத்தான் இருக்கின்றன. தாவரங்களின் உயிர் வேதியியல் கட்டமைப்பு என்ன என்பதை நாம் நன்றாக அறிய வேண்டும். இது, வளர்ச்சிக்குத் தேவையான எல்லா ஊட்டங்களையும் நாம் தரவேண்டும் என்று செடிகள் எதிர்பார்க்கின்றனவா இல்லையா என்பதை நாம் புரிந்துகொள்ளவும் உதவும்.

அதுபோலவே, நாம் எல்லா ஊட்டங்களையும் தரவேண்டுமா, ஊட்டிவிட வேண்டுமா, திணிக்க வேண்டுமா இப்படி செய்வதால் உயிருள்ள செடி எப்படி உணரும் என்பது போன்ற விவரங்களைக் குறித்தும் நாம் சிந்திக்க வாய்ப்பளிக்கும்.

பொதுவாக தாவர வர்க்கத்தின் வேதிக்கட்டமைப்பில் ஒரு செடியானது 44% கார்பன் (கரிமம்), 44% ஆக்ஸிஜன் (உயிர் வளி), 6% ஹைட்ரஜன் (நீரக வளி), 1 – 4% நைட்ரஜன் (தழைமம்) ஆகிய வற்றைக் கொண்டுள்ளது.

ஆக, குறைந்தது 95% காற்றிலிருந்து பெறக்கூடியதாக இருக்கிறது. மீதமுள்ள 5% மட்டுமே மண்ணிலிருந்து தேவைப்படுகிறது. இந்த 5% தாதுக்களைத் தருவதைத்தான் நாம் விவசாயம் என்கிறோம். இதற்காகத்தான் இவ்வளவு பாடுபடுகிறோம்.

இந்த 5%இல் ஒருசில சத்துக்கள் செடியோடு தங்கக்கூடியவை.

ஒரு சில, செடிகளால் பெறப்பட்டு, மீண்டும் மண்ணுக்கு திருப்பித் தரப்படுபவை. பொட்டாசியம் என்ற பேரூட்டச்சத்து மற்றும் குளோரின்-இவை செடியில் தங்காதவை. இவை செடிகளால் உறிஞ்சப்பட்டு, மீண்டும் மண்ணுக்கே திரும்பி வருகின்றன.

இப்படி திரும்பிவரக்கூடிய சாம்பல் சத்தை நாம் மீண்டும் மீண்டும் வருடாவருடம் மண்ணில் போடுவது அவசியமா? நுண்ணூட்டங்களில் போரான், சுண்ணாம்புச் சத்து, மக்னீசியம், கந்தகம், இரும்பு, மாங்கனீஸ், மாலிப்டீனம், தாமிரம், துத்த நாகம் போன்றவை செடிகளிலும், விளைபொருளிலும் தங்குகின்றன.

செடிவகைகள் உயிருள்ளவை, ஆத்மா உள்ளவை, தம் உணவை தாமே தயாரிக்கும் சக்தி கொண்டவை. புவியின் மின்காந்தப் புலத்தைக் கருத்தில்கொண்டு தங்களின் வளர்ச்சியையும், வளர் சிதை மாற்றங்களையும் மாற்றிக் கொள்ளக்கூடியவை. நம்மால் காணமுடியாத புற ஊதாக் கதிர்களையும், அகச்சிவப்புக் கதிர் களையும் உபயோகிக்கத் தெரிந்தவை, நம்மால் கேட்கமுடியாத ஒலி அதிர்வுகளை உணரக்கூடியவை, நம்மைவிட பல விஷயங்களில் அறிவுத்திறன் அதிகமானவை.

இதையெல்லாம் மறந்துதான் இது போன்ற ஊட்டச்சத்து திட்டங்களை நாம் ஏற்படுத்தியிருக்கிறோம். இது, ஒரு குழந்தையோ, செல்லப்பிராணியோ நாம் சொல்வதைக் கேட்டுக்கொள்வ தாலோ, அதனால் கேட்டுக்கொள்வதைத் தவிர வேறு ஏதும் செய்யமுடியாது என்பதாலோ, நாம் கொடுப்பதை உண்ணக்கூடிய கட்டாயத்தில் இருப்பதைப் போன்றதுதான்.

செடிகளும் நாம் கட்டாயமாகக் கொடுக்கக்கூடியவற்றை நமக்குத் தெரியாமலேயே தவிர்த்து விடவும் செய்கின்றன; திணிக்கப்பட்டதை குழந்தை வாந்தியெடுப்பதைப்போல.

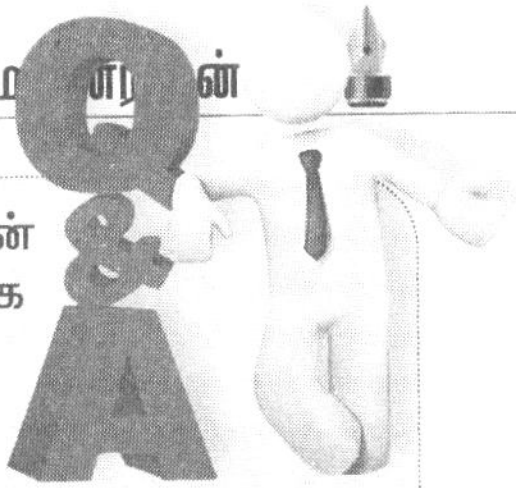

♦ எங்கள் காய்கறித் தோட்டத்தில் பழ ஈக்களின் தொந்தரவு அதிகமாக இருக்கிறது. இதை இயற்கை முறையில் எப்படி கட்டுப்படுத்தலாம்?

- சிவசாமி, வாடிப்பட்டி.

பழ ஈக்கள் தோன்றுவதற்கு முன்னால் செய்யக்கூடிய இயற்கை வழிகள் வலிமை யானவை. பழ ஈ தொந்தரவைக் கட்டுப் படுத்தக்கூடியவை. ஆனால், இவை பல்கிப் பெருகிய பின்னர் இயற்கை வழிகளில் கட்டுப்படுத் துவது சிரமமாக இருக்கும். கடைகளில் கிடைக் கக்கூடிய இனக்கவர்ச்சி பொறிகளை உபயோகப் படுத்தலாம். நீங்களாக தயாரிக்கும் கருவாட்டுப் பொறியை உபயோகிக்கலாம்.

கருவாட்டுப் பொறியை எப்படித் தயாரிப்பது?

ஒரு ஒரு லிட்டர் தண்ணீர் பாட்டிலில் முக் கால் லிட்டர் தண்ணீர் நிரப்பி, தண்ணீர் இல்லாத மேற்பகுதியில் ஒரு குண்டூசியால் 3 துவாரங்களை இடவும். பிறகு ஒரு கருவாட்டை நூலில் கட்டி அதை தண்ணீருக்கு மேல் தொங்கும்படி செய்து, மூடி, தோட்டத்தில் கட்டி வைக்கவும்.

பழ ஈக்கள் துளை வழியாக உள்ளே சென்று தண்ணீரில் விழுந்து இறக்கும். ஒரு ஏக்கருக்கு 5 பொறிகள் போதும். 15 நாட்களுக்கு ஒரு முறை தண்ணீரையும், கருவாட்டையும் மாற்றவும்.

♦ நுங்கு பற்றிய சுவாரசியமான தகவல்கள்..?

- அருள்மேரி, நாகர்கோவில்.

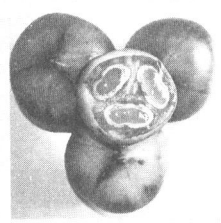

நுங்கு சின்னம்மை வருவதைத் தடுக்கும். வெப்பக்காற்றால் வரும் மரணம், சோர்வு போன் றவற்றை தடுக்கும். மார்பகப் புற்றுநோயைத் தடுப்பதற்கான ஆற்றலும் இருப்பதாக சமீபத் திய ஆய்வுகள் தெரிவிக்கின்றன. உடலை கோடையில் குளிர்ச்சியாக வைப்பதற்கும், நீர்ச்சத்து வெளியேறாமல் இருக்கவும் உதவுகிறது.

♦ அவுரிச்செடி எதற்காக பயன்படுகிறது?

- மாதவி, மயிலாப்பூர்.

அந்தக்காலத்தில் நீலநிற வண்ணத்துக்காக உபயோகப்ப டுத்தினார்கள். அதனால் இதற்கு ‘Indigo plant’ என்று பெயர். இதன் இலைகள் சிறந்த மலமிளக்கி யாக பயன்படுகின்றன. பலகோடி மதிப்புக்கு ஏற்றுமதியும் ஆகிறது.

தாவரமோ, குழந்தைகளோ, செல்லப்பிராணிகளோ, சுற்றுச் சூழலோ, நம் நம்பிக்கைகளைப் பொறுத்து நம் விருப்பங்களையும், நாம் நல்லது என நினைப்பதையும் திணிப்பது நிச்சயம் நல்ல விளைவுகளை ஏற்படுத்தாது.

ஒரே ஒரு உதாரணம் பார்ப்போம். அரசாங்க மற்றும் விவசாய ஆராய்ச்சி நிறுவனங்களின் அறிவுரைகளின்படி நெற்பயிருக்கு துத்தநாக (சின்க் / *Zinc*) சல்பேட் 10 - 12 கிலோ இட வேண்டும். இதை வருடாவருடம் மற்ற உரங்களோடு விவசாயிகளும் இடுகிறார்கள். 10 கிலோ துத்தநாக சல்பேட்டில் குறைந்தது 2.5 கிலோ துத்தநாகம் இருக்கும். மகசூலில் வரக்கூடிய நெல் / அரிசியில் அதிகபட்சம் 15 கிராம் துத்தநாகமும், வைக்கோலில் 120 கிராம் துத்தநாகமும் இருக்கும்.

135 கிராம் தேவைக்கு நாம் எதற்கு இரண்டரை கிலோ இட வேண்டும்? இப்படி வருடாவருடம் நாம் போடும் துத்தநாக சல்பேட் என்ற உப்பு, மண்ணையும், மண்ணிலுள்ள நுண்ணுயிரிகளையும் வாழ விடுமா?

இதுபோலவே தேவைக்கு அதிகமாக நாம் போடும் உரங்களும் மற்ற ரசாயனங்களும் மண்ணையும், காற்றையும், நிலத்தடி நீரையும், குளம் குட்டைகளிலுள்ள நீரையும் மாசுபடுத்துகின்றன. இதுபோலவே போரான், சுண்ணாம்புச் சத்து, மக்னீசியம், கந்தகம், இரும்பு, மாங்கனீஸ், மாலிப்டினம், தாமிரம் போன்றவற்றுக்கான தேவையை நாம் இரசாயன உரங்களால் தரும்போது, தேவைக்கு அதிகமான அளவைத் தருகிறோமா, அப்படி தரும்போது என்ன விதமான பக்க விளைவுகள் ஏற்படும் என்பதைத் தெரிந்து செயல்

பட வேண்டும்.

'அண்டத்திலுள்ளதே பிண்டம்
பிண்டத்திலுள்ளதே அண்டம்
அண்டமும் பிண்டமுமொன்றே
அறிந்துதான் பார்க்கும்போதே'

என்ற சித்தர் பாட்டின் மூலம் எல்லா உலோகங்களும், தாதுக்களும், வளிச்சத்துக்களும் எல்லா உயிர்களுக்கும் தேவையானவை, பொதுவானவை.

மனிதனாகிய நமக்கும் மற்ற ஜீவராசிகளுக்கும் இந்த தாமிரம், துத்தநாகம், இரும்பு, தங்கம், வெள்ளி, ஈயம், காரீயம், போரான், மாலிப்டீனம், அயோடின், சுண்ணாம்பு, மெக்னீசியம் உட்பட பல தாதுக்கள் தேவையாக இருக்கின்றன என்பது இன்றைய நாகரிக அறிவியலாலும் நிரூபிக்கப்பட்டிருக்கிறது.

அதற்காக நாம் அவற்றை உண்பதில்லை.

நம்மைவிட பலம் வாய்ந்த மிருகங்கள் எங்கிருந்து இரும்பு, செம்பு ஆகியவற்றை உண்ணும்? நமக்காவது இவற்றை பஸ்பம், செந்தூரம் போன்ற வடிவில் உண்பதற்கு வாய்ப்பிருக்கிறது. அவைகளுக்கு அந்த வாய்ப்பும் இல்லை. இருந்தாலும், அவைகளுக்கு எல்லா நுண்ணூட்டங்களும் கிடைக்கின்றன. இது எப்படி சாத்தியமாகிறது? செடிகளுக்கு மட்டும் நாம் ஏன் இவற்றைத் தரவேண்டும்?

இதற்கான பதில்கள் தாவரங்கள் பற்றிய சில மர்மங்களை நாம் புரிந்துகொள்ள முற்படும்போதுதான் கிடைக்கும்.

இங்கிலாந்தில் உள்ள ரோத்தம்ஸ்டெட் என்ற தாவரங்கள் குறித்த ஆராய்ச்சி நிறுவனம், பலநீண்ட கால ஆராய்ச்சிகளை மேற்கொண்டது. ஒருசில ஆய்வுகள் 1800களிலேயே ஆரம்பமானவை. இந்த ஆராய்ச்சிகளின் ஒரு பகுதியாக 1956லிருந்து 1972 வரை 'சிவப்பு க்ளோவர்' என்ற ஒரு மரத்தை 17 ஆண்டுகளாக தொடர்ந்து அறுவடை செய்தார்கள். இந்த நிலத்தில் எந்த விதமான உரங்களும் இடப்படவில்லை.

17 ஆண்டுகளாக வெட்டப்பட்ட இந்த மரம் அவ்வப்போது வேதியியல் பரிசோதனைகளுக்கு உட்படுத்தப்பட்டு, மரத்திலிருந்த நுண்ணூட்டங்களின் அளவு கண்டுபிடிக்கப்பட்டது. பரிசோதனைகளின் கண்டுபிடிப்பு ஆச்சரியமளிக்கக் கூடியதாக இருந்தது. மொத்தமாக இந்த மரங்கள் 10,000 கிலோ மக்னீசியம், பொட்டாசியம், பாஸ்பரஸ் போன்றவற்றை எடுத்திருக்கிறது. இது அந்த மண்ணிலிருந்த இந்த சத்துக்களின் அளவைவிட மிக அதிகம்!

எங்கிருந்து இவ்வளவு தாதுக்கள் வந்தன?

தாவரங்களைப் பற்றி நாம் தெரிந்துகொண்டதை விட தெரிந்துகொள்ளாத விஷயங்கள்தான் அதிகம். இயற்கையின் கால ஓட்ட பின்னணியில் ஒவ்வொரு ஜீவராசிக்கும் வெவ்வேறு

ஹோம் அக்ரி

கடமைகளும் பொறுப்புகளும் இருக்கின்றன. இந்தக் கடமைகளை நிறைவேற்ற வேண்டியது கட்டாயம். எந்த உயிரும் காரணமில்லாமல் இந்த உலகில் வாழவில்லை. மனிதனைப் பொறுத்தவரை அந்தக் காரணம் நமக்குத் தெரிகிறதோ இல்லையோ, நாம் நம் கடமையைச் செய்யத் தவறினாலும், இயற்கை அதைச் சரி செய்துகொள்கிறது. நாமே நம்மை உயர்ந்த உயிரினம் என்று நினைத்துக்கொண்டு, இயற்கை நமக்கு கட்டுப்பட்டதுதான் என்று நினைத்து, இயற்கைக்கு மாறான பல விஷயங்களைச் செய்வது மனித இனத்துக்கே ஆபத்தானதாக இருக்கிறது என்பதை எல்லோருமே இப்போது உணர்ந்திருக்கிறோம்.

ஆனால், தாவரங்கள் இன்னும் இயற்கையோடு இயைந்த வாழ்க்கையைத்தான் மேற்கொண்டிருக்கின்றன. இவை தங்களுக்கு இயற்கையால் தரப்பட்ட கடமை, பொறுப்புகளை உணர்ந்திருக்கின்றனவா அல்லது தங்கள் வாழ்க்கையின் காரணத்தை, பொருளைப் புரிந்துகொண்டு அதற்கேற்ப நடக்கின்றனவா என்று நமக்குத் தோன்றும் வகையில் தாவரங்களின் அறிவும், செயல்பாடுகளும் சில சமயங்களில் அமைந்திருக்கின்றன.

தாவரங்களின் ஒருசில செயல்பாடுகளும், இரகசியங்களும், நம்மை விட அறிவாற்றல்கொண்டவையா, மனிதன் ஏற்படுத்தும் அழிவுகளிலிருந்து பூமியைக் காப்பாற்ற இவை படைக்கப்பட்டிருக்கின்றனவா என்றும் கூட நம்மைச் சிந்திக்க வைக்கின்றன.

குண்டுமணியை அனைவரும் பார்த்திருப்போம். இதைத் தமிழ் மருத்துவத்தில் மருந்தாக உபயோகப்படுத்துகிறோம். இதன் விதைகள் விஷம் கொண்டவை. கறுப்பு வெள்ளை, சிவப்பு வெள்ளை, சிவப்பு வெள்ளை பச்சை என்று பல ரகங்கள் இருக்கின்றன. இதை மாந்திரீகத்திலும், ரசவாதத்திலும் கூட உபயோகப்படுத்துவார்கள்.

இந்தச் செடிக்கு ஆங்கிலத்தில் *'weather plant'* என்றும் பெயருண்டு. இந்தச் செடி காற்றின் வேகம், திசை, மழை வருவதற்கான வாய்ப்புகள், கடலலையின் சீற்றங்கள், நில நடுக்கம் போன்ற பலவிதமான இயற்கை நிகழ்வுகளை வெளிப்படுத்தக் கூடியது.

இங்கிலாந்தில் இருந்த *Kew Gardens* இல் இந்த ஆய்வுகள் சில நூற்றாண்டுகளுக்கு முன் மேற்கொள்ளப்பட்டன. வேல்ஸ் நாட்டின் மன்னர் ஏழாவது எட்வர்டு இந்த ஆய்வுக்கான ஆயத்தங்களைச் செய்து, ஆய்வு முடிவுகளை வெளியிட்டார்.

பல நூறு கிலோமீட்டர் தொலைவில் ஏற்படும் பூமியின் மின்காந்தப் புலத்தின் மாற்றங்களை குண்டுமணிச் செடிகள் உணரும் என கண்டறிந்திருக்கிறார்கள். அதிர்வுகளின் மாற்றங்களுக்கு ஏற்ப இந்தச் செடி தன் இலைகளின், பூக்களின் நிலையை மாற்றிக் கொள்கிறது.

மழை வருவதைக் குறிக்கும் நன்றாக மேற்புறம் குவிந்த குண்டுமணி இலைகள்

உதாரணமாக, இதன் இலைகள் மேற்பக்கமாக தூக்கிக் கொண்டிருந்தால் மிதமான காற்றும், ஈரப்பதமும் இருப்பதாக அர்த்தம். இலைகள் சோர்ந்து தொங்கி காணப்பட்டால் வறண்ட நிலை வருவதற்கான வாய்ப்பு இருக்கிறது என்று பொருள்.

அந்தக் காலத்தில் இருந்த வானிலை ஆய்வுக் கருவிகளைவிடவும் இந்த அறிகுறிகள் மேம்பட்டவையாகவே இருந்தன.

கண்கள் இல்லாமலேயே தாவரங்கள் பார்க்கின்றன என்பதை கொடிகளின் வளர்ச்சியை வைத்து உணரலாம். பீர்க்கை, திராட்சை, சீந்தில், குறிஞ்சா, பாகல் போன்ற எந்த காய்கறி, மூலிகைக் கொடிகளை எடுத்துக்கொண்டாலும், அவை எந்தத் திசையில் சரியான ஆதாரம் கிடைக்கும் என்பதை கண் இல்லாமல் தெளிவாகத் தெரிந்துகொள்கின்றன.

முக்கியமான விஷயம், அவை திசையை மட்டும் தெரிந்து கொள்வதில்லை; அந்த ஆதாரம் ஸ்திரமானதா, தன்னை தாங்கக் கூடியதா என்பதையும்; அது உயிருள்ளதா, வெறும் உயிரில்லா ஆதாரமானதா என்பதையும் தெரிந்துகொள்கின்றன. இது எப்படி என்பது இன்றுவரை புரியாத புதிர்.

செடிகளுக்கு கேட்கும் திறன் இருக்கிறது; ஒலி அலைகளுக்கு அவற்றின் எதிர் விளைவை தெரியப்படுத்துகின்றன என்பதை பரம்பரை அறிவின் மூலமாகவும், தற்கால அறிவியல் ஆராய்ச்சிகளின் மூலமாகவும் அறிந்துகொண்டிருக்கிறோம்.

முருங்கை போன்ற சில செடிகள் மனிதனின் அருகில் இருப்ப

♦ ஓமவல்லி இலையை எப்படி பயன்படுத்தலாம்?

- ஸ்ரீதேவி, மதுரை.

சிறுவர்களின் சளியை கட்டுப்படுத்தவும், ஒவ்வாமையைக் குறைக்கவும் பயன்படுத்தலாம். இதை பச்சையாக உண்ணக்கொடுக்கலாம் அல்லது சாறு எடுத்து தேனுடன் கலந்து கொடுக்கலாம்.

ஒரு சிறிய தண்டை உடைத்து வைத்தாலே, தானாக வேர்விட்டு வளர்ந்து கொள்ளும். இது ஒவ்வொரு வீட்டிலும் அவசியம் இருக்கவேண்டிய ஒரு மூலிகை.

♦ வல்லக்கீரை எப்படி இருக்கும்? அதை எப்படி உபயோகிக்கலாம்?

- ராமன், மலேசியா.

படத்தைப் பார்க்கவும். மற்ற கீரைகளைப் போல பொரியலோ, மசியலோ செய்து உண்ணலாம்.

♦ வீட்டுத்தோட்டத்துக்கு செம்மண்தான் சிறந்தது என்று எல்லோரும் சொல்கிறார்களே, உண்மையா?

- கேசவன், திருநெல்வேலி.

மற்ற மண்வகைகளைக் காட்டிலும் சிறந்ததுதான். ஆனால், போதுமான கரிமப் பொருள் இல்லாவிட்டால் செம்மண்ணிலும் செடி வளர்ச்சி பாதிக்கும். சரியான தொட்டி மண் கலவை குறித்து இதற்கு முன் வந்த பகுதிகளில் விவரமாகத் தரப்பட்டிருக்கிறது.

தையும், அவன் உரையாடலைக் கேட்பதிலும் மகிழ்ச்சி கொள்கின்றன. ஆனால், கள்ளி போன்ற தாவரங்கள் மனிதன் ஏற்படுத்தும் ஒலியை வெறுக்கின்றன!

தாவரங்களின் இந்த கேட்கும் திறன் மனித இனத்தைக் காட்டிலும் அதிகமானது. நாம் 20 முதல் 20,000 ஹெர்ட்ஸ் வரையிலான ஒலிக்கற்றைகளைத்தான் கேட்கமுடியும். ஆனால், தாவரங்கள் 20க்கும் குறைந்த 20,000 க்கும் மேற்பட்ட ஒலி அலைகளையும் உணரக்கூடியவையாக இருக்கின்றன.

எக்ஸ்ரே மற்றும் காஸ்மிக் கதிர்களின் தாக்கங்கள் தாவரங்களில் நன்றாக வெளிப்படுகின்றன. இந்த விதமான சக்திகள் மனிதனுக்கு இயற்கையுடன் இருக்கும் உறவைவிட தாவரங்களுக்கு அதிகம் என்பதை தெரியப்படுத்துகின்றன.

வலுவான ஆதாரம் கிடைத்ததால் முடிச்சு போன்ற நுனிச்சுருளால் பற்றிக் கொண்ட கொடி. இந்த நுனிச்சுருள்கள் எளிதில் பிரிக்க முடியாதவை. பல கிலோ எடையை தாங்கக்கூடியவை

இதுபோன்ற காரணங்களினாலோ என்னவோ, தாவர வர்க்கம் இயற்கையைக் காப்பதில் அதிக கவனம் செலுத்துகிறது.

தாவரங்கள் ஒலிகளைக் கேட்பதுடன் சங்கீதம் அமைக்கவும் தெரிந்தவை என சமீபத்தில் கண்டறிந்திருக்கிறார்கள். தங்கள் சங்கீதத்தைத் தாங்களே கேட்டு மகிழ்கின்றன. அத்துடன் நாம் இசைக்கும் இசையைக் கற்றுக்கொள்ளும் திறனும் அதற்கிருக்கிறது என்பது நிரூபிக்கப்பட்டிருக்கிறது!

தாவரங்கள் ஏற்படுத்தும் மின் அதிர்வுகளை ஒலி அலைகளாக மாற்றும்போது ரம்மியமான இசை அதற்குள் இருப்பதைக் கேட்க லாம்! இதில் ஆச்சரியம், இசையைக் கற்றுக்கொள்ளும் செடிகளின் திறன்.

நாம் தொடர்ந்து மற்ற இசையைச் செடிகளுக்கு கேட்க வைக்கும் பட்சத்தில் தங்கள் இசையை அவை மாற்றிக்கொள்கின்றன.

பூமியின் சுழற்சி, நிலாவின் கதிர்கள், சூரியன் மற்ற கோள்களின் நிலைகளுக்கேற்ப மரம், செடி, கொடிகள் தங்கள் வாழ்க்கை முறையை அமைத்துக்கொள்கின்றன; அவற்றின் வளர்ச்சி, இனப் பெருக்கம், மற்ற வளர்சிதை மாற்றங்கள் கோள்களின் நிலைகளைப் பெருமளவில் சார்ந்திருக்கின்றன என்பது நம் பண்டைய மக்க ளின் அறிவு.

நாம் பஞ்சாங்கங்களிலுள்ள குறிப்புகளைப் பார்க்கும்போது அதைத் தெரிந்துகொள்ளலாம். இன்றைய 'Biodynamic' என்கிற,

ஹோம் அக்ரி

ஈரப்பதமும் காற்றும் அதிகமாக வாய்ப்பு இருப்பதைக் காட்ட, மேற்புறமாகக் குவிய ஆரம்பித்திருக்கும் குண்டுமணி இலைகள்

ஜெர்மனியிலிருந்து தோன்றிய விவசாய முறையும் கோள்களின் நிலைகளை மையமாக வைத்தே வடிவமைக்கப்பட்டிருக்கிறது.

தாவரங்கள் ஒன்றுக்கொன்று நுண்ணிய அதிர்வுகளின் மூலம் தகவல்களைப் பரிமாறிக்கொள்கின்றன என்பதும் அறிவியல் பூர்வமாக நிரூபிக்கப்பட்டிருக்கிறது. இவற்றுக்கு சமூக சிந்தனையும், ஒன்றுக்கு ஒன்று உதவிக்கொள்ளும் தன்மையும் இருக்கிறது. இதற்கு என்ன வழிமுறைகளை செடிகள் கையாள்கின்றன என்பதையும் கூட நாம் கண்டறிந்திருக்கிறோம்.

இப்படிப்பட்ட 'Super Human' சக்திகள் படைத்திருக்கும் தாவரங்களுக்கு, தங்கள் கடமை, பொறுப்புகளை உணர்ந்த உயிர்களுக்கு, தன்னைத் தானே பாதுகாத்துக் கொள்ளும் சக்தியும், வளங்களை சேதாரம் இல்லாமல் (Optimal utilisation of resources) சரியான முறையில் நம்மைக் காட்டிலும் திறமையாக உபயோகித்து சுற்றுச் சூழலுக்கு உதவியாகவும், பிரபஞ்சத்தின் நிகழ்வுகளுக்கு ஏற்ப தங்கள் வாழ்க்கையை அமைத்துக் கொள்ளும் திறன் படைத்ததாகவும் திகழும் இந்த உயிரினங்களுக்கு, நாம் உரம் தந்து உணவைத் திணிக்க வேண்டுமா..?

இது போன்ற சோதனைகளிலும், தாவர உலகத்தின் இரகசியங்களை அறியும் முயற்சிகளிலும், இப்போது ஏற்பட்டிருக்கக்கூடிய ஒரு சிந்தனை பெரும் அதிர்ச்சி அளிப்பதாக இருக்கிறது.

தங்கள் விருப்பத்துக்கு எதிரான விஷயங்கள் திணிக்கப் படும்போது, தாவரங்கள் நம்மை அழிப்பதற்கான முயற்சியிலும் ஈடுபடலாம் என்பதுதான் அது!

மன்னர் மன்னன்

இணையதளம்போல் செடிகள் தகவல் பரிமாறிக்கொள்கின்றன!

செடிகள் தங்களோடு மட்டுமல்ல, அவைகளோடு சேர்ந்து வாழும் நுண்ணுயிர்கள், பூஞ்சாணம், பூச்சிகள், நன்மை தரும் மற்ற சிறு உயிரினங்களோடும் தகவல் பரிமாற்றம் செய்துகொள்பவை.

இவை பெரும்பாலான நேரங்களில் ஒருவருக்கொருவர் உதவி செய்துகொள்வதற்காகவே அமைகின்றன. ஆம். தாவரங்கள் ஊட்டச் சத்துகளைப் பரிமாறிக்கொள்கின்றன. ஆபத்தான சூழ்நிலைகளைத் தெரியப்படுத்தி எச்சரிக்கை செய்கின்றன. சில சமயங்களில், சில செடி களுக்கு இல்லாத அல்லது கிடைக்காத ஊட்டங்களைக் கொடுத்து உதவுகின்றன. மொத்தத்தில் அவை ஒரு சமூகமாக, குடும்பமாக வாழ்கின்றன.

செடிகள் தங்களுடன் பிறந்தவர்களை எளிதில் அடையாளம் கண்டுகொள்கின்றன! உதாரணமாக ஒரே தாய் கிழங்கிலிருந்து பிறந்த வாழைக்கன்றுகள், தங்களிடம் இருக்கும் ஊட்டச்சத்து களை சரிசமமாக பங்கிட்டுக்கொள்கின்றன. இந்த கன்றுகளின் வேர் மண்டலங்கள் ஒரே மாதிரியான அளவில் இருப்பதன் மூலம் நாம் இதைப் புரிந்துகொள்ளலாம்.

அதே இடத்தில் வளரும் மற்ற வாழைக்கன்றுகளிடம் இதே விதமான பகிர்தலை எதிர்பார்க்க முடியாது. இதனால் போட் டியை உணர்ந்து இந்த தனியான கன்று தனது வேர்மண்டலத்தை பலப்படுத்தும் முயற்சியில் ஈடுபடும்.

தன் எடையைவிட பலமடங்கு அதிகமான எடையுள்ள மண்ணை பிளந்துகொண்டு விதை முளைக்கிறது

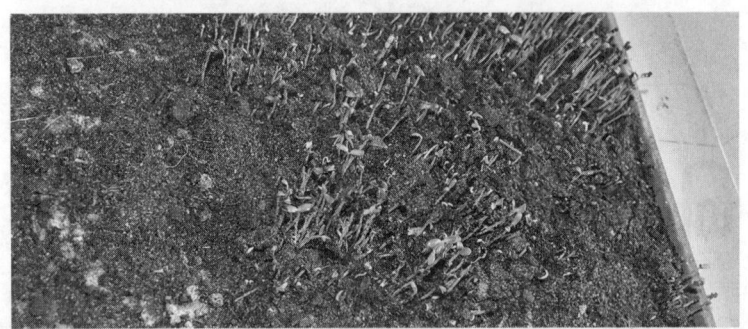

மண்ணின் மேல் படர்ந்திருக்கும் பூஞ்சை, மண்ணின் உள்பக்கத்தில் பல்வேறு மரம் மற்றும் செடிகளின் வேர்களை ஒன்றிணைத்து தகவல் பரிமாற்றத்துக்கு உதவியாக இருக்கிறது

முக்கியமான விஷயம், வேர்கள் தாங்கள் ஒன்றை ஒன்று தொட்டுக்கொள்ளாமல் இருந்தாலும் இவை நடைபெறுகின்றன என்பதுதான்.

இதற்கு மூன்று விதமான வழிமுறைகளைத் தாவரங்கள் பயன்படுத்துகின்றன. முதலில் மின் சமிக்ஞைகள் மூலமான தகவல்கள்; இரண்டாவது காற்றில் கரையும் கரிமப்பொருட்கள் *(Volatile Organic Compunds - VOC)* வழியான தகவல்கள்; மூன்றாவது பூஞ்சைகள் மூலமாக.

இதில் மின் சமிக்ஞைகளை நாம் பரிசோதனை மூலமாக அளக்க முடியும் என்றாலும் நம்மால் நேரடியாக உணரவோ புரிந்துகொள்ளவோ முடியாது. ஆனால், *VOC* மூலமாக அவை அனுப்பும் துயரச் செய்திகளை *(distress calls)* நாம் உணரலாம்.

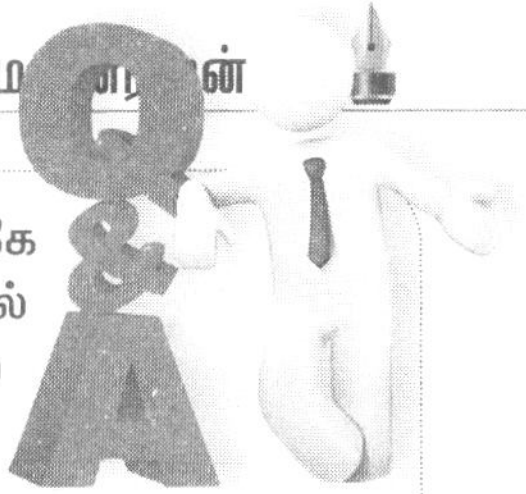

♦ கர்நாடகா சென்றிருந்தபோது அவர்கள் சபாசிகே என்றொரு இலையை கொத்தமல்லித் தழைபோல் உபயோகப்படுத்துவதைப் பார்த்தேன். தமிழகத்தில் இதை பயன்படுத்துவதில்லை. இதை நாம் வளர்க்கலாமா? இதன் தமிழ்ப்பெயர் என்ன?

– மிரிட்ஸ்னா, மதுரை.

இதை தமிழில் சதகுப்பை என்கிறோம். நெடுங்காலமாக இதை தமிழ் மருத்துவத்தில் பெண்களின் மாதவிடாய் வலிக்கு மருந்தாக பயன்படுத்தி வந்திருக்கிறோம். துரதிர்ஷ்ட வசமாக இப்போது உணவில் மசாலாவாக பயன்படுத்துவதை மறந்துவிட்டோம்.

இதை கொத்தமல்லி, புதினா இலைகளைப் போல் எல்லா காய்கறி அல்லது அசைவ உணவு தயாரிப்பிலும் பயன்படுத்தலாம். வட இந்தியாவில் இதை 'தில்' இலை என்பார்கள்.
பரவலாக பஞ்சாபி, காஷ்மீரி, கோலாபூரி, ஹைதராபாதி, லக்னோயி உணவு வகைகளில் பயன்படுத்துகிறார்கள்.

இதை விதைகள் மூலம் வளர்க்கலாம். நல்ல உரமுள்ள வளமான, இறுக்கம் இல்லாத, கரிமப்பொருள் நிறைந்த மண்ணில் கால் இன்ச் ஆழத்தில் விதையை ஊன்றி நீர் தெளித்தால் 2 வாரத்தில் முளைக்கும்.

இரண்டு கிளைகளுக்கு மேல் வந்த பின் கத்திரி மூலம் வெட்டி உபயோகப்படுத்தலாம். கொத்தமல்லியை வளர்ப்பதுபோல்தான் இதுவும். ஒருமுறை வளர்த்துவிட்டால் பிறகு விதைகளே தேவைப்படாது. தமிழகத்தின் அனைத்துப் பகுதிகளிலும் இது நன்றாக வளரும்.

♦ எல்லா செடிகளுக்கும் ஒரு பயன், ஒரு பொறுப்பு இருக்கும் என்கிறீர்கள். காடு மாதிரி மண்டும் போகன்வில்லா செடிகளால் என்ன பயன்..?

– மயிர்மாணிக்கம், மயிலாடுதுறை.

ஆண்டு முழுவதும் பூத்துக் குலுங்கும் அழகுச்செடி போகன்வில்லா. அழகு தருவதும், அதனால் நாம் மனமகிழ்ச்சி பெறுவதும் கூட ஒருவிதமான பயன்தான்!

இது ஒருசில புழுக்களின் கூண்டுப் புழுக்களுக்கு உணவாக அமைகிறது. இதன் பூக்களிலிருக்கும் நிறமிகளைப் பிரித்தெடுத்து இயற்கையான நிறமியாக உணவுப்
பொருட்களிலும், மருந்துகளிலும் பயன்படுத்துகிறார்கள். இதை எந்த பூச்சிகளும் தாக்குவதில்லை. அதனால் நல்ல உயிர்வேலியாய் இதை பயன்படுத்தலாம்.

ஹோம் அக்ரி

புல்தரையில் புல் வெட்டும்போது வரும் வாசமும்; பூச்சி புழுக்களால் பாதிக்கப்படும் போது செடிகளிலிருந்து வரும் ஒருவிதமான வாசமும் தங்களின் நிலைமையை புரியவைக்க செடிகள் தரும் ஒருவிதமான சமிக்ஞைகள்தான்.

பூச்சி, வண்டு, மற்ற இலை உண்ணும் உயிரிகளின் தாக்கங்களை தன் சக செடிகளுக்கு ஓர் எச்சரிக்கையாக பாதிக்கப்பட்ட செடிகள் அனுப்புகின்றன. இத்தகைய செய்திகளைப் பெறும் மற்ற செடிகள் அதை எதிர்ப்பதற்கான வேலைகளில் ஈடுபடுகின்றன.

பூஞ்சைகளின் (fungi) வலைப்பின்னல் மூலமாக மரங்கள் மேற்கொள்ளும் தகவல் தொடர்புதான் காடுகளிலும், பழத்தோட்டங்களிலும், மரங்கள் நிறைந்த விவசாய நிலங்களிலும், நகரங்களிலும் பிரதானமாகவும் வலிமையாகவும் இருக்கிறது. ஒருவகையில் இது இணையதள இணைப்புக்கு இணையானது.

பூஞ்சைகள் மரங்களின் வேர்களை ஒன்றிணைத்து ஒரு பெரிய வலைப்பின்னலை உண்டாக்குகின்றன. இந்த வலைப்பின்னல் மூலமாக மரங்கள் பல மைல் தூரத்திலும் கூட தொடர்புகொள்ள முடியும்.

தகவல் பரிமாற்றம் இல்லாமல் தாதுச் சத்துக்களையும் கூட இதன்மூலம் இவை பரிமாரிக்கொள்கின்றன. உதாரணமாக பல மரங்கள் அடர்ந்திருக்கும் பழத்தோட்டத்தில் ஒரு மரத்தை வெட்டத் தொடங்கினால் அந்த மரம் அவசரமாக தன்னிடம் இருக்கக்கூடிய நுண்ணூட்டங்களையும் மற்ற பரிமாறக்கூடிய சத்துக்களையும் பூஞ்சைக்காளான் வலைப்பின்னல் மூலமாக மற்ற தேவைப்படும் மரங்களுக்கும், அருகிலிருக்கும் செடிகளுக்கும் தாரை வார்க்கின்றது.

தான் அழிவது நிச்சயமான நிலையிலும் தன்னுடன் வாழ்ந்த மற்றவர்கள் நன்றாக வாழ வேண்டும் என்ற எண்ணத்தில் செயல் படும் தாவரங்களின் இயல்பு, ஆச்சர்யமானது. அதனாலேயே சர்வநிச்சயமாக மனிதகுலத்தை விட உயரிய உயிரினமாகத் தாவரவர்க்கம் திகழ்கிறது.

செடிகளுக்குத் தேவைப்படும் ஊட்டங்களின் தொடர்பாகத் தான் கடந்த இரண்டு அத்தியாயங்களாக இதுபோன்ற தத்துவார்த்தமான விஷயங்களைப் பார்த்தோம்.

◆

விதைப்பதை விட வீட்டில் நாற்று நடுங்கள்!

முன்பே பார்த்தபடி சில செடிகளை நேரடியாக நிலத்தில் விதைத்து வளர்க்கலாம். பல செடிகளை நாற்றுகள் தயாரித்து பிறகு அவற்றை நடலாம்.

கொத்தவரை, வெண்டி போன்ற காய்கறிச் செடிகளை நேரடியாக விதைக்கலாம். ஆனால், கத்திரி, தக்காளி, மிளகாய் போன்றவற்றை நாற்று மூலமாக பயிர் செய்யவேண்டும்.

பூசணி, சுரை, அவரை, பீர்க்கை, பாகல் போன்ற பெரும் பாலான கொடிவகைகள் நேரடி விதைப்பின் மூலமாக செய்யப் படுகின்றன. பெரும்பாலான மர வகைகள் நாற்றுகள் மூலமாகவே நடப்படுகின்றன. தானியப்பயிர்களில் பெரும்பாலானவை நாற்று மூலமாகவும்; மானாவாரியில் பயிரிடும் சிறு தானியங்கள் நேரடியாகவும் விதைக்கப்படுகின்றன.

ஆக, வீட்டுத்தோட்டத்தின் செடிகளில் எவைகளை நாற்று மூலமாக பயிர் செய்யவேண்டும் என்று தெரிந்துகொள்ள வேண்டும். தக்காளி, மிளகாய் போன்ற செடிகள் நேரடி விதை மூலமாக வளரும் என்றாலும், நாற்றாக நடுவதில் பல அனு கூலங்கள் இருக்கின்றன.

வளமான மண்ணில் - தீங்கு தரும் வைரஸ், பாக்டீரியா இல்லாத மண்ணில் - விசேஷமான கவனத்தோடு வளர்வதால் நாற்றுகள் ஆரோக்கியமாகயிருக்கின்றன. தவிர ஆரோக்கியமான

♦ எங்கள் வீட்டில் ஒரு வில்வமரம் உள்ளது. பூஜைக்கு உபயோகிப்பதைத் தவிர இதை வேறு எதற்காவது பயன்படுத்தலாமா?

– ரமா அய்யர், திருவானைக்காவல்.

மஹா வில்வம்

வில்வ இலை

வில்வமரம் விசேஷமான மருத்துவப் பலன்கள் கொண்டது. இதை சிவலிங்க பூஜையில் சம்பந்தப்படுத்தியிருப்பதில் இருந்தே இதன் மருத்துவப் பலன்களைத் தெரிந்துகொள்ளலாம். இந்துமத நம்பிக்கையின்படி வில்வ இலைகளை சிவ அம்சமாகவும்; முட்களை சக்தி அம்சமாகவும்; கிளைகள், வேர்களை வேதங்களாகவும், தேவர்களாகவும் குறிக்கிறார்கள்.

இதன் இலைகள் மும்மூன்றாக இருப்பது மனிதனின் வாத, பித்த, கப தோஷங்களைக் குறிப்பதாகக் கொள்கிறார்கள்.

இதன் இலைகளை முதல் நாள் இரவில் நீரில் ஊறவைத்து, மறுநாள் குடிப்பதன் மூலம் பலவிதமான ரோகங்களிலிருந்து விடுபடலாம். குறிப்பாக மலச்சிக்கல், ரத்த அழுத்தம், நீரழிவு இவைகளுக்கு நல்ல பலன் கொடுக்கும்.

இதன் பழத்தை வெல்லம் சேர்த்து சாப்பிடுவதால் வயிறு சம்பந்தப்பட்ட பல கோளாறுகளிலிருந்து விடுதலை பெறலாம். ஆனால், சிலருக்கு பழத்தை சாப்பிட்டவுடனேயே குமட்டும், வாந்தி வரும்.

தீராத வயிற்று வலி, வயிற்றுப்புண்ணுக்கு (Ulcer) வில்வம் சிறந்த மருந்து. வில்வத்தின் வித்தியாசமான குணம் என்னவென்றால், அது மலச்சிக்கலுக்கும் சிறந்த மருந்து. அதே சமயத்தில் நிற்காத வயிற்றுப் போக்கையும் நிறுத்தும். என்ன காரணத்தாலோ இதன் பலன்கள் இன்னும் பரவலாகாமலேயே இருக்கின்றன.

இதன் வேர்கள் குழந்தையின்மையைப் போக்க தயாரிக்கும் மருந்துகளில் பயன்படுகின்றன. வீடுகளில் வில்வமரம் வளர்க்கக்கூடாது என்ற மூடநம்பிக்கை உள்ளது. இது தவறு. வில்வத்தை வீட்டில் வளர்ப்பதால் ஒரு அசுவமேதயாகம் செய்ததற்கான பலன்கள் கிடைப்பதாகவும், பல்லாயிரம் பேருக்கு அன்னதானம் செய்ததற்கான புண்ணியம் கிடைப்பதாகவும் பெரியவர்கள் சொல்வது இந்த மகத்தான மருத்துவப்பயிர் அழியக்கூடாது என்பதற்காகத்தான்.

நாற்றுகள் வளர்ப்பதற்கான குழி டிரே

நாற்றுகளை மட்டுமே நாம் நடுவதால் பயிர்காப்பும் எளிதாக இருக்கும். இதனால் விதைகளையும் சேமிக்க முடியும்.

இன்று கடையிலிருந்தே விவசாயிகள் விதைகளை வாங்க வேண்டியிருக்கிறது. விதைகளைச் சேமிப்பது, பகிர்ந்து கொள்வது போன்ற பழக்கங்கள் இப்போது இல்லை. இப்படிச் செய்வதும் இன்று சட்ட விரோதம்.

முதல் தர கலப்பின விதைகளின் விலை அதிகம். சில விதைகள் 10 கிராம் 2000 ரூபாய் என்ற கணக்கில் விற்கப்படுகின்றன. ஆக, விதைகளைக் கவனமாகவும், குறைவாகவும் உபயோகிக்க வேண்டிய தேவை இருக்கிறது.

வீட்டுத்தோட்டத்தைப் பொறுத்தவரை ஆழம் குறைவான சிறிய டிரேக்களில் நாற்றங்கால் தயாரிக்கலாம். இதற்காகவே கிடைக்கும் குழியுள்ள டிரேக்களிலும் நாற்று பாவலாம்.

டிரேக்களில் வளர்க்கும் போது சேதாரங்கள் குறையும். விதை மிச்சமாகும். இந்த குழி டிரேக்களில் வெறும் தென்னை நார்க் கழிவிலோ, மண்புழு உரத்திலோ கூட விதை பாவலாம்.

இப்படிச் செய்யும்போது இந்த ஆதாரப்பொருளும் வந்து விடுவதால் வேர் பாதிக்காமல் எல்லா நாற்றுகளுமே காப்பாற்றப் படும். வணிகரீதியில் வீரியஒட்டு விதைகளிலிருந்து நாற்று தயாரித்து விற்பவர்கள் இந்த முறையையே பின்பற்றுகிறார்கள்.

தென்னை நார்க் கட்டிகளும், மண்புழு உரமும் பொதுவாக தீங்கு செய்யும் நுண்ணுயிர்கள் இல்லாமலேயே இருக்கின்றன. இந்தக் காரணத்தினாலும் சில சமயங்களில் நாற்று உற்பத்தியில் மண் தவிர்க்கப்படுகிறது.

மண்ணை ஆதாரமாகக்கொண்டு பைகளிலும், நிலத்திலும்,

♦ வெங்காயம் சாப்பிடும்போது ஏன் மிகவும் காரமாக இருக்கிறது? இந்தக் காரம் எப்படி மூக்கு, கண்களுக்கெல்லாம் போகிறது? இது நல்லதா?

– தர்ஷனா, மதுரை.

வெங்காயம்

மலைப்பூண்டு

வெங்காயம் மற்றும் பூண்டில் கந்தகம் (sulphur) இருக்கிறது. இதுவே இதன் காரத்துக்கும் மற்ற மருத்துவப் பலன்களுக்கும் காரணம்.

சித்த வைத்தியத்தில் நாத பிந்து தத்துவம் என்ற ஒன்று இருக்கிறது. குணபாடத்தில் ஒவ்வொரு வஸ்துவையும் பஞ்சபூதங்களோடு சம்பந்தப் படுத்துவதைப்போல, ஒன்றுகொன்று சத்ருவா மித்ருவா என்று வகைப்ப டுத்துவதைப்போல, சில பொருட்களை நாதமா பி(வி)ந்துவா என்றும் வகைப்படுத்துவது உண்டு.

இதில் பாதரஸம் பி(வி)ந்துவாகவும், கந்தகம் நாதமாகவும் கொள்ளப் படுகிறது. கந்தகத்தை தாய் மருந்தாகக் கொள்கிறோம்.

வெங்காயம் / பூண்டை வெட்டும்போது தங்களைப் பாதுகாத்துக் கொள்வதற்காக அவை காற்றில் பரவக்கூடிய கந்தகம் நிறைந்த ஒரு வேதிப்பொருளை உற்பத்தி செய்கின்றன. இந்த வேதிப்பொருளால் நமக்கு காரம் தெரிகிறது. கண்ணில் எரிச்சலும், கண்ணீரும் இதனாலேயே ஏற்படுகின்றன.

இந்த 'அலிசின்' என்கிற காற்றில், நீரில் கரையும் வேதிப்பொருள், தோல் வழியாகவும் உடலுக்குள் செல்லும். இது எல்லாவிதமான வைரஸ் / பாக்டீரியா போன்ற கிருமிகளையும் கொல்லக்கூடியது. மிகச்சிறந்த கிருமிநாசினி.

வெங்காயத்தை பச்சையாகச் சாப்பிடலாம், இது சிறந்த 'anti–oxidant' ஆகவும், கிருமிநாசினியாகவும் அமையும். ஆயுர்வேத சாஸ்திரங்கள்படி வெங்காயம் ஆண்மைக்கும், போகசக்திக்கும் மிகச்சிறந்த மருந்தாகச் சொல்லப்பட்டுள்ளது. அது உண்மையும் கூட.

ஆனால் பூண்டை சமைக்காமல் உண்ணக்கூடாது. வாயுத்தொல் லையை குறைக்க அவசரத்துக்கு சாப்பிட வேண்டுமானாலும் குறைந்த பட்சம் நெருப்பில் வாட்டி உண்ணவேண்டும்.

அதிக ரத்த அழுத்தத்தை உடனடியாகக் குறைக்கவேண்டுமென்றால் பச்சை பூண்டை இடித்து தலையில் வைத்து தேய்க்கலாம். இது உடனடி யாக ரத்த அழுத்தத்தைக் குறைக்கும்.

தொட்டியிலும், வேறு டிரேக்களிலும் நாம் நாற்றங்கால் தயார் செய்யும்போது சாதாரண மண்கலவையைக் காட்டிலும் கூடுதலான கரிமப் பொருட்களும், வேப்பம் புண்ணாக்கு, பூச்சிக்கொல்லிகள், பூஞ்சாண கொல்லிகளும் கலக்கப்படும். அதிகப்படியான ஊட்டத்துக்கு கடலைப் புண்ணாக்கு, ஆமணக்கு புண்ணாக்கு இவைகளையும் சேர்த்துக்கொள்ளலாம்.

தோட்டத்தில் காய்கறி பயிர்களுக்கான நாற்றங்கால் தயாரிப்பவர்கள் பொதுவாக மேட்டுப்பாத்தி முறையைக் கையாளுவார்கள். இந்த முறையில் சற்றே மேடான பகுதியில் நல்ல வளமான மண் சேர்க்கப்பட்டு, அதிகமான குப்பை மற்றும் மணல் சேர்த்து பொலபொலவென்றும், நல்ல வடிகால் வசதியோடும் இருக்குமாறு அமைக்கப்படும். பொதுவாக நாளின் பெரும்பாலான நேரம் மர நிழல் இருக்கும்படியாகத் தேர்வு செய்யப்படும்.

நாற்றங்கால்களுக்கு நேரடியாக நீர் பாய்ச்சவோ, ஊற்றவோ கூடாது. நீர் தெளித்தோ, மேட்டுப்பத்தி நனையும்படி வாய்க்காலில் நீர் பாய்ச்சியோ மண்ணை ஈரமாக வைத்திருக்க வேண்டும்.

◆◇◆

ஹோம் அக்ரி

ஆழப்படுக்கை!

வீடுகளில் தொட்டி மற்றும் பை, சாக்கு போன்ற கலன்களில் காய்கறி வளர்க்க 'French Intensive System' என்கிற முறையை ஒட்டிய அமைப்பு முறை மிகவும் பலன் தரக்கூடியது. தோல்விகள் இதில் குறைவு. மிக அதிக (குறைந்தது இரண்டு மடங்கு) மகசூல் தரக்கூடியது.

இந்த முறை பெரும் தோட்டங்களில் பயன்படுத்துவதற்கு கடினமானதாகவும், செலவு மிகுந்ததாகவும் இருக்கும். ஆனால், வீட்டுத்தோட்டங்களுக்கு உகந்தது. இதை நாம் ஆழப்படுக்கை முறை என தமிழில் வழங்கலாம்.

நாம் முன்னரே பார்த்ததின்படி கீழ்க்கண்ட விஷயங்கள் வீட்டுத்தோட்டத்தின் வெற்றியை பெருமளவில் பாதிக்கின்றன.
◆ மண்ணுக்குள் நல்ல காற்றோட்டம்.
◆ குறைந்த அளவிலான களை.
◆ நோய்தரும் நுண்ணுயிர்களுடைய மற்றும் தொற்றுநோய்களால் பாதிக்கப்படாத மண்.
◆ நல்ல வடிகால் வசதியுள்ள மண்.
◆ மண்ணில் தேவையான அளவு கரிமப்பொருட்கள், ஊட்டங்கள் மற்றும் நுண்ணூட்டங்கள்.
◆ ஊட்டங்களையும், நுண்ணூட்டங்களையும் எடுத்துக் கொடுக்கக்கூடிய மண்ணின் வேதி அமைப்பு.
◆ நாளடைவில் இறுகாத மண்.

மன்னர் மன்னன்

காலித்தொட்டி   சருகுகள் நிரப்பப்பட்ட தொட்டி

மண் நிரப்பப்பட்ட தொட்டி   விதையிட்டு வைக்கோலால் மூடப்பட்டது

தெளிப்பான் மூலமாக நீரிடல்

'French Intensive System' முறை, இவை அனைத்தையும் நமக்கு சாதகமாக மாற்றுகிறது.

இந்த முறையில் கலனின் கீழ்ப்புறம் சிறு குச்சிகள் மற்றும் முழு காய்ந்த இலைகள் நிரப்பப்படுகின்றன. பெரிய தொட்டியாக இருந்தால் மரத்துண்டுகளையும் இடலாம். இது மண்ணுக்கு நல்ல வடிகால் தன்மையையும், காற்றோட்டத்தையும் மேம்படுத்துகிறது.

அதன் மேல் கொஞ்சம் இலைகளும், சருகுகளும், வைக்கோல் போன்ற தோட்டக் கழிவுகளையும் இடலாம். இது ஒரு மெத்தை போன்ற ஒரு அடிப்பாகத்தை தருகிறது.

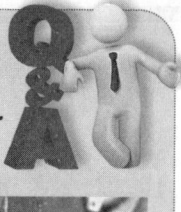

♦ பப்பாளியிலிருந்து பால் எடுக்கிறார்களே, அதை எதற்கு பயன்படுத்துகிறார்கள்?

– கமலநாதன், கோவை.

பப்பாளிப் பாலில் பலவிதமான மருத்துவப் பலன்கள் உள்ளன. இதிலிருந்து 'பப்பெயின்' என்ற என்சைம் எடுக்கிறார்கள். இந்த என்சைம் இயற்கையான முறையில் செரிமானத்தை மேம்படுத்துகிறது. பப்பாளி இலைகள் மற்றும் தண்டுகளி லிருந்து வரும் பாலிலிருந்தும் இந்த என்சைம் தயாரிக்கலாம்.

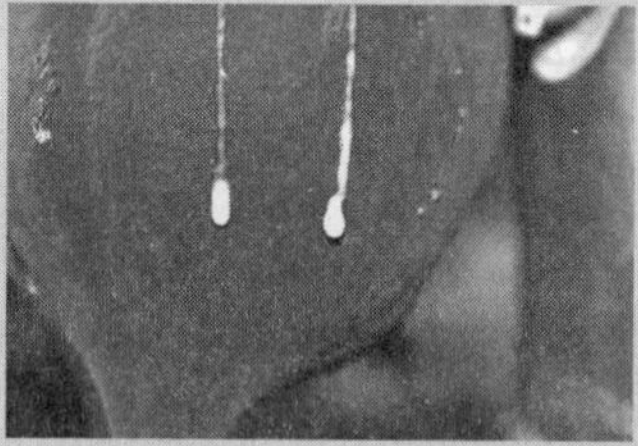

பப்பாளிக் காயை மற்ற காய்கள் போல சமையலுக்கும் பயன்படுத்த லாம். 'Tutti Fruiti' பப்பாளிக் காய்களிலிருந்துதான் தயாரிக்கப்படுகிறது. இளம் காய் அல்லது பிஞ்சுகளை அரைத்து ஒரு கிலோவுக்கு இரண்டு தேக்கரண்டி என்ற அளவில் சேர்க்கும்போது ஆட்டுக்கறி நன்றாக வெந்து மென்மையாக மாறும். செரிமானமும் மேம்படும்.

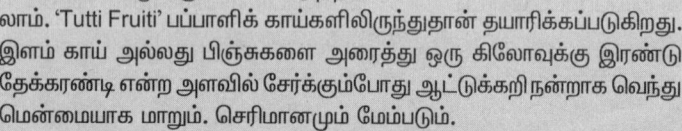

பப்பாளிப் பால் புரதத்தை உடைத்து சிறிய மூலக்கூறுகளாக மாற்று கிறது. இதனால் எந்த புரதத்தையும் நாம் எளிதில் செரிக்கும்படி செய்கிறது.

இந்தப் பால் நம் உடலில் 'sinus' இடுக்குகளில் தங்கியுள்ள கோழையை கரைக்கவல்லது. இப்படி கரைப்பதால் இந்த கோழை (சளி) எளிதில் வெளிவரும்.

♦ அடி மண்ணுக்கு, நடு மாட்டுக்கு, நுனி நமக்கு என்று நம்மாழ்வார் சொல்வதைக் கேட்டிருக்கிறேன். நாம் உண்ணாத கழிவுகளைத்தான் ஆடு மாடுகள் உண்கின்றன. உதாரணமாகத் தவிடு.

ஆனால், தவிடு பலவிதமான ஊட்டச்சத்துகளைக் கொண்டிருக் கிறது. அந்த காலத்தில் தவிடு பிஸ்கட் என்றே ஒன்று விற்றது. அது போல விசேஷ காலத்தில் மாடு உண்ணும் வைக்கோலிலிருந்தும் சில சத்துக்களைப் பெற நம்மிடம் சில உணவுகள் இருந்தன என்று கேள் விப்பட்டேன். அது குறித்து ஏதும் தகவல் தர முடியுமா?

– வி.கனிமொழி, ஒரத்தநாடு.

நல்ல கேள்வி. நாம் உண்பதை எப்படி மாட்டுக்கு விசேஷ காலங் களில் தருகிறோமோ, அதுபோலவே ஆடு மாட்டுக்கான உணவாக உள்ள பொருட்களை நாம் உண்கிறோம். இந்தப் பொருட்கள் நம் உணவுப்ப ழக்கங்களில் தொன்று தொட்டும் இருந்திருக்கின்றன. பொதுவாக

இத்தகைய பொருட்கள் வழக்கமான உணவாக அமையாததால் இவற்றை திருவிழாக்கள், பண்டிகைகளுடன் தொடர்புபடுத்தியிருந்தார்கள்.

இதில் செவ்வாய்ப் பிள்ளையார் என்று ஒரு விரதமுறை இருந்தது. இது சில குறிப்பிட்ட செவ்வாய்க் கிழமைகளில் பெண்கள் இரவு நேரங்களில் செய்யும் விரதமாக இருந்தது. இதில் ஆண்களுக்கு அனுமதி இல்லை.

இந்த விரதத்தில் அரிசி மாவில் தேங்காய் துருவிப் போட்டு உப்பில்லாத அடை செய்வார்கள். இந்த அடையை ஆண்கள் உண்ணக்கூடாது. இந்த அடையை நிறைய வைக்கோல் இட்டு நீராவியில் வேகவைத்து எடுப்பார்கள்.

இதனால் வைக்கோலில் உள்ள, நீராவியில் கரையக்கூடிய ஒரு சில சத்துக்கள் அடையில் சேரும். உப்பு இல்லாவிட்டாலும் சுவையாக இருக்கும்.

இதில் பெண்களுக்கான என்ன விசேஷ சத்து இருக்கிறது, ஆண்கள் ஏன் உண்ணக்கூடாது என்பதற்கான விஞ்ஞானபூர்வமான காரணங்கள் தெரியாவிட்டாலும், இது ஒரு சிறந்த 'Functional Food' என்பது மட்டும் நிச்சயம்.

பிறகு 50% மண் (செம்மண் அல்லது கரம்பை அல்லது நல்ல தோட்டத்து மண்) மற்றும் 50% நன்றாக மக்கிய குப்பையை கலந்து கொள்ளவும். இந்த 50% குப்பையில் நம்மால் இயன்ற அளவு சத்துக்கள் நிறைந்த மற்ற இயற்கை உரத்தை குப்பைக்கு பதில் சேர்த்துக்கொள்ளலாம்.

பின் ஹ்யூமிக் ஆசிட், அசோஸ்பைரில்லம் போன்ற நுண்ணுயிர் கள், கிரஷர் மண் தூள் போன்றவற்றை சேர்த்துக்கொள்ளலாம்.

இந்தக் கலவையை அழுத்தும்போது மென்மையாக மெத்தை போல் இருக்கவேண்டும். இல்லையென்றால் இன்னும் கொஞ்சம் கரிமப்பொருள் சேர்த்துக்கொள்ள வேண்டும்.

தொட்டியில் சருகு / இலைப் படுகையின் மேல் இந்தக் கலவையை இட வேண்டும்.

உண்மையான 'French Intensive System' முறையில் குறைந்தது 2 அடி ஆழம் இருக்குமாறு தயார் செய்வோம். ஆனால், வீட்டுச் சூழலில் மற்றும் தொட்டி முறைகளில் இது முடியாதென்பதால், நாம் ஓர் அடியிலிருந்து ஒன்றரை அடி ஆழம் இருக்குமாறு அமைத் துக்கொள்ளலாம். ஆழம் அதிகமாக அதிகமாக வேர்கள் உள்ளுக் குள் சென்று செடி பலமாக இருக்கும்.

மண்ணுக்கு உள்ளே காய்க்கும் கேரட், முள்ளங்கி, பீட்ரூட் செடிகளுக்கு ஆழம் அதிகமாக இருப்பது நல்லது. நேரடி விதை யிடும் செடிகளாக இருந்தால் மண்ணின் மேற்புறத்தில் கோடு இட்டு அந்த பள்ளத்தில் விதையிட்டு பின் மண்ணால் மூடலாம்.

நாற்றுகளாக இருந்தால் வேர்ப்பகுதி முழுவதும் உள்ளே இருக்

குமாறு நடலாம். அதிக சத்துள்ள மண்ணாக இருப்பதால் நெருக்கமாக நடுவதற்கான வாய்ப்பும் இருக்கிறது.

இதன் பிறகு வைக்கோல் அல்லது அதுபோன்ற வேறு கூளங்களால் மண்ணை மூடிவிட வேண்டும். பிறகு நீரை தெளிப்பான்கள் மூலமாக தெளிக்கலாம். நல்ல வடியும் தன்மை இருப்பதால் அதிகமாக இட்டாலும் நீர் தங்காது. அங்கக பொருட்கள் அதிகமாக இருப்பதால் மண் எளிதில் காயாது.

அதனால் மண்ணில் இருக்கும் ஈரத்தைப் பொறுத்து அடுத்து நீர் இட வேண்டும். தினசரி நீரிடுவது பொதுவாக அவசியமில்லை. சொட்டுநீர் மூலமாகவும் நீர் கொடுக்கலாம்.

இதே முறையை நாம் மற்ற சாதாரண தொட்டிகளுக்கும் பயன்படுத்தலாம். இந்த முறையில் செடிகள் ஆரோக்கியமாக வளர்வதால், நோய்தாக்குதல் இருப்பதில்லை. பூச்சி புழுக்களையும் செடிகள் எளிதாக சமாளிக்கும் திறமையைப் பெறுகின்றன. மகசூல் சாதாரண முறையிலிருந்து 2 முதல் 6 மடங்கு வரை இருக்கும்.

சரியான ஊட்டங்களை சரியான நேரத்தில் தருவதன் மூலமாக இந்த முறையில் இலையின் அளவு பலமடங்கு பெரிதாக இருக்கும்படி வளர்க்கலாம். இலைகள் மிகப்பெரியதாக இருக்கும் போது செடியின் காய்க்கும் திறன் அதிகரிக்கிறது.

சரி, நோய்கள் மற்றும் பூச்சி தாக்குதல்களிலிருந்து எப்படி செடிகளைக் காக்க வேண்டும்?

மன்னர் மன்னன்

வைரஸ், பாக்டீரியா, பூஞ்சையால் தாவரங்களுக்கு ஏற்படும் நோய்கள்!

ஏரினும் நன்றால் எருஇடுதல் கட்டபின்
நீரினும் நன்றதன் காப்பு

- என்ற குறளில் திருவள்ளுவர் உழவில் நாம் செய்யும் வேலைகளின் முக்கியத்துவத்தை கீழ்க்கண்டபடி வரிசைப் படுத்துகிறார்.

- பயிர் பாதுகாப்பு
- நீர் பாய்ச்சுதல்
- களை எடுத்தல்.
- உரமிடுதல்
- உழவு

இதன்படி பயிர்பாதுகாப்பு எல்லாவற்றையும் விட முக்கியத் துவம் வாய்ந்ததாக அமைகிறது. நோய், விலங்குகள், பறவைகள், காற்று, புழு பூச்சிகள், வண்டுகள் மற்றும் மனிதர்களிடமிருந்து செடிகளையும், தோட்டத்தையும் காப்பதே பயிர் பாதுகாப்பு. இதன் முதல் அம்சம் வேலி அமைப்பது. தோட்டத்தின் வெளி யிலிருந்து வரும் ஆடு, மாடு, மனிதர்களை இது கட்டுப்படுத்தும். ஆனால், நாம் தோட்டத்துக்குள் வளர்க்கும் கோழி, ஆடுகளை கட்டுப்படுத்தாது. அதுபோலவே பன்றி, காட்டுப்பன்றி, யானை, மயில், கிளி போன்றவற்றையும் கட்டுப்படுத்தாது. பன்றி, காட்டுப் பன்றி, யானை இவைகளுக்கு மின்வேலி ஓரளவுக்கு பயன் தரும். வேலி அமைக்கும்போது கம்பிவலைகள் மூலமாகவோ,

♦ **வாகை மரத்தின் சிறப்புகள் என்ன? ஏன் இதை மரச்செக்கு செய்ய பயன்படுத்துகிறார்கள்?**

– கேள்வியின் நாயகன், குனியமுத்தூர்.

● சாலை ஓரத்தில் வாகைமரம்

● வாகைப் பூ

வாகை மரத்தில் மரச்செக்கு செய்யப்படுவதால் இது மரச்செக்கு என்று வழங்கப்படுகிறது. வாகைமரம் எடை குறைவாக இருக்கும். ஆனால், பலமானதாகவும், உராய்வு குறைவாகவும், எந்த வாடையும் இல்லாமலும் இருக்கும். இதனாலேயே இது செக்கு செய்ய பலன்படுகிறது.

பண்டைய காலத்தில் மன்னர்கள் வெற்றி பெற்று நாடு திரும்பும்போது வாகை மலரை அணிவது வழக்கம். இதிலிருந்துதான் 'வாகை சூடுதல்' என்ற சொலவடை வந்தது.

வாகை மரம் பல மருத்துவப்பலன்கள் கொண்டது. இதன் இலைகள், பூ, மரப்பட்டை, பூ மொக்கு, விதை அனைத்துமே விசேஷமான மருத்துவக் குணங்களை கொண்டுள்ளன. வாகை இலையை ஆடு, மாடுகளுக்கு தீவனமாக தரலாம். அதே இலையில் நாம் தேநீர் தயாரித்து குடிக்கலாம்.

வாகை இலையின் தேநீர் கண்களில் ஏற்படும் எல்லாவிதமான நோய்களுக்கும், குறிப்பாக கண் சிவத்தல், கண் எரிச்சல், மாலைக்கண் நோய் இவைகளுக்கு நல்ல தீர்வாக அமைகிறது. இதன் பூக்கள் விஷ முறிவுக்கு பயன்படுகிறது.

♦ **வீட்டுத்தோட்டத்தில், ஓணான் நல்லதா கெட்டதா?**

– நந்தினி அமித், கோவை.

ஓணான் ஒருசில சமயங்களில் இலை மற்றும் பூக்களை குதறினாலும், செடிகளுக்குத் தீங்கு தரும் பூச்சிகளை பிடித்து தின்பதால் இவைகள் தோட்டத்துக்கு நன்மையே செய்கின்றன. அது போலவே சிலந்திகளும் பெரும் பயன் தரக்கூடியவை. அதனால் சிலந்திகளையும், ஓணானையும் ஓட்டாமல் இருப்பதே நல்லது.

மூங்கில் தட்டி மூலமாகவோ, உயிர் வேலியாகவோ அமைக்கலாம்.

இதில் உயிர்வேலியாக அமைக்கும்போது செலவைக் குறைத்து, ஆடு மாடுகளுக்கு தீவனமும் பெறலாம். உயிர்வேலி அமைக்க

♦ சாக்கலேட் மாதிரியே மிகவும் சுவையுள்ள காரப்பழம் என்ற ஒன்று கிராமங்களில் கிடைப்பதாக ஒரு யூ டியூப் வீடியோ பார்த்தேன். அது என்ன பழம்?

– தாமரைச்செல்வி, திருவாடனை.

அது காரப்பழம் இல்லை, காராப்பழம். சுவையாக இருக்கும். இது செங்காயாக இருக்கும்போது சிறிது துவர்ப்பும் இனிப்பும் உள்ளதாகவும், நன்றாகப் பழுத்தபின் நல்ல இனிப்பாகவும் இருக்கும்.

நிறைய மருத்துவப்பலன்கள் நிறைந்தது. குறிப்பாக அடிக்கடி கொட்டாவி விடுபவர்களுக்கு மிகச்சிறந்த மருந்து. ஊளைச் சதையைக் குறைக்கும். இலையையும் காயையும் கஞ்சி வைக்கும் போது சேர்த்து உண்ணலாம். மூலத்துக்கும் இது சிறந்த மருந்து.

மரவள்ளித் தோட்டத்தில் அமைக்கப்பட்டுள்ள ஊன்றுகல் மற்றும் கம்பி வலையால் ஆன வேலி

பல மாதங்கள் எடுத்துக்கொண்டாலும் பலவிதமான பயன்களை அது தரக்கூடியது.

பொதுவாகக் கிலுவை, ஒதியம், இலந்தை, முள்ளு முருங்கை, சுபாபுல், கிளரிசிடியா போன்றவற்றை அமைக்கலாம். உயிர் வேலிகள் வேகமான காற்றிலிருந்தும் செடிகளைப் பாதுகாக்கின்றன. உலர்ந்த மரங்கள், தோட்டக்கழிகளிலிருந்து வேலி அமைப்பது பொதுவாக பயனில்லாததாகவே இருக்கிறது அல்லது மிக குறுகிய காலத்தில் பயனில்லாமல் போகிறது.

மின்வேலி அமைப்பது சட்ட விரோதமானது. காட்டுப்பகுதிகளில் வனத்துறை அமைப்பது மட்டுமே அனுமதிக்கப்பட்டுள்ளது. சூரிய மின்சக்தி மூலமாக மின்வேலி அமைப்பது அனுமதிக்கப்பட்டுள்ளது.

கிலுவை உயிர் வேலி

இதன்படி, சோலார் தகடுகள் மூலமாக தயாரிக்கும் மின்சாரம் குறைந்த மின் அழுத்தத்தில் கம்பிகளில் பாய்ச்சப்படுகிறது. இதனால் உயிரிழப்பு ஏற்படுவதில்லை.

இனி தாவரங்களை நோய்களிலிருந்து காப்பது எப்படி என்று பார்ப்போம்.

மனிதர்களைப்போலவே பொதுவாக வைரஸ், பாக்டீரியா மற்றும் பூஞ்சையால் தாவரங்களில் நோய்கள் ஏற்படுகிறது. நம்மைப் போலவே தாவரங்களுக்கும் நோய் எதிர்ப்புச் சக்தி உள்ளது. இந்த நோய்கள் கட்டுப்படுத்த முடியாத அளவுக்கு பரவும்போதே நாம் பூச்சி மருந்துகளை பயன்படுத்த வேண்டி யிருக்கும். அல்லது நோய் தாக்கிய செடியை நீக்கிவிட்டு ஒருசில முற்பாதுகாப்பு முறைகளை பின்பற்றுவதன் மூலமாக நோய் பரவுவதை தடுக்கலாம்.

வைரஸால் வரும் நோய்கள்: இலைப்புள்ளி நோய், பலவண்ண நோய், இலைச்சுருள் நோய், உச்சிக் கொத்து நோய், மொசைக் நோய்.

பாக்டீரியாவால் வரும் நோய்கள்: வாடல் நோய், இலை வெடிப்பு நோய், சொறி நோய், வெப்பு நோய், மென் அழுகல் நோய், கேன்கர் நோய்.

பூஞ்சையால் வரும் நோய்கள்: செவ்வழுகல் நோய், வெண்துரு நோய், கருத்துரு நோய், வெப்பு நோய்.

எந்த நோய் தாவரத்தை பாதித்திருக்கிறது என்பதை அறிந்த பின் மருத்துவம் செய்வதுதான் பயனளிக்கும். இப்படி நோயை அறிந்துகொள்வதில் கவனம் செலுத்தாமல் மருந்து தெளிப்பதால் தான் அதிகம் செலவாகிறது, மருந்தும் பயனளிக்காமல் போகிறது.

நமக்கு எப்படி நோய் அறிதல் முக்கியமோ அதைவிட அதிக முக்கியத்துவத்தை தாவரங்களின் நோய் அறிதலுக்கு நாம் கவனம் செலுத்தவேண்டும். ஏனெனில் தாவரங்களால் பேசமுடியாது.

பெரும்பாலான நேரங்களில் சத்து குறைபாட்டால் ஏற்படும் அறிகுறிகளை நோய் என்று தவறாக எண்ணி மருந்து தெளிக்கிறோம். போதுமான விழிப்புணர்வு இல்லை என்பதையே இது

காட்டுகிறது.

இலைகளில் இருக்கும் புள்ளிகள், நுனிக்கருகல், வாடல் போன்ற அறிகுறிகள் சத்துக் குறைபாட்டாலும் இருக்கலாம் நோய்களாலும் இருக்கலாம். இரண்டில் எது என்பதை அறிய அனுபவமிக்க விவசாயி, அரசு விவசாய அலுவலர்கள், தனியார் விவசாய ஆலோசகர்கள் போன்றவர்களிடம் கலந்தாலோசிக்க வேண்டும்.

பெரும்பாலான நோய்களுக்கு எளிய மருந்துகளும், கட்டுப் பாட்டு முறைகளுமே நல்ல தீர்வாக அமைகின்றன. உதாரண மாக ஒருசில குறைபாடுகளும் நோய்களும், வெறும் தண்ணீரை நன்றாகத் தெளிப்பதனாலேயே சரியாகின்றன. ஒருசில பூச்சிகளின் முட்டைகள் வெறும் சுண்ணாம்புத் தண்ணீரை தெளிப்பதனால் அழிந்துவிடுகின்றன. சில பூச்சிகளை சர்க்கரைக் கரைசல் தெளித்து எறும்புகளை வரவேற்பதால் அழிக்கலாம்.

இவை எல்லாவற்றுக்கும் நோயின் மூலத்தையும், காரணத்தை யும் அறிவது அவசியம். இந்த இடத்தில் மருந்து தெளிக்கும் முறை, தெளிக்கும் நேரம், எந்த தெளிப்பான் உபயோகப்படுத்துகிறோம் என்பதும் முக்கியமாக அமைகிறது.

ஹோம் அக்ரி

செடிகளில் முட்கள் எதற்கு?

தங்களுக்கென சில பிரத்யேகமான நோய் எதிர்ப்பு அமைப்பைத் தாவரங்கள் பெற்றிருக்கின்றன. இது இனங்களுக்கு ஏற்ப வேறுபடும்.

சில சமயங்களில் இந்த நோய் எதிர்க்கும் உத்திகள், பூச்சித் தாக்கம் அல்லது நோய் தீவிரமாகும்போதுதான் தாவரங்களால் வெளிக்காட்டப்படுகின்றன.

ஆக, முன்னேற்பாடாக நாம் தெளிக்கும் மருந்துகள் அச்செடிகளின் சொந்த நோய் எதிர்ப்பு அமைப்பை செயலிழக்கச் செய்கின்றன.

ஒருசில அமைப்புகள் செடிகளில் இயல்பாக எப்போதுமே அமைந்திருக்கின்றன. உதாரணமாக சில செடிகளில் காணப்படும் முட்கள்.

தங்கள் இலைகளையும் காய் கனிகளையும் விலங்குகள் மற்றும் மனிதர்களிடமிருந்து பாதுகாக்க செடிகளுக்கு உதவுபவையே முட்கள். இதில் பலவகைகள் உண்டு. சில சிறியவை. வேறு சில விஷத் தன்மை கொண்டவை. இன்னும் சில கடினமானவை. அதாவது எந்த உயிரினங்கள் தங்களைத் தாக்க வாய்ப்புள்ளதோ அவற்றை எதிர்க்கும் வகையில் செடிகள் முட்களைக்கொண்டிருக்கும்.

ஆக, இந்தத் தாவரங்கள் ஊட்டமுள்ள சோற்றையும், சுவையான பழங்களையும் கொண்டிருந்தாலும், மனிதனையும், குரங்கையும் தவிர வேறு எந்த உயிரினமும் அதை எடுக்கமுடியாத

♦ வரப்புயர நீர் உயரும்
  நீர் உயர நெல் உயரும்
  நெல் உயரக் குடி உயரும்
  குடி உயரக் கோல் உயரும்
  கோல் உயரக் கோன் உயர்வான்

என்று அவ்வையார் சொல்வதுபோல் நீர் நிறையக் கட்டினால் நெல் நன்றாக வளருமா? என் அனுபவத்தில் வரப்பை உயர்த்துவதும், நீர் நிறையக் கட்டுவதும் எந்த விதத்திலும் நெல் வளர்ச்சிக்கும், நல்ல மகசூலுக்கும் உதவாது. தங்கள் கருத்து என்ன?

– தருமராஜ், கிருஷ்ணகிரி.

நேரடியாகப் பார்த்தால் அவ்வையாரின் கருத்து தவறாகத் தெரியும். வரப்பை உயர்த்துவதும், நீரை அதிகமாக நிறுத்துவதும் எந்த விதத்திலும் நெல் விளைச்சலுக்கு உதவாது. இந்த விஷயம் அவ்வையாருக்கும் தெரியும்.

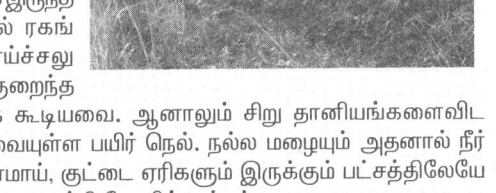

அந்தக் காலத்தில் இருந்த பெரும்பாலான நெல் ரகங்கள் காய்ச்சலும் பாய்ச்சலுமாக வைத்திருந்து குறைந்த நீர்கொண்டு வளரக் கூடியவை. ஆனாலும் சிறு தானியங்களைவிட அதிகமான நீர் தேவையுள்ள பயிர் நெல். நல்ல மழையும் அதனால் நீர் நிரம்பிய குளம், கண்மாய், குட்டை ஏரிகளும் இருக்கும் பட்சத்திலேயே விவசாயிகள் நெல் நடவு பற்றி யோசித்தார்கள்.

அதனால் நெல் விளைவிக்கும் அளவுக்கு நல்ல மழை பெய்ய வேண்டும், அதனால் நீர் நிலைகளின் வரப்புகள் உயரவேண்டும் என்ற பொருளோடுதான் அவர் பாடியிருக்கிறார்.

♦ புதுக்கோட்டைக்கு அருகில் உள்ள நம்மாழ்வாரின் தோட்டம் 'கொழுஞ்சித் தோட்டம்' என்று அவரால் பெயரிடப்பட்டது என்று கேள்விப்பட்டேன். அப்படி 'கொழுஞ்சி'யில் என்ன சிறப்பு?

– தேவி, மதுரை.

பசுந்தாள் தாவரங்களில் மிகவும் சிறந்தது கொழுஞ்சி. இதை நெல் வயலிலோ, மற்ற இடங்களிலோ வளர்த்து பின் மடக்கி உழுதால் நிலத்துக்கு நல்ல தழைச்சத்து கிடைக்கும். இதன் இலைகளிலிருக்கும் தழைச்சத்தைத் தவிர இன்னொன்றையும் செய்யும். ஆம். தழைச்சத்தை காற்றிலிருந்து நிலை நிறுத்தும் நுண்ணுயிர்களைப் பெருக்கி மண்ணில் நைட்ரஜன் அளவை அதிகப்படுத்தும்.

இது மக்கி மண்ணின் கரிமப்பொருளை அதிகப் படுத்தும். இதன் சிறப்பு என்னவென்றால், ஒருசில வருடங்கள் இதை பயிரிட்டு வளர்த்தாலே போதும். மற்ற வருடங்களில், மழை பெய்யும்போது தானாகவே முளைக்கும். இதன் விதை யைத்தேடி வருடாவருடம் அலையவேண்டியதில்லை.

இதை குளம் குட்டைகளில் இடும்போது அதிகப்படியான புழுக்கள் உண்டாகி மீன்களுக்கு இரையாகிறது. பசுந்தாள் உரங்களிலேயே அதிக மான பலன்கள் உடையதால் நம்மாழ்வார் தன் தோட்டத்தை கொழுஞ்சித் தோட்டம் என்று பெயரிட்டார்.

♦ **எங்கள் பகுதியியில் கோரை அதிகமாகக் காணப்படுகிறது. இதனால் ஏதும் பலனுண்டா?**

– சீனிவாசன், சீர்காழி.

கோரைபாய் பின்ன பயன்படும். கோரைப்பாய் உடலுக்கு குளிர்ச்சி அளித்து சோர்வைப் போக்கக்கூடியது. இதன் வேர்ப்பகுதியில் நல்ல மணமுள்ள கிழங்கு இருக் கும், இதை கோரைக்கிழங்கு என்பார்கள். சித்த வைத்தி யத்தில் இது முத்தக்காசு! பலவிதமான மருத்துவங்க ளுக்கு இது பயன்படுகிறது. இயற்கையாகவே வளமான நீருள்ள பகுதிகளில் இது தன்னிச்சையாகவே வளர்ந் தாலும், பணப்பயிராகவும் சிலர் இதைப் பயிரிடுகிறார் கள்.

அளவுக்கு இந்த முட்கள் அமைந்திருக்கின்றன.

ஒருசில தாவரங்களில் ஆடுமாடுகள் இலைகளை மேயாத படியான முட்கள் இருக்கும். உதாரணமாக கருவேலம், வெள் வேலம் மரங்களின் இலைகள் ஆடுமாடு உண்ணத் தகுந்தவை யாக இருந்தாலும், மேய்ந்து உண்ண முடியாதபடி முள் அமைப் புகள் இருக்கும். சீமைக்கருவேல மரமும் அத்தகைய தன்மை கொண்டதுதான்.

ஆனால், இதன் முதிர்ந்த காய்களை ஆடுமாடுகள் உண்பதில் சிரமம் இருக்காது. ஏனென்றால் விலங்குகள் இல்லாமல் இந்த

மன்னர் மன்னன்

● பாரம்பரிய முள் கத்திரி இலையில் உள்ள முள்

மரங்கள் விதைகளைப் பரப்பமுடியாது.

தாவரங்களில் இருக்கும் சுனை எனப்படும் இலைகளின் மேற் பரப்பில் இருக்கக்கூடிய சிறிய மயிரிழைபோன்ற அமைப்புகளும் பாதுகாப்பு அம்சமாகவும், தொடுஉணர்வு அங்கமாகவும் செயல் படுகின்றன.

சுனைகளோடு உள்ள இலைகளை பூச்சிகளும் ஆடு மாடுகளும் உண்டால் அவற்றுக்கு பல்வேறு விதமான உபாதைகள் ஏற்படும். இது சுனைகளின் தன்மையைப் பொறுத்தது. நெல், சிறுதானியப்பயிர்கள், கால்நடைத் தீவன புல்வகைகள், சில மருந்துச் செடிகள் ஆகியவற்றில் இந்த சுனைகள் இருக் கின்றன. சில தொட்டாலே கடுமையான அரிப்பை ஏற் படுத்துகின்றன. ஆனால், இதே சுனைகள் விளைச்சலுக்குப் பின் மறைந்து கால்நடைகள் உண்ணத் தகுந்தவையாக மாறுகின்றன.

சில சுனைகள் மிகவும் வேதனையைத் தருபவை. உதாரணத் துக்கு, சிறுகாஞ்சொறி என்ற செடி, உடலில் பட்டதும் அரிப்பை ஏற்படுத்தும். அதைச் சொறிந்து விட்டால் தோல் சிவந்து தடித்து விடும். அதனால் மனிதனோ கால்நடைகளோ இதன் அருகிலேயே செல்வதில்லை. ஆனால், இது ஒரு மிகச்சிறந்த மருந்து. சித்த வைத்தியத்தில் மூட்டுவலி, தோல் வியாதிகள் போன்ற உபாதை களுக்கு பயன்படுத்தப்படுகிறது.

பால்வடியும் இலைகள் கொண்ட செடிகள் வேறுவகை. இவற்றை கால்நடைகள் கடிக்கும்போது அவற்றின் வாய்க்குள் வெடி வெடிப்பது போன்ற ஒருசில வேதிப்பொருட்கள் வெளிப் படும். இதனால் இரண்டாவது கடி தவிர்க்கப்படுகிறது.

நாம் வீட்டுக்குள் வளர்க்கும் பச்சையும் வெள்ளையுமான பெரிய இலைகளைக்கொண்ட டிப்ஹன்பேக்கர் செடி, இந்த வகையைச் சேர்ந்ததுதான். இதைத் தவறுதலாக வாயில் போட்டு மென்ற குழந்தைகள் இறந்தது பற்றி சில வருடங்களுக்கு முன் நாம் செய்திகளில் படித்திருப்போம்.

சில தாவரங்கள் எறும்பு போன்ற உயிரினங்களுக்கு தங்க இடமும் ஊட்டமும் கொடுத்து தங்களை விலங்குகள் மற்றும் பூஞ்சைகளிடமிருந்து காத்துக்கொள்கின்றன. வெள்ளை நுணா மற்றும் வேறு சில தாவரங்கள் இப்படி தங்களைப் பாதுகாத்துக்கொள்பவை.

பொதுவாக இவை பெரிய நெருப்பு எறும்புகள் வகைகளாகவே இருக்கின்றன. இதன் கடிமற்ற சாதாரண எறும்புகளின் கடியைவிட பல மடங்கு வலி மிகுந்ததாக இருக்கும். இந்த எறும்புகள் அருகிலிருக்கும் மற்ற செடிகளின் இலைகளையும் அடித்து அருகில் வராமல் செய்கின்றன.

தொட்டாற்சிணுங்கி போன்ற சில தாவரங்கள், மனிதனோ விலங்கோ தங்கள் உடலில் பட்டதும் சுருங்கி வாடி, இறந்த செடிகளின் இலையைப் போல காட்சியளிக்கும். இதனால், மேயும் விலங்குகள் இவற்றை உண்ணாமல் தவிர்த்துவிடும். ஆபத்து நீங்கியதும் அவை மீண்டும் இயல்புக்குத் திரும்பும்.

மன்னர் மன்னன்

மூலிகைகளை
எப்போது, எப்படிப் பறிக்கவேண்டும் என்று ஏன் சித்தர்கள் சொன்னார்கள்..?

முள், சுனை, இலை, காய்களில் இருக்கக்கூடிய விஷங்களும், இயற்கையான வெறுக்கத்தக்க மணம் போன்ற அம்சங்களும் தங்களைத் தாக்க வரும் எதிரிகளை எதிர்கொள்ளுமாறு நிரந்தரமாக சில செடிகள் கொண்டிருக்கின்றன.

சில அம்சங்கள் தாங்கள் தாக்குதலில் இருக்கிறோம் என்று தெரிந்துகொண்ட பிறகுதான் செடிகள் செயல்படுத்துமாறு அமைந்திருக்கின்றன.

பெரும்பாலும் வேதிப்பொருட்கள் மூலமாகவே இந்தத் தற்காப்பு அம்சங்களை தாவரங்கள் செயல்படுத்துகின்றன. தாக்கப்படுவதற்கு முன்னரோ, குறைந்த அளவிலான தாக்குதலிலோ இந்த வேதிப்பொருட்களை இவை தயாரிப்பதில்லை. ஏனென்றால் இந்த விசேஷ வேதிப்பொருட்களை தயாரிப்பதில் பெருமளவு தங்கள் சக்தியையும், முக்கியமான ஊட்டங்களையும் இழக்கவேண்டியிருக்கிறது.

முதலில் தாக்குதல் உறுதியான பிறகு பெரும்பாலான தாவரங்கள் காற்றில் பரவக்கூடிய ஒரு விதமான கரிமப்பொருளை (VOC) வெளியிடுகின்றன. இந்தப் பொருள் தங்களைத் தாக்க வரும் பூச்சி உட்பட மற்ற எதிரிகளுக்கு எரிச்சலூட்டக் கூடியதாகவோ, விஷமுடையதாகவோ, பயமுறுத்தக்கூடியதாகவோ இருக்கிறது. இந்த வாடை அருகில் இருக்கக்கூடிய மற்ற செடிகளை எச்சரிக்கிறது. இதை உணர்ந்துகொண்ட மற்ற செடிகளும் தங்களுடைய

சாமந்திப்பூ மண்ணிலுள்ள வேர்ப்புழுக்களைக் கொல்கிறது. இதன் மணம் பல பூச்சிகளையும் விரட்டுகிறது. இதன் பூக்களில் உள்ள பைரித்திரின் என்ற விஷம் பூச்சி மருந்தாகப் பயன்படுகிறது

பாதுகாப்பு அம்சங்களைத் தயார் செய்கின்றன.

இப்படி பூச்சிகள், விலங்குகள், பறவைகள் மற்றும் ஏனைய தாவர உண்ணிகளைச் சமாளிப்பதற்காக தாவரங்கள் பல்வேறு வகையான தற்காப்பு அம்சங்களைத் தங்களுக்கேற்றவாறு தகவமைத்துக்கொண்டுள்ளன. இந்த தகைமைகளுக்கு ஏற்றாற்போல் தாவர உண்ணிகளும் இவற்றை சமாளிப்பதற்காக் தங்களை மாற்றிக்கொண்டுள்ளன.

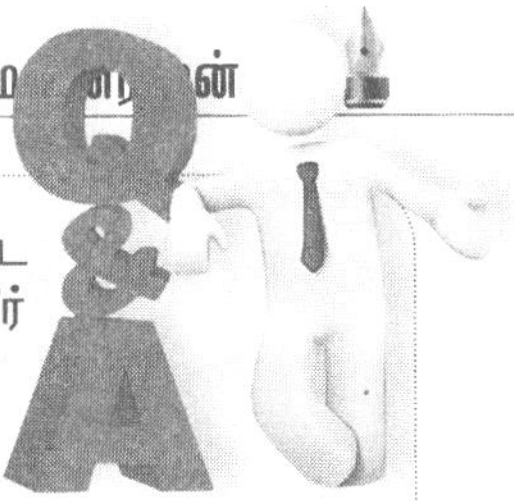

♦ வாகைப்பூவை மன்னர்கள் வெற்றியின் அடையாளமாக அணிவார்கள் என்று சொல்லியிருந்தீர்கள். அதுபோல கொன்றைப்பூவையும் மன்னர்கள் அணிந்தார்கள் என்று படித்ததாக ஞாபகம். இதன் சிறப்பு என்ன?

- *கிருஷ்ண துளசி, வயனாடு, கேரளா.*

கொன்றை மரம் சரக்கொன்றை என்றும் அழைக்கப்படுகிறது. பூக்கள் சரம்சரமாக தொங்குவதால் இந்தப் பெயர். அழகான தோற்றமுடையது. கோடை காலங்களில் பூக்கும் இந்த மரம் பல கோயில்களில் ஸ்தல விருட்சமாக இருக்கிறது.

இதை மன்னர்கள் அணிந்தார்களா எனத் தெரியாது. ஆனால், சிவ பெருமான் அணிந்ததாக பாடல்கள் உணர்த்துகின்றன. 'மின்னார் செஞ்சடைமேல் மிளிர் கொன்றை அணிந்தவனே' என்ற பாடல் சிவன் இந்த அழகான மலரை அணிந்தார் என்பதை சுட்டிக்காட்டுகிறது. அதுபோலவே அவ்வையாரின் 'கொன்றை வேந்தன் செல்வன் அடியினை என்றும் ஏத்தித் தொழுவோம் யாமே' என்ற பாடலும் சிவன் இதை அணிந்ததாகச் சொல்கிறது.

சிவன் சம்பந்தப்பட்ட எல்லா மூலிகைகளும் மிகவும் விசேஷமான மருத்துவப் பலன்கள் கொண்டவை. அது போலவே இந்த மரத்தின் பூ, பட்டை, வேர், இலைகள், காய், விதைகள் அனைத்தும் தமிழ் மருத்துவத்தில் உபயோகப்படுத்தப்படுகின்றன.

பேன் தொல்லையைப் போக்க மன்னர்களும் மக்களும் இதை அணிந்தார்கள்! நாமும் நம் குழந்தைகளுக்குப் பல்வேறு பூக்களை அணிவிப்பதால் அவர்களை பேன் தொல்லையிலிருந்து காக்கலாம்.

♦ செம்பருத்திப் பூவைச் சாப்பிடலாமா?

- *சிவனாண்டி, தாமரைக்குளம்.*

பூவின் மகரந்தத்தையும், கீழுள்ள குப்பியையும் நீக்கிவிட்டு அப்படியே சாப்பிடலாம். அல்லது பூவின் இதழ்களைக் காயவைத்து எடுத்து தேநீராகவும் பருகலாம். செம்பருத்தி தேநீர் தூள் இப்போது கடைகளிலும் கிடைக்கிறது.

சிவப்பு நிறத்தில் உள்ள அடுக்கு இல்லாத செம்பருத்தியே உண்ணத் தகுந்தது. மற்ற நிறத்திலும், அடுக்கடுக்காக இருக்கும் செம்பருத்தியும் உண்ணத்தகாதவை. இப்படியே தாமரை, அல்லி, புளியம் பூ, ஆவாரை போன்ற பல மலர்களும் உண்ணக்கூடியவைதான்.

ஹோம் அக்ரி

நொச்சி சுண்டை

கருநிறத் துளசி வழுதுணங்காய் என்ற கத்திரி

சில சமயங்களில் தாவரங்களின் இந்த மாறுபட்ட பாதுகாப்பு அம்சங்களை தங்களுக்கு சாதகமாக, சில சமயங்களில் தங்களைப் பாதுகாத்துக்கொள்ளக் கூட பயன்படுத்தத் தொடங்கியிருக்கின்றன. இப்படிப்பட்ட தழுவல்களும், மாற்றங்களும் தாவர உண்ணிகளுடன் சேர்ந்தே பரிமாண வளர்ச்சி பெற்றிருக்கின்றன. இதை ஆங்கிலத்தில் 'Co-Evolution' என்பார்கள்.

உதாரணமாக, தங்களைப் பாதுகாத்துக்கொள்ள எருக்கஞ் செடிகள் ஒரு பால் பொருளை உற்பத்தி செய்கின்றன. இந்த பால் இதயத்தின் ஓட்டத்தை நிறுத்தக்கூடியது; கண்களைக் குருடாக்கக் கூடியது. அதனால் பெரும்பாலான பூச்சி, மிருகங்கள் இதைக் கடிப்பதில்லை.

ஆனால், வெந்தய வரியன் (Plain Tiger) என்ற அடிக்கடி நாம் காணக்கூடிய ஒரு வண்ணத்துப்பூச்சி மற்றும் அதன் கூட்டுப் புழு எருக்கிலையை உண்டு வாழத் தங்களைத் தகவமைத்துக் கொண்டுள்ளன. பாலிலுள்ள விஷப்பொருளை தங்கள் உடலில் வைத்துக்கொள்ளவும் பழகியிருக்கின்றன.

இந்தக் காரணத்தால் மற்ற பூச்சிகளும், பறவைகளும் இந்த வண்ணத்துப்பூச்சியை உண்பதிலிருந்தும், கூட்டுப்புழுவை உண்ப திலிருந்தும் விலகியிருக்கின்றன.

இந்தப் பரிமாண வளர்ச்சி சில சமயங்களில் புது வகைகள் உண்டாகவும் காரணமாகிறது. உதாரணமாக கண்டங்கத்திரி, தூதுவளை, கத்திரி, சுண்டைக்காய், மணத்தக்காளி, தக்காளி எல்

லாமும் ஏதோ ஒரு காட்டுச் செடியிலிருந்து பரிமாண வளர்ச்சியில் உண்டான இனங்கள்தான்.

மேய்ச்சலிலிருந்து காத்துக்கொள்ள முள், பூச்சிகளிலிருந்து காத்துக்கொள்ள விஷம் என்று பல்வேறு விதமான மாற்றங்களை தங்களுக்குள் ஏற்படுத்தி ஒரு புது இனமாகவே உருவெடுத்திருக்கின்றன.

இப்படி தங்களைத் தாக்குதல்களிலிருந்து பாதுகாத்துக் கொள்வதற்காக தாவரங்கள் தயாரிக்கும் பல்வேறு துணைப் பொருட்கள் நமக்கு மருந்தாகவும், பூச்சிக்கொல்லி, மற்றும் சில தொழிற்சாலை மூலப்பொருட்கள் தயாரிக்கவும் பயன்படுகின்றன.

கோக்கெய்ன், ஒப்பியம், ஆஸ்பிரின், அட்ரோபின் போன்றவை எல்லாம் தாவரங்கள் தங்களைப் பாதுகாத்துக் கொள்ள தயாரிக்கும் உப உற்பத்திப்பொருட்கள்தான்.

சித்த வைத்தியம் என்கிற தமிழர் மருத்துவமுறை இந்த விதமான தாவரங்களின் மாறுபடும் தன்மையையும், காலம், இடம், சுற்றுச் சூழலுக்கேற்றவாறு தாவரங்களின் பாதுகாப்புக்காக உற்பத்தியாகும் உபபொருட்களின் தன்மையையும் நன்றாக அறிந்திருந்து அதை சரியான முறையில் பயன்படுத்துகிறது.

அதனாலேயே ஒரு மூலிகையை எப்போது பறிக்க வேண்டும், எப்படி பறிக்க வேண்டும், நில வகைகளுக்கு ஏற்ப ஒரே மூலிகையின் தன்மை எப்படி மாறுபடும் என்பது போன்ற தகவல்களை மருத்துவர், மருந்து தயாரிப்பவர் கவனிக்க வலியுறுத்துகிறது.

மூலிகைகளின் அருகில் இருக்கும் மற்ற மிருகங்களையும், பறவைகளையும் கவனிக்கச் சொல்லி வலியுறுத்துகிறது. அதாவது ஒரே மூலிகை அதன் சூழலுக்கு ஏற்றவாறு எப்படி மருத்துவப் பலன்களைக்கொண்டிருக்கும் என்பதை தெள்ளத்தெளிவாக உணர்த்துகிறது.

சுருக்கமாகச் சொல்வதென்றால், சித்தர்களின் மருத்துவ முறை தாவரங்களின் இயல்பான வேதித்தன்மையைக்காட்டிலும் உபஉற்பத்திப் பொருட்களை மிக முக்கியமான மருத்துவப் பொருளாகப் பார்க்கிறது.

உதாரணமாக உளுந்து தைலம் தயாரிக்க குறிஞ்சி நிலத்தில் மார்கழி / தையில் அறுவடை செய்யப்படும் உளுந்து மட்டுமே உபயோகப்படுத்த வேண்டும். அதுபோல, மற்ற சில மூலிகைகள் பறிப்பதிலும் சரியான முறைக்கான குறிப்புகள் சொல்லப்பட்டிருக்கின்றன.

இதுதவிர தங்களைப் பாதுகாத்துக்கொள்ள செடிகள் தங்களுக்குள் ஏற்படுத்திக்கொள்ளும் மாற்றங்களைப் பயன்படுத்தி சில புது இனங்களைச் சித்தர்கள் உருவாக்கியதாகவும் வரலாறு உண்டு. குறிப்பாகக் காயகல்பத்துக்கான ஒருசில

மூலிகைகள் பரவலாகக் கிடைப்பதில்லை. இந்தச் செடிகள் தேவைப்படும்போது இவர்கள் இருக்கும் மற்ற செடிகளிலிருந்து பெற்றுக்கொண்டதாக ஒரு கருத்து நிலவுகிறது. இதற்கான ஒருசில முறைகளையும் சித்தர்கள் தங்கள் குறிப்புகளில் எழுதியிருக்கிறார்கள்.

காயகல்பத்தில் செங்குமரி (சிவப்பு சோற்றுக்கற்றாழை), பொற்சீந்தில், கருநொச்சி, கருநெல்லி போன்றவை முக்கியமானவை. இதில் கருநொச்சி, கருநெல்லி போன்றவற்றை எப்படி சாதாரணமான நொச்சி, நெல்லியிலிருந்து பெறலாம் என்பதற்கான குறிப்புகள் இருக்கின்றன.

இப்படி பல்வேறு சோதனைகளைச் சந்தித்து இயல்பாக பூச்சி புழுக்களைச் சமாளித்து வாழவும்; வைரஸ், பாக்டீரியா தரும் நோய்களுக்குத் தேவையான எதிர்ப்பு சக்திகளோடும் இருப்பவைதான் பாரம்பரியப் பயிர்கள்.

இவற்றைத் தவிர்த்து நாம் வீரிய (hybrid) விதைகளைப் பயன்படுத்தும்போது, இந்த நோய் எதிர்ப்புத் தன்மையை இழக்கிறோமா..? பார்ப்போம்.

◆◇◆

தாவரங்கள் மீது நடைபெறும் தாக்குதல்கள்

நாம் சாதாரணமாகப் பயன்படுத்தும் மூலிகைச் செடிகளும், இயல்பாக வளரும் வேறு தாவரங்களும் பூச்சி மற்றும் நோய்த் தாக்குதல்களுக்கு எளிதில் ஆளாவதில்லை. நாம் தினசரி பார்க்கும் துளசி, குப்பைமேனி, வேம்பு, புல் வகைகள், மற்ற மர வகைகள் ஏதும் நோய் தாக்குதலாலோ, ஊட்டச்சத்து குறை பாட்டாலோ, புழு பூச்சி தாக்குதலாலோ மடிந்துபோவதில்லை.

பின் ஏன் நம் காய்கறிச் செடிகளும், தானியப்பயறுகளும், அழகுச்செடிகளும் இவைகளால் பாதிக்கப்படவேண்டும்?

இயல்பான மனித இடையூறு இல்லாமல் பரிணாம வளர்ச்சி அடைந்த வகைகள் தங்களைத் தாங்களே பாதுகாத்துக்கொள்ள முடிந்தவையாக இருக்கின்றன. உற்பத்தியை அதிகப்படுத்தவோ மற்ற காரணங்களுக்காகவோ வெவ்வேறு இயல்புடைய ஒரே வித செடிகளைக் கலந்து புதிய வீரிய ரகங்களை உருவாக்கும் போது அவை பல்லாயிரம் வருடங்களாக தகவமைத்துக்கொண்ட எதிர்ப்புச் சக்திகளை இழக்க வாய்ப்பிருக்கிறது.

ஆக, உற்பத்தியை பெருக்க ரகங்களைக் கலப்பது (மரபணு மாற்றம் அல்ல) உணவு உற்பத்திக் காரணங்களுக்காக சரியான தாக இருந்தாலும் தனித்துவம்கொண்ட பாரம்பரிய ரகங்களையும் காப்பது அவசியம் என்பதை உணர வேண்டும்.

புது ரகங்கள் நமக்குப் பல ஆதாயங்களை தந்தாலும் அவை அழிந்தபின் பாரம்பரிய ரகங்களின் குணங்களைத் திரும்பப்

ஹோம் அக்ரி

கத்திரியில் சாறு உறிஞ்சும் பூச்சிகளும் எறும்புகளும்

பெறுவது இயலாமல் போகும். பல்வேறு நிறுவனங்களும், பல நாடுகளின் அரசுகளும் இந்த விதை பாதுகாப்பில் ஈடுபட்டிருக்கின்றன. அந்த வகையில் நாமும் நம் பாரம்பரியப் பயிர்கள், ஆடு மாடுகள், கோழி, நாய் உள்ளிட்ட உயிரினங்களை முடிந்த அளவுக்கு பாதுகாக்க முயற்சிக்க வேண்டும்.

முன்னரே பார்த்தபடி தாவரங்கள் புழு பூச்சிகளாலும், வைரஸ், பாக்டீரியா, பூஞ்சை இவைகளாலுமே பாதிக்கப்படுகின்றன. ஊட்டச்சத்துக் குறைபாடு மற்றும் மிருகங்களால் ஏற்படும் பாதிப்புகளை நம்மால் தவிர்க்கமுடியாது என்பதால் அவை பற்றிய கவலை அவசியமில்லை.

நமக்கும் தாவரங்களுக்கு வரும் நோய்களுக்கும் அவற்றின் மருத்துவத்துக்கும் சில ஒற்றுமைகளும் பல வேறுபாடுகளும் இருக்கின்றன. இவைகளை அறிவது இடர்ப்பாடுகளை அணுக உதவியாக இருக்கும்.

தாவரங்களுக்கு வரக்கூடிய நோய்களின் எண்ணிக்கையும், தாக்கக்கூடிய பூச்சிகளின் எண்ணிக்கையும் மனிதர்களுக்கு வருவதைக் காட்டிலும் குறைவுதான். இவைகளை விரல் விட்டு எண்ணி விடலாம். ஆனால் மனிதனுக்கே 4448 வியாதிகள் இருப்பதாக சித்த வைத்தியம் கூறுகிறது.

பெரும்பாலான வைரஸ்களும், பாக்டீரியாக்களும் குறிப்பிட்ட பயிர்களைத்தான் தாக்குகின்றன. இந்தப் பயிரை, இந்த ரகத்தை, இந்த பாக்டீரியா, வைரஸ்தான் தாக்கும் என்ற விவரங்கள் நாம் முன்பே அறிந்தவைதான்.

சாம்பல் தெளிக்கப்பட்ட அவரைஇலை

அதுபோலவே பெரும்பாலான வீரிய ஒட்டு ரகங்களில் எந்த நாட்கணக்கில் எந்த இடர்ப்பாடு வரும் என்பதும் கணக்கிடக் கூடியதுதான். இத்தாக்குதல் இல்லாமல், தானே எதிர்த்து வெல்லும் ரகங்கள் குறைவு.

புழு பூச்சிகளிடமிருந்து காக்க முடிந்தாலும், வைரஸ் / பாக்டீரியாவால் நோய் வந்த பிறகு செடிகளைக் காப்பாற்றுவது கடினம். மற்ற செடிகளுக்குப் பரவாமல் மட்டும்தான் காக்கமுடியும்.

மனிதர்கள் இந்த வகையில் வேறுபட்டவர்கள். வைரஸ் / பாக்டீரியா நோய்களை எதிர்கொண்டு மருந்துகளால் சரிசெய்யும் வல்லமை படைத்தவர்கள். தாவரங்களால் இதுமுடியாது.

தாவரங்கள் மீது நடைபெறும் பரவலான தாக்குதல்களையும், அவற்றுக்கான தீர்வுகளையும் பார்ப்போம். தாவரங்களுக்கும் நமக்கும் வரக்கூடிய எல்லா பிரச்னைகளுக்கும், இடர்ப்பாடுகளுக்கும் ஓர் எளிய தீர்வு இருக்கும் என்பதை மறக்கக்கூடாது.

மாவுப்பூச்சி மற்றும் அசுவிணி:

இவை இரண்டும் இலை, தண்டு, காய், பூ ஆகியவற்றின் சாறுகளை உறிஞ்சி வாழ்கின்றன. இதனால் இலைகள் மஞ்சளாகி, செடி பலமிழந்து உற்பத்தி பாதிக்கிறது. இந்த பூச்சிகள் வெளியிடும் பசை போன்ற ஒரு திரவத்தால் ஈர்க்கப்பட்டு எறும்புகள்வருகின்றன.

சில சமயங்களில் இலைகளின் கீழ்ப்பாகம் முழுவதும் இந்தப் பசையால் கருப்பாகி பின் பூஞ்சை தாக்குதலுக்கும் காரணமாகிறது. இந்தப் பூச்சிகள் வைரஸ் பரவவும் காரணமாக இருக்கின்றன.

இந்த சாறு உறிஞ்சும் பூச்சிகளை ஒழிக்க எளிய மற்றும் சிறந்த

எறும்புகள் விரும்பும் மாவுப்பூச்சி

வழி வேகமாக நீரைப் பீய்ச்சி அடிப்பதுதான். இப்படிச் செய்யும் போது அவை விழுந்துவிடுகின்றன. திரும்பவும் செடிக்குச் செல்வ தில்லை. சிறிது வேப்ப எண்ணெயையோ, துணி துவைக்கும் சோப்புக் கரைசலையோ நீரில் கலந்து தெளிக்கலாம்.

மைதா மாவை இலைகளின் மேல் தெளிப்பதால் மலச்சிக்கல் ஏற்பட்டு இவை இறந்து போகின்றன. அவைகளின் இனப்பெருக் கமும் தடைப்பட்டுப்போகும். அல்லது சாம்பல், புழுதியான மண் இவற்றை இலையில் தெளிப்பதும் இவற்றைக் கட்டுப்படுத்தும். இதனால் ஒன்று, இவைகளால் சாறை உறிஞ்சமுடிவதில்லை; இரண்டு, மீறி அதைச் செய்யும்போது சாம்பலோ / மண்ணோ வாய்ப்பகுதியையும், குடலையும் அறுத்துவிடுகிறது.

அரசாங்க பரிந்துரைப்படி டைமெத்தோயேட் அல்லது டெமெட்டான் என்ற பூச்சிமருந்தை உபயோகிக்க வேண்டும். ஆனால், மாவுப்பூச்சி மற்றும் அசுவிணியை இயற்கை முறை களிலேயே எளிதில் கட்டுப்படுத்த முடியும்.

இலையைத் தாக்கும் துருநோய்!

ஒருசில ஈக்களும் இலைச்சாறு உறிஞ்சுவதற்குக் காரணமாக அமைகின்றன. இந்த வகையான ஈக்கள் தங்கள் முட்டைகளை இலைகளின் அடிப்பாகத்தில் இடுகின்றன. இந்த முட்டைகள் புழுக்களான பருவத்தில் இலைகளை உறிஞ்சியும் உண்டும் வாழ்கின்றன.

பொதுவாக எளிதில் கட்டுப்படுத்தக்கூடிய இந்தப் புழுக்களால் பெரும் சேதாரங்கள் ஏற்படுவதில்லை. ஆனால், கவனமாக இல்லாவிட்டால் இவை செடிகளுக்கு பெரும் அழுத்தத்தையும் சோர்வையும் ஏற்படுத்தி விளைச்சலைப் பாதிக்கின்றன.

அதிகமாக பாதிக்கப்பட்ட இடங்களில் 5 - 6 புழுக்கள்கூட இருக்கலாம். இவை உறிஞ்சும் பகுதிகளில் வளைவு நெளிவாக வெள்ளை அல்லது சாம்பல் நிறத்தில் கோடுகள் தெரியும்.

தோட்டங்களில் இயற்கையாகக் காணப்படும் பெரும்பாலான வண்டுகள் இந்த லார்வாக்களை உண்கின்றன. வேப்ப எண்ணெய் கரைசலும் இவைகளைக் கொல்வதோடு, ஈக்கள் முட்டை இடுவதையும் தடுக்கிறது. தோட்டங்களுக்கு வரும் சிறு பறவைகளும் லார்வாக்களை உண்கின்றன.

இந்த ஈக்கள் மஞ்சள் நிறத்தால் கவரப்படுகின்றன. மஞ்சள் அட்டைகளாலும், மஞ்சள்நிறத் தொட்டிகளில் நீர் வைப்பதாலும் இவைகளை எளிதில் கட்டுப்படுத்தலாம். இந்த இலைகளைத் தாக்கும் 'மைனர்' லார்வாக்களுக்கு பூச்சி மருந்து தேவையில்லை.

இலையைத் தாக்கும் இன்னொரு நோய் துரு (Rust) நோய். இரும்பில் ஏற்படும் துரு போன்று இது தோற்றம் அளிப்பதால் இந்தப் பெயர். இந்த நோய் ஒரு பூஞ்சையால் ஏற்படுவது.

காய்கறிச் செடிகளில் வரும் நோய்களில் 60%க்கும் மேலானவை பூஞ்சைகளால் வருபவைதான். பூஞ்சைகள் மண்ணிலிருந்தும், களைகளிலிருந்தும், செடிகளின் அருகில் கிடக்கும் தாவரக் கழிவுகளிலிருந்தும்வருகின்றன.

பூஞ்சைகள் வளரவும், பரவவும் தட்பவெப்ப சூழல் அதற்கு மிகவும் சாதகமாக இருக்க வேண்டும். காற்றில் நல்ல ஈரப்பதம், இலையில் ஈரம், மண்ணில் குறைந்த வெப்பம், மிதமான வெப்பநிலை போன்ற சூழலில் இவை உயிர் பெறுகின்றன. இந்தச் சூழல் பூஞ்சைக்கு பூஞ்சைசிறிது மாறுபடும். சரியான சூழலில் 4 - 6 மணி நேரங்களிலேயே இந்தப் பூஞ்சைகள் தங்கள் வாழ்க்கையைத் தொடங்கி விடுகின்றன. சரியான பருவத்தில் விதைப்பதும்,

லீஃப் மைனர் முட்டைகளை இடும் ஈ

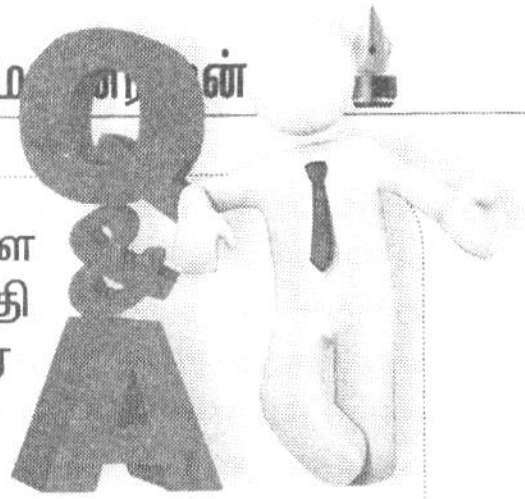

♦ வாதா மடக்கி என்று ஒரு மரத்தின் இலைகளை மூட்டு வலிக்கு அந்தக் காலத்தில் உபயோகப்படுத்தி யிருக்கிறார்கள். இது குறித்து எதுவும் தகவல் தர முடியுமா?

– முரளி மேனன், டல்லாஸ், அமெரிக்கா.

வாதா மடக்கி அல்ல, வாத மடக்கி. அதாவது இது வாதத்தை மடக்கக்கூடியது என்று பொருள். வாதநாராயணன் என்றும் சொல்வார்கள்.

● வாத மடக்கி இலை

இலையை சூடு செய்து மூட்டுக்கு ஒத்தடம் கொடுப்பார்கள். விளக்கெண்ணெயில் காய்ச்சி தைலமாகவும் உபயோகப்படுத்தலாம். இன்று மிகப்பரவலாகக் காணப்படும் மூட்டுத்தேய்வு பிரச்னைகளுக்கு மிகவும் பலமான கைவைத்தியம் இது. இந்த இலையில் சட்னி, ரசம், அடை மற்றும் சூப்பும் செய்து சாப்பிடலாம்.

♦ கரும்புப்பயிர் அதிக தண்ணீர் தேவையுள்ளது. அதனால் அதைத் தவிர்த்து மற்ற சர்க்கரை உள்ள பயிர்களை வளர்க்க முயற்சிக்க வேண்டும் என்ற கருத்து உள்ளதே?

– தாமரைக்கனி, திருச்சி.

● கரும்புப் பயிர்

ஆம். கரும்புப் பயிர் மிகவும் அதிகமான நீர்த் தேவையுள்ளது. ஒரு கிலோ கரும்புக்கு 150 – 200 லிட்டர் தண்ணீர் தேவைப்படுகிறது. 100 கிலோ கரும்புக்கு 7 – 10 கிலோ சர்க்கரை கிடைக்கும். ஆக, 10 கிலோ சர்க்கரைக்கு நாம் 15,000 – 20,000 லிட்டர் தண்ணீர் செலவு செய்ய வேண்டியிருக்கிறது.

இதற்கு மாற்றாக நாம் பனைவெல்லம், தென்னை வெல்லம் போன்றவற்றை பயன்படுத்தலாம். அதிமதுரம், சீனித்துளசி, இலுப்பைப்பூ போன்றவற்றையும் உபயோகிக்கலாம்.

அரிசி இதைக்காட்டிலும் அதிகமான தண்ணீர் தேவை கொண்டது. ஒரு கிலோ அரிசிக்கு நாம் 1500 – 2000 லிட்டர் வரை நீர் செலவழிக்க வேண்டியிருக்கிறது.

சிறுதானியங்கள் மழைநீரை மட்டும் வைத்து வளர்கின்றன. இரைச்சலில் வளர்த்தாலும் ஓரிரண்டு பாய்ச்சலிலேயே வளர்த்து விடலாம். அரிசியைவிட ஊட்டம் நிறைந்தவையாக இவை இருக்கின்றன.

ஹோம் அக்ரி

பருத்தி இதைக்காட்டிலும் நீர் குடிக்கக்கூடியது. ஒரு கிலோ பஞ்சுக்கு 22,500 லிட்டர் தண்ணீர் செலவாகிறது. ஆக நாம் நீர் சேமிக்க விரும்பினால், ஒரு நுகர்வோராக ஒருசில உணவுப்பழக்கங்களை மாற்றிக்கொள்ள வேண்டும்.

♦ **நம் மஞ்சணத்தி வகையைச் சேர்ந்ததுதான் நோனி என்று சொல்லியிருந்தீர்கள். நோனியைப்போல நம் நுணா காய்களும், பழங்களும் மருத்துவத்தில் பயன்படுமா?**

– திருஞானம், தேவதானப்பட்டி.

நிச்சயமாக. நோனிக்கு இணையானதாக இது இருக்காது. நுணா காய்களும் பழங்களும் வீக்கம் மற்றும் கட்டிகளைக் கரைக்கும். எல்லா விதமான தோல் வியாதிகளுக்கும் உள்ளேயும், வெளியேயும் பயன்படுத்தலாம். மாதவிலக்கைத் தூண்டுவதில் நிகரற்றது.

நடுவதும் இந்தத் தாக்குதலைக் குறைக்கும். தோட்டத்தை துப்புரவாக வைத்துக்கொள்ளுவதும், பூஞ்சைத் தொற்று இல்லாத விதைகளை உபயோகிப்பதும் அவசியம். விதைகளையும், நாற்றுகளையும் நன்மை தரும் 'ட்ரைக்கோடெர்மா' என்ற பூஞ்சையில் நனைத்து உபயோகப்படுத்தும்போது மண்ணிலிருந்து வரும் தீங்கு தரும் பூஞ்சைகளிலிருந்து பாதுகாப்பு பெறலாம்.

துருநோய், நல்ல ஈரப்பதம், மழை, குறைந்த வெப்பம் ஆகியவை 4 – 6 மணி நேரம் இருந்தாலே பூஞ்சையின் தொற்றில் இருந்து உடனடியாக செயல்பட ஆரம்பிக்கிறது. ஆரம்பித்தபின், நல்ல வெப்பம் மற்றும் வெளிச்சம் இருந்தால் வேகமாகப் பரவுகிறது.

துருநோய் வேகமாகப் பரவினால் இலைகள் உதிர்ந்து விடுகின்றன. துரு தாக்கிய இலைகளை உடனடியாக அழித்து விடுவது நல்லது. தழைச்சத்து மற்றும் மெதுவாகக் கிடைக்கக்கூடிய இயற்கை உரங்களை உபயோகப்படுத்தும்போது இவைகள் கட்டுப்படுத்தப்படும். உடனடியாக செடிகளுக்கு தழைச்சத்தை தரும் இலைவழி மற்றும் மண்வழி யூரியா, *DAP* அளவுக்கு அதிகமாக இல்லாமலும்; களைகள் இல்லாமல் நல்ல காற்றோட்டம் இருக்குமாறும் பார்த்துக்கொள்வது பலன் தரும்.

மன்னர் மன்னன்

துருநோயால் பாதிக்கப்பட்ட இலை (சீத்தாப் பழ மரம்)

இந்த துருநோயை இயற்கை முறைகளில் முடியாவிட்டால், தாமிர உப்புகள் (காப்பர் ஆக்ஸி குளோரைடு, காப்பர் ஹைட்ராக்ஸைடு) மற்றும் கரையும் கந்தகத்தையும் கொண்டு கட்டுப்படுத்தலாம். இந்த இரண்டு முறைகளும் அனுமதிக்கப்பட்ட இயற்கை விவசாய முறைகளே.

மேலும் செடியின் வேர்கள் அருகில் மூடாக்கு இடுவதன் மூலமாகவும் இதைக் கட்டுப்படுத்தலாம்.

பூஞ்சைகளை அழிக்க எளிமையான வழிகள்!

பூஞ்சைக் காளான்கள் நமக்கு சில நோய்களைத் தருகின்றன. படர்தாமரை, புழுவெட்டு, பாதப்படை, நகங்களின் வீக்கம் போன்ற உபாதைகள் பூஞ்சைகளால் மனிதர்களுக்கு ஏற்படு கின்றன. இவை பொதுவாக நாம் உடலைச் சுத்தமாக பராமரிக்கா மல் இருந்தாலும், நம் உடலின் எதிர்ப்புச் சக்தி மிகவும் குறைவாக இருக்கும்போதும் ஏற்படுகின்றன.

நமக்குப் பூஞ்சைநோய்கள் ஏற்படும்போது நாம் சைபால், போரோலின் போன்ற வெளிப்புறக் களிம்புகளையே உபயோகப் படுத்துகிறோம். இந்த மருந்துகள் Borax மற்றும் Zinc Oxide போன்ற எளிய ரசாயனங்களைக்கொண்டவை.

வைரஸ், பாக்டீரியா தொற்றுகளின்போது எடுத்துக்கொள் வதுபோல் 'ஆன்டி பயாடிக்' மருந்துகள் தேவைப்படுவதில்லை. அதுபோலவே தாவரங்களின் வெளிப்புறத்தில், பூஞ்சைத் தொற்று இருக்கும் இடத்தில் மேலே படும்படியான எளிய மருந்துகளே போதுமானவையாக அமைகின்றன.

சென்ற அத்தியாயத்தில் பார்த்தபடி, தாவரங்களுக்கு வரும் பெரும்பான்மையான நோய்கள் பூஞ்சைக் காளான்களாலேயே வருகின்றன. பப்பாளி / மாம்பழத்தில் வரும் இலைப்புள்ளி நோய், இலைகளின் கரும்புள்ளி மற்றும் செம்புள்ளி, தக்காளியின் முன் இலைக் கருகல், powdery mildew எனப்படும் நுண்துகள் பூஞ்சைக் காளான், தவளைக்கண் இலைப்புள்ளி, துருநோய்கள், வேர்க் கடலைத் தண்டு அழுகல், வெர்டிசிலியம் வாடல்நோய், நெல் குலை நோய், sooty mould எனப்படும் கரி படிந்த பூஞ்சை, downy mildew எனப்படும், எலுமிச்சைச் சொறிநோய் போன்ற எல்லா

இடர்ப்பாடுகளும் பூஞ்சைக் காளானால் ஏற்படக்கூடியவை. பெரும்பாலான பூஞ்சைநோய்களை வருமுன் தடுக்கலாம். எந்த பயிரில் எந்த பூஞ்சை தாக்கும் என்ற தகவல் தெரிந்ததாகவே இருக்கிறது. அதனால் நமக்கு தடுப்பது மிகவும் எளிது. இதற்கான முறையும், மருந்துகளும் கூட எளிமையானவை.

முதல் பூஞ்சைத்தொற்று நாற்றங்காலில் ஏற்படுகிறது. இது மண்ணில் இருக்கும் பூஞ்சைகளால் நாற்றுகளுக்குப் பரவு கிறது. இதனால் இளம் நாற்றுகள் வாடி இறப்பதற்கும் அல்லது தொற்றோடு அடுத்த கட்டத்துக்கு நகருவதற்கும், பரவுவதற்கும் காரணமாக அமைகிறது.

இதை இலவங்கப்பட்டை கொண்டு எளிதில் தடுக்கலாம். பட்டையைத் தூளாகவோ, கஷாயமாகவோ நாற்றங்காலில் தெளிப்பதன் மூலமாக இந்த பூஞ்சையைக் கொல்லலாம். இதனால் நாற்றுகள் பாதிக்கப்படாது. இது மிகவும் சக்தி வாய்ந்ததும் நிச்சய மாக வேலை செய்யக்கூடியதுமான மருந்து. பொதுவாக உபயோ கப்படுத்தப்படும் கேப்டான் அல்லது திராம் என்ற ரசாயன கொடிய விஷத்தன்மையுள்ள பூச்சிக்கொல்லிக்கு நிகரானது.

மற்ற பூஞ்சைகளைத் தடுப்பதற்கு வெங்காயம் அல்லது பூண்டுக் கரைசலைப் பயன்படுத்தலாம். சின்ன அல்லது பெரிய வெங் காயம், வெங்காயத்தாள், பூண்டு, பூண்டுத்தோல் இவைகளை தனியாகவோ, ஒன்றாகச் சேர்த்தோ அரைத்து, வடிகட்டி, பின் சாறை ஒன்றுக்குப் பத்தாக நீரில் கலந்து நன்றாக இலை, தண்டு மற்றும் எல்லாப் பகுதிகளிலும் படும்படியாக அடிக்கலாம்.

வெறும் வெங்காயத் தாள், பூண்டுத்தோல் உபயோகப்படுத்தி னால், அதோடு கொஞ்சம் சோளத் தோகை சேர்த்து, நீரில் காய்ச்சி, வடிகட்டி பின் அப்படியே உபயோகப்படுத்தலாம். இதுவும் ஒரு தடுப்புமுறைதான். தொற்றுக்குப் பிறகு இது பயன் தராது.

பூஞ்சைத் தாக்குதலால் நோய் வந்தபின் கீழ்க்கண்ட எளிய முறைகளைப் பின்பற்றலாம்:

பால் தெளித்தல்: இது எளிதான, நம்பகமான முறை. இது

ஹோம் அக்ரி

♦ எங்கள் வீட்டில் பவழமல்லி மரம் இருக்கிறது. அழகான பூக்கள் இருந்தாலும் நாங்கள் இதை எவ்விதத்திலும் பயன்படுத்துவதில்லை. இதற்கு ஏதும் மருத்துவக் குணங்கள் இருக்கின்றனவா?
— *ஆசிரியர் சந்திரன், மதுக்கூர்.*

ஆம்; இது மூலிகைச்செடிதான். பல மருத்துவப் பயன்கள் கொண்டது. இதன் இலையை தேநீராக உபயோகிக்கலாம். அடிக்கடி முதுகுவலி வருபவர்களுக்கு இது நல்ல மருந்து. இருதயம் பலவீனமான குழந்தைகளுக்கும் இது சிறந்த மருந்து. இதன் இலைகளை வறுத்து பின் நீரிட்டு சுண்டக்காய்ச்சி கஷாயமாகக் கொடுத்தால் இருதயம் பலப்படும். இரத்தம் விருத்தியாகும்.

முதுகுவலிக்கு மருந்தாகும் பவழமல்லி

பூவின் காம்பிலிருக்கும் பவழ நிறம் பட்டுத்துணிகளுக்கு இயற்கை முறையில் சாயமிட பயன்படுகிறது. இந்தச் செடியின் பட்டை, பூ, வேர் அனைத்துமே மருத்துவக் குணம் கொண்டவைதான்.

♦ கழிவுநீரை சுத்தப்படுத்த ஆஸ்திரேலியாவில் செடிகளை பயன்படுத்துவதாக அறிந்தேன். நம் வீட்டில் உற்பத்தியாகும் நீரையும் இப்படி பயன்படுத்தி உபயோகிக்க முடியுமா?
— *தண்டபாணி, விழுப்புரம்.*

வீட்டுக்கழிவுநீர் மட்டுமல்ல, ஒருசில தொழிற்சாலைக் கழிவு நீரையும் தாவரங்களால் சுத்தி செய்யமுடியும். சாக்கடைகளில் இயற்கையாக வளரக்கூடிய ஆகாயத்தாமரை, நெய்வேலி காட்டாமணக்கு போன்ற பெரும்பாலான தாவரங்கள் கழிவு நீரிலுள்ள அசுத்தங்களை நீக்கக் கூடியவை. நீரில் இருக்கும் அசுத்தங்களை அவை உணவாகக் கொள்கின்றன. முறைப்படி பெரிய அளவில் உபயோகப்படுத்தக்கூடிய தாவரம் கல்வாழை எனப்படும் Canna செடிதான். இதை பல்வேறு தொழிற்சாலைக் கழிவுகளுக்கும் பயன்படுத்துகிறார்கள். கழிவு நீரை ஒரு வாய்க்கால் மூலமாக செலுத்த முடியுமென்றால், அந்த வாய்க்காலின் உள்புறமும், கரையிலும் கல்வாழையை நட்டு வைத்துவிடவேண்டும்.

கழிவுநீர்க் கால்வாய்க்கு உள்ளும், கரையிலும் வளரும் கல்வாழை

இப்படிச் செய்யும்போது, வாய்க்காலின் மறுபுறம், தெளிந்த சுத்தம் செய்யப்பட்ட நீர் கிடைக்கும்.

தக்காளி, வெள்ளரி, கத்திரி, வெண்டியில் வரக்கூடிய *powdery mildew, downy mildew* மற்றும் மொசைக் நோய்களைக் கட்டுப்படுத்தக்கூடியது. இந்த முறையில் ஒரு பங்கு பாலுக்கு ஒன்பது பங்கு நீர் கலந்து தெளிக்க வேண்டும். நோய் தாக்குதல் அதிகமாக இருந்தால் வாரத்திற்கு 3 முறையும், தடுப்பதற்காகவோ, தாக்குதல் குறைவாகவோ இருந்தால் வாரத்திற்கு ஒரு முறையும் தெளிக்கலாம். கார அமிலத்தன்மையை மாற்றி பூஞ்சை விரும்பாத சூழ்நிலையை பால் உருவாக்குகிறது. இதனால் பூஞ்சைகள் அழிகின்றன.

சமையல் சோடா: கார அமிலத்தன்மையை மாற்றி பூஞ்சைகளைக் கொல்லும் உத்தியில் சமையல் சோடா மற்றொரு முறை.

இரண்டு மேஜைக் கரண்டி சமையல் (*Baking*) சோடாவுக்கு, 4 - 5 கரண்டி எண்ணெய், கொஞ்சம் காதிசோப் கரைசலை 5 லிட்டர் தண்ணீரில் நன்றாகக் குச்சி வைத்து கலக்கவும். எண்ணெய் பிரிந்துவந்தால் இன்னும் கொஞ்சம் சோப்புக் கரைசல் சேர்த்துக் கொள்ளவும்.

இந்தக் கரைசலை செடியில் நேரடியாகத் தெளிக்கலாம். மில்டியூ இருந்தால் முதலில் வெறும் நீரை வேகமாகப் பீய்ச்சி அடித்து பின்னர் இதை தெளிக்கலாம். இதனால் இலைக்கருகல், கருகல், சொறிநோய்கள் அகலும்.

வினிகர் / புளிக்காடி: இதுவும் செலவில்லாத எளிய முறை. இதில் இரண்டு மேஜைக்கரண்டி வினிகரை 8 - 10 லிட்டர் தண்ணீரில் கலந்து தெளிக்கவும். இது இலைகளில் பூஞ்சைகளால் உண்டாகும் கரும்புள்ளிகளைப் போக்கும்.

ஹைட்ரஜன் பெரோக்ஸைட்: மருந்துக்கடைகளில் கிடைக்கும் மூன்று சதவீத ஹைட்ரஜன் பெரோக்ஸைட்-ஐ நேரடியாக தெளிப்பதன் மூலமாக பலவிதமான பூஞ்சை மற்றும் பாக்டீரியா நோய்களைக் கட்டுப்படுத்தலாம். இது இயற்கை முறைதான்.

மேற்குறிப்பிட்ட முறைகள் மிகவும் திறனானவை; தோட்டங்களில் பரிசோதித்துப் பார்க்கப்பட்டவை. பல திறமையான முன்னோடி விவசாயிகள் இந்த முறைகளை உபயோகப்படுத்துகிறார்கள். மிக முக்கியமாக உடனடியாக தயாரித்து உபயோகப்படுத்தக்கூடியவை.

இயற்கை விவசாயம் என்பது வெறும் பஞ்சகவ்யா, அமிர்த கரைசல், மூலிகைப் பூச்சி விரட்டி என்ற ஒருசில முறைகள் மட்டுமே பயன்படுத்தப்படுவது போன்ற மாயை, மீண்டும் விவசாயிகள் கடைகளை நம்பும்படியான சூழலைத்தான் ஏற்படுத்துகிறது.

பஞ்சகாவ்யா போன்ற மேலே குறிப்பிடப்பட்டுள்ள முறைகள் பெரும்பாலும் விருக்ஷாயுர்வேதா என்ற நூலிலிருக்கும் முறைகளை அடிப்படியாகக்கொண்டவை. இவை அனைத்துமே நொதிக்கவைத்து தயார்செய்யக்கூடியவை. தயாரிப்பதற்கு குறைந்தது 3 வாரம் எடுத்துக்கொள்ளக்கூடியவை.

இந்தக் காரணங்களால் பெரும்பாலான இயற்கை விவசாயிகள், அங்ககச் சான்று பெற்றவர்கள், கடைகளில் விற்கும் இயற்கை இடுபொருள்களைத்தான் வாங்க வேண்டியிருக்கிறது.

பூச்சி மருந்துகளை நாமே தயாரிக்கலாம்!

பூஞ்சைக் காளான் நோய்களுக்கான சில எளிய மருந்துகளையும், எப்படி அவற்றை எதிர்கொள்வது என்பதையும் இதுவரை பார்த்தோம்.

'விருக்ஷாயுர்வேத' நூலை அடிப்படையாகக்கொண்ட மற்ற பூச்சி / நோய் எதிர்க்கும் இடுபொருட்களைப் பற்றி இனி காண்போம்.

இயற்கை இடுபொருட்களில் சாணம், கோமியம், ஆடு மாடுகள் தீண்டாத மூலிகைச் செடிகள் - இவையே பெரும்பாலும் உபயோகிக்கப்படுகின்றன. பெரும்பாலான இடுபொருட்கள் நொதிக்க வைக்கப்படுகின்றன. சில முக்கியமான இடுபொருட்களைப் பற்றி பார்ப்போம்.

அக்னி அஸ்திரம் எனப்படும் தீ நீர்: இதில் புகையிலை, பச்சை மிளகாய், வேப்பிலை மூன்றையும் கோமியத்தில் போட்டு ஊற வைத்து பின் நன்றாகக் கொதிக்க வைக்க வேண்டும். ஆறியபின் வடிகட்டி உபயோகப்படுத்தலாம்.

இது எல்லா பயிர்களுக்கும் ஏற்றது. வீட்டுச்சூழல்களிலும் தயாரிப்பதற்கு சுலபமானது. தண்டு துளைப்பான் மற்றும் காய்ப் புழு போன்றவற்றைக் கட்டுப்படுத்த வல்லது.

நொச்சி பூச்சி விரட்டி: இதில் நொச்சி இலை, கொஞ்சம் புளிய இலை, வேப்ப இலை போன்றவற்றைக் கொதிக்கவைத்து பின் வடிகட்டி தேவையானபோது நிரில் கலந்து தெளிக்கலாம்.

பூச்சி மருந்தாகும் புலிநகக்கொன்றை

இது அசுவிணி மற்றும் பூஞ்சாண நோய்களைக் கட்டுப்படுத்தும்.

மூலிகைத்தைலம்: இந்த முறையில் மேற்கண்டவாறான பூச்சி விரட்டும் மூலிகைகள் மற்றும் எருக்கு, ஆடாதோடை இவற்றை கூழாக்கி பயறு, மோர் கலந்து நன்றாக நொதிக்க விட்டு பின் நீரில் கலந்து தெளிக்கலாம்.

இந்த தயாரிப்புகள் எளிதானவை, யாரும் தயாரிக்கக் கூடியவை. இந்த பொதுவான பூச்சி விரட்டிகள் பெரும்பாலும் பூச்சி புழுக்கள் வாழ முடியாத சூழலை ஏற்படுத்துகின்றன. தாக்குதலின் ஆரம்பக்காலத்திலும், தாக்குதலுக்கு முன் முன்னேற்பாடாகவும் உபயோகிக்கத் தகுந்தவை. பயிர் வளர்ச்சிக்கான ஊக்கத்தையும் குறிப்பிட்ட நோய் அல்லது பூச்சித் தாக்குதல்களுக்கான எதிர்ப்பையும் தரக்கூடிய மேலும் சில இடுபொருட்களையும் நாமே தயாரிக்கலாம்.

நாம் குளிக்க பயன்படுத்தும் அரப்பு இலையை - இது காதி கடைகளில் தூளாகவும் கிடைக்கும். இலை கிடைக்காவிட்டால் தூள் - நீர் சேர்த்து நன்றாக அரைக்க வேண்டும். பின் புளித்த மோருடன் சேர்த்து நொதிக்க வைக்க வேண்டும்.

இந்த அரைப்பு மோர்க் கரைசலில் பெரும்பாலான பூச்சிகள் விரட்டப்படுகின்றன. இதை பூக்கும் பருவத்தில் தெளித்தால் நிறைய பூக்கள் பூக்கும்.

பூச்சிக்கட்டுப்பாட்டுக்கான மற்றுமொரு எளிய வழி வேப்பெண்ணெய் மற்றும் புங்க எண்ணெயைக் கலந்து தெளிப்பது. இதில் சம பங்கு புங்க எண்ணெய் மற்றும் வேப்ப எண்ணெயை நீருடனோ அல்லது கோமியத்துடனோ கலந்துகொள்ள வேண்டும்.

ஹோம் அக்ரி

♦ சிவனுக்கு பூஜையில் படைக்கும் இருவாட்சி இலைகள் மருத்துவக் குணம் கொண்டவையா?
– செம்பியன், சென்னை - 5.

ஆமாம். இருவாட்சி, திருஆத்தி என்று அழைக்கப்படும் இந்த மரம் மந்தாரை மரம்தான். மந்தாரை இலையை ஒன்றாகத் தைத்து காய வைத்து மந்தார இலைத்தட்டாக உபயோகிப்பார்கள்.

பல கையேந்தி பவன்களில் பிளாஸ்டிக் வருவதற்கு முன்னால் இந்த இலையில்தான் பார்சல் கட்டித் தருவார்கள். சில சமயங்களில் இதில்தான் பரிமாறுவார்கள். இந்த இலையில் சூடான உணவை இட்டு உண்பது பலவிதமான வயிற்று உபாதைகளைச் சரிசெய்யும்.

♦இருவாட்சி அல்லது திருவாத்தி எனப்படும் மந்தாரை

உணவை வெறுக்கும் தன்மை, குன்மம் போன்றவைகளுக்கு மிகவும் நல்லது. இதன் இலைகளை மற்ற கீரைகளைப் போல சமைத்து உண்ணலாம். இதன் இலையை நன்றாக வாட்டி பச்சை மிளகாய், வெங்காயம், இவற்றோடு செய்யும் துவையல், அனைத்து உணவுக்கும் சுவையான துணை உணவாகும். இந்த இலைகள் இன்சுலின் சுரப்பை அதிகப்படுத்தக்கூடியவை.

இதன் பட்டை, பூ, பூமொக்கு அனைத்தும் மருத்துவப் பலன்கள் கொண்டவை. இதன் பூ மொட்டுகளை குடிநீராகப் பருக மாதவிடாய் கோளாறுகள் நீங்கும். பூக்களை காயவைத்து தூளாக்கிப் பயன்படுத்தலாம். இது சர்க்கரைநோயைக் கட்டுப்படுத்தவும், மலச்சிக்கலை நீக்கவும் மருந்தாகும்.

மிருதங்கம் வாசிப்பவர்கள் இந்தக் குச்சியைத்தான் பயன்படுத்துகிறார்கள்.

♦ விவசாய நிலங்களில் எந்தெந்த முறைகளில் மழை நீரைச் சேமிக்கலாம்?
– திருநாவுக்கரசு, குண்டூர்.

நம் நிலத்தில் பெய்யும் மழைநீர், வெளியில் போகாமல் பார்த்துக் கொள்வது நீர்வளம் பெருகுவதற்கு ஆதாரமாக அமையும்.

மழைநீர் நம் நிலத்திலிருந்து வெளியில் செல்லும்போது மண்ணின் மேற்பகுதியிலுள்ள பெரும்பாலான சத்துக்களையும் எடுத்துச் செல்கிறது. மண் அரிப்பு ஏற்படும் இடங்களில் பழைய தன்மையைக் கொண்டு வர பல ஆண்டுகள் ஆகும். அதனால் மழை நீர் நம் இடத்தை விட்டுப் போகாமல் அதற்குத் தேவையான எல்லா ஏற்பாடுகளையும் நாம் செய்ய வேண்டும்.

பெரும் வெள்ளம் வரும் காலங்களில் இது பொருந்தாது.

விவசாயப் பகுதிகளில் செய்யும் மழைநீர் சேமிப்பு அமைப்புகளில் முக்கியமானது பண்ணைக் குட்டை. நம் இடத்தின் அளவுக்கு ஏற்றவாறு

பண்ணைக் குட்டையின் பரப்பை ஏற்படுத்திக்கொள்ளலாம்.

இதை நிலத்தின் தாழ்வான பகுதியில் அமைக்கவேண்டும். மழைநீர் வேகமாக வராமல், மண்ணிற்குள் சென்றபின் உள்ள உபரிநீர் நிதானமாக இந்த குட்டையில் வரும்படி வாய்க்கால்கள் அமைக்கலாம். நமக்கு 10 ஏக்கர் இருந்தால் அரை ஏக்கர் அளவுக்கு இந்த குட்டையை அமைக்கலாம்.

◆ பண்ணைக் குட்டை

நீர் மேலே தங்காமல் கீழே செல்லவேண்டும் என்றால், 15 – 20 அடி ஆழமான குழிகள் தோண்டி அதில் கற்கள், மரக்குச்சிகள், மணல் இவற்றை நிரப்பி வைக்க வேண்டும். 5 – 6 அடி வட்டமாகவோ அல்லது சதுரமாகவோ நிலத்தில் ஒன்றுக்கும் மேற்பட்ட பகுதிகளில் அமைக்கலாம். இதனால் கிணறு மற்றும் ஆழ்குழாய்க் கிணறுகளில் நீர் நன்றாக கிடைப்பதற்கு ஏதுவாக அமையும்.

நிலத்தடி நீர் குறைவாக இருக்கும் பகுதிகளில் இந்த குட்டைகளை மழைக்காலங்களில் மட்டும் மீன் வளர்க்க பயன்படுத்தலாம். குறைந்த காலங்களில் அறுவடை செய்யக்கூடிய ஒருசில வகை மீன்களை மட்டும் இதில் வளர்க்கலாம்.

நல்ல நிலத்தடி நீர் உள்ள பகுதிகளில் வருடத்தில் 8 – 9 மாதத்திற்கு இதை மீன் வளர்க்கப் பயன்படுத்தலாம். மேலும், நீரை நேரடியாக நிலத்திற்கு பாய்ச்சாமல், இந்த குட்டையிலிருந்து பாய்ச்சுவதில் பல பலன்கள் இருக்கின்றன. ஒன்று, நீர் குளிர்ச்சியாக இருக்கும், இரண்டாவது, மீன் கழிவுகளும் மற்ற வாத்து போன்றவற்றின் கழிவுகளோடு செல்வதால் பல விதமான ஊட்டச்சத்துகளும், நுண்ணுயிர்களும் செடிகளுக்கும், மண்ணுக்கும் கிடைக்கும்.

வணிக ரீதியில் மீன் வளர்க்கப் பயன்படும் குட்டைகள் நீர் சேமிக்க ஏதானவை அல்ல. இந்தக் குட்டைகளில் அடிப்புறம் பிளாஸ்டிக் விரிப்புகளும், நீர் புகா களிமண் பூச்சும் இருக்கும் என்பதால் இந்த அமைப்பு நிலத்திற்குள் நீர் செல்ல அனுமதிக்காது.

ஆனால், இதை நீர் சேகரிப்பு அமைப்பாக மழைக்காலங்களில் உபயோகப்படுத்தலாம்.

எண்ணெயும் நீரும் கலக்காது என்பதால் கலப்பதற்கு சோப்புக்கரைசலை உபயோகிக்க வேண்டும். வேப்ப எண்ணெய், ஒரு பன்முக நோய்த்தடுப்பு மருந்து, புங்க எண்ணெய் பூச்சிகளுக்கு தோலில் ஒருவித எரிச்சலை ஏற்படுத்தும்; மேலும் விஷமாகவும் செயல்படும்.

இதேபோல் தேங்காய்ப்பால், வெல்லம், நன்றாகப் புளித்த மோர்- இவற்றை மண்பானையில் நொதிக்கவைத்து பயன்படுத்தினாலும் பூக்கள் நன்றாகப் பூக்கும்.

◆◇◆

எளிய பயிர் பாதுகாப்பு முறைகளும் தயாரிப்புகளும்...

மஞ்சள் கரைசல்:

கொஞ்சம் பச்சையான மஞ்சள் கிழங்குகளை சிறிது சிறிதாக நறுக்கி அதுபோல பத்து மடங்கு கோமியத்தில் ஒரு நாள் ஊறவைக்கவேண்டும். மறுநாள் அதை அரைத்து 2 – 3 லிட்டர் தண்ணீரில் கலந்து நன்றாக வடிகட்டி உபயோகப் படுத்தலாம்.

கோமியம் கிடைக்காதவர்கள் வெறும் நீரிலும் செய்துகொள்ள லாம். மஞ்சள் எல்லா இடங்களிலும் வணிக ரீதியாக வளர்க்க முடியாதென்றாலும், சிறிய அளவில், தமிழகத்தின் எல்லா பகுதி களிலும் வளர்த்து வீட்டிற்கும் மருந்துக்கும் உபயோகப்படுத்திக் கொள்ளலாம். இந்தக் கரைசலால் கம்பளிப்புழு, அசுவணி மற்றும் சிவப்புச் சிலந்தியைக் கட்டுப்படுத்தலாம்.

துளசிஇலைக் கரைசல்:

இதையும் மேற்கண்டவாறே செய்ய வேண்டும். மஞ்சளுக்குப் பதில் துளசிஇலை. இந்தக் கரைசலில் கம்பளிப்புழு, புள்ளிவண்டு, செதில்பூச்சி மற்றும் பழ ஈ இவைகளை கட்டுப் படுத்தலாம்.

வசம்புக் கரைசல்:

காய்ந்த வசம்பை பொடிசெய்து, இரவில் ஊறவைத்து, வடிகட்டி உபயோகப்படுத்தலாம். இது அசுவிணியைக் கட்டுப் படுத்தும்.

சீத்தாப்பழ இலைக்கரைசல்:

சீத்தாப்பழ இலை மிகச்சிறந்த பூச்சி விரட்டும் தன்மை கொண் டது. இதை தனியாகவோ மற்ற இலைகளோடோ சேர்த்து உபயோ

மன்னர் மன்னன்

மாவுப்பூச்சியும் எறும்புக்கூட்டமும் இணைந்து வாழும் வாழ்க்கை

கப்படுத்தலாம். இது இரசாயனப் பூச்சிக்கொல்லிகளுக்கு இணை யாக துரிதமாகவும், திறமையாகவும் வேலை செய்யக்கூடியது. குறிப்பாக இலைச் சுருட்டுப்புழு மற்றும் செதில் பூச்சி, புள்ளி வண்டு இவைகளுக்கு எதிராக நன்றாக வேலை செய்யக்கூடியது.

பூச்சியை விரட்டக்கூடிய அல்கலாய்டுகள் மற்றும் சில இயற்கை இரசாயனங்கள் இந்த இலைகளிலும், விதைகளிலும் இருக்கின்றன. இந்த இலைகளையும், விதைகளையும், இடித்து இரவு முழு வதும் நீரில் ஊறவைக்கவேண்டும். பின்னர் அரைத்து வடிகட்டி உபயோகப்படுத்தலாம்.

இந்த இலைக்கரைசலுடன் காய்ந்த அல்லது பச்சை மிளகாயி லிருந்து எடுத்த சாறு, மற்றும் வேப்பங்கொட்டை அல்லது வேப்ப இலைச் சாறை சேர்த்துக்கொண்டால் நல்ல பயன் இருக்கும்.

இஞ்சி பூண்டு மிளகாய்க் கரைசல்:

இது பொதுவான பூச்சிக்கொல்லி / பூச்சி விரட்டி. காய்த் துளைப்பான், இலை உண்ணும் பூச்சிகள், இலைப்பேன் மற்ற சில பூச்சிகளையும் விரட்டக்கூடியது.

இதைத் தயாரிக்க இந்த மூன்றையும் சமமான அளவிலோ, அல்லது பூண்டை மட்டும் கொஞ்சம் அதிகமான அளவிலோ எடுத்து அரைத்துக்கொள்ளவும். 100 கிராம் அளவுள்ள பொரு ளுக்கான கரைசலுக்கு 3 லிட்டர் நீர் கலந்து தெளிக்கலாம். பூண்டை நீரில் அரைப்பதைக்காட்டிலும், மண்ணெண்ணெயில் ஊறவைத்து அரைத்து மற்ற பொருட்களுடன் சேர்த்தால் அதிக பயன் கிடைக்கும்.

புகையிலைக் கரைசல்:

புகையிலை ஒரு மிகச்சிறந்த பூச்சிக்கொல்லி. இது ஒரு இயற்கை முறையாக இருந்தாலும், இயற்கை விவசாய சான்றிதழ் வாங்கியி ருப்பவர்கள் உபயோகப்படுத்தக்கூடாது. சான்றிதழ் விதிகளின்படி இது தடை செய்யப்பட்ட பூச்சிக்கொல்லி.

புகையிலையைப் பயன்படுத்த இலையை ஊறவைத்து நீரில்

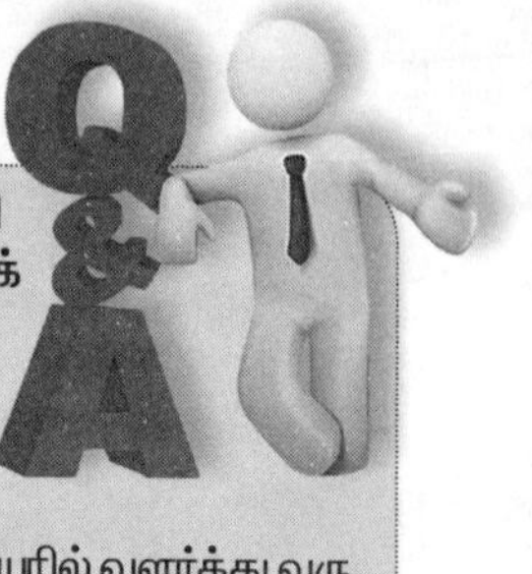

♦ 'Simarouba glauca' என்ற வெளிநாட்டு மூலி கையைப் பயன்படுத்தி முழு குணம் அடைந்திருக் கிறேன். இங்கு பெங்களூருவில் பலரும் இந்த மரத்தை வளர்ப்பதோடு, இலைகளை விலைக்கும் விற்கிறார்கள். இது குறித்து சொல்லமுடியுமா..?

– சீனிவாசன், பெங்களூரு.

இதை கேரளாவில் பலரும் 'லக்ஷ்மி தாரு' என்ற பெயரில் வளர்த்து வரு கிறார்கள். சொர்க்க மரம் என்றும் இதை அழைக்கிறார்கள். வெளி நாட்டு மரமாக இருந்தாலும், பெரும்பாலான ஆராய்ச்சிகள் இந்தியாவிலேயே செய்யப்பட்டுள்ளன.

இது கேன்ஸர் செல்களை அழிக்கக்கூடியது என்று அமெரிக்கா வின் தலைசிறந்த புற்றுநோய் ஆராய்ச்சி நிறுவனங்களில் நிரூபிக்கப் பட்டுள்ளது. அத்துடன் பலவிதமான வயிற்றுக் கோளாறுகளை சரி செய்யும் வல்லமையும் இதற்கு உண்டு. வைரஸ், பாக்டீரியா, பூஞ்சை வியாதிகளையும் கட்டுப்படுத்துகிறது. வயிற்றுப்புண் (ulcers) மற்றும் வெண்புள்ளிகளை குணப்படுத்துவதிலும் முக்கியப் பங்கு வகிக்கிறது.

♦ டிரே முறையில் நெல் நாற்று பாவியிருந்தேன். நாற்று தயாராகும் முன் அவை மஞ்சள் பழுப்பு நிறமாக மாறி பின் எல்லா நாற்றுகளுக்கும் பரவுகிறது. இந்த சமயத்தில் என்ன செய்யலாம்?

– குணசேகரன், மதுரை.

இது Bacterial blight அல்லது துங்ரோ வைரஸ் காரணத்தால் இருக்கும். நம்பிக்கையான இடத்திலிருந்து மட்டும் விதை வாங்கவும். இரண்டாவது, தங்கள் இடத்தில் நன்றாக வரக்கூடிய நெல்வகைகளை மட்டும் உபயோகப் படுத்தவும். வைரஸ், பாக்டீரியாவால் தாக்கப்பட்ட நாற்றுகளை உபயோகப் படுத்தாமல் இருப்பது நல்லது.

இதற்கு வைத்தியம் பார்ப்பதைக் காட்டிலும், வேறு நாற்றுகளைப் பயன் படுத்தலாம். மேலும் பரவாமல் இருக்க மொத்த நாற்றையும் மண்ணில் புதைத்து விடவும்.

நீங்கள் டிரேயில் வளர்த்தது நல்லதாகப் போயிற்று. இல்லாவிட்டால் வயலில் இதன் தொற்று பரவியிருக்கும்.

நன்றாகக் கொதிக்க விடவேண்டும். கொதிக்கும்போது தேவைப் பட்டால் வேப்ப இலையையும், பச்சை மிளகாயையும் சேர்த்துக் கொள்ளலாம். ஒரு கிலோ பொருளை 15 லிட்டர் நீரில் கொதிக்க வைக்கலாம். பிறகு வடிகட்டி வைத்துக்கொள்ளவும்.

இது சக்திவாய்ந்த கரைசல். அதனால் 100 லிட்டர் நீருக்கு 3 லிட்டர் இந்தக் கரைசல் சேர்த்தால் போதுமானது. வடிகட்டி விட்டால் எந்த தெளிப்பானிலும் உபயோகப்படுத்தலாம்.

ஒரு இயற்கை விவசாயி கீழ்க்கண்டவைகளை எப்போதும் இருக்குமாறு பார்த்துக்கொண்டால், எளிதில் பூச்சிவிரட்டிகளைத் தயாரித்து உபயோகப்படுத்திக்கொள்ளலாம்.

பசுமாடு / காளை மாடு - கோமியம் மற்றும் சாணத்திற்காக; நொச்சி மரம் - 1; மஞ்சள் கிழங்கு - 15; சீத்தா மரம் - 1; வேப்ப

மரம் - 1; பப்பாளி மரங்கள் - 5; புகையிலைக் கன்றுகள் - 10; எருக்கு - 2; புங்க மரம் - 1; வசம்பு கிழங்கு - 10; ஆடாதோடா - 1; நிலவேம்பு - 15; காட்டாமணக்கு - 2; பிரண்டை - 2.

இது தவிர எப்போதும் கைவசம் வேப்ப எண்ணெய், புங்க எண்ணெய், வேப்பங்கொட்டை, புங்க விதை, காய்ந்த புகையிலை, சோடா உப்பு, சமையல் சோடா, போராக்ஸ் பவுடர், ஒட்டும் திரவம், இனக்கவர்ச்சிப் பொறி, மஞ்சள் அட்டை, நீல அட்டை போன்றவற்றை வைத்திருக்க வேண்டும்.

இதனால் ஆரம்ப நிலையிலேயே பூச்சி அல்லது நோய் தாக்குதலை கட்டுப்படுத்தலாம்.

விளக்குப்பொறிகளை நாம் எளிதில் தயாரிக்கலாம் என்றாலும், சூரியஒளியில் இயங்கும் கடையில் கிடைக்கக்கூடிய பொறிகள் பயன்படுத்த எளிதானவை. அத்துடன் நாம் ஒவ்வொரு நாளும் பொறி வைத்திருக்கக்கூடிய இடத்திற்குச் செல்ல வேண்டிய தேவையைக் குறைக்கின்றன.

இந்தப் பொறிகள் இனக்கவர்ச்சிப் பொறியோடு, தானாக மாலையில் ஆரம்பித்து காலையில் நின்றுவிடும் வகையில் அமைக்கப்பட்டிருக்கின்றன. பகல் நேரத்தில் பூச்சிகளை தொட்டியிலிருந்து எடுத்துக் கொட்டினால் போதும். இனக்கவர்ச்சிப் பொறிக்குத் தேவையானவற்றை தனியாக தீரத்தீர வாங்கிக் கொள்ளலாம் அல்லது நாமே தயாரித்துக்கொள்ளலாம்.

மிகவும் பரவலாக இயற்கை விவசாயம் செய்யக்கூடியவர்கள் பயன்படுத்தக்கூடிய ஒரு மூலிகைப் பூச்சி விரட்டியை எப்படி தயாரிப்பது என்று இப்போது பார்ப்போம்.

முதலில் எருக்கு, வேம்பு மற்றும் சோற்றுக்கற்றாழையை எடுத்துக்கொள்ள வேண்டும். அத்துடன் பிரண்டை, ஊமத்தை, பீச்சங்கு, காட்டாமணக்கு, புங்கன், நிலவேம்பு, துளசி, ஆடா

கற்றாழை

ஹோம் அக்ரி

பிரண்டை

குறிஞ்சா

தோடை, காட்டாமணக்கு - இவைகளில் எவை கிடைக்கிறதோ அவற்றின் (குறைந்தது மூன்று வகைகள்) இலைகளை 25 கிலோ எடுத்து பிளாஸ்டிக் டிரம்மில் இடித்துப் போட வேண்டும்.

பின் 10 லிட்டர் கோமியம், 15 லிட்டர் நீர் கலந்து இந்த இலைகள் மூடுமளவு அமுக்கி ஒரு வாரம் ஊற வைக்க வேண்டும். பின்னர் வேப்பங்கொட்டைத் தூள் 200 கிராம், எட்டி விதைத்தூள் 200 கிராம் மற்றும் புங்க விதைத்தூள் 200 கிராம் இட வேண்டும்.

புகையிலைச் சாறு, பச்சை இஞ்சி, பூண்டுச் சாற்றையும் சேர்த்துக்கொள்ளலாம். இவற்றை ஒன்றாகக் கலக்கி ஒருசில நாட்கள் வைக்கலாம். பின்னர் தேவையான அளவு வடிகட்டி எடுத்துக்கொண்டு 5 - 10 சதவீதம் கரைசலை உபயோகப்படுத்தலாம்.

அதாவது 5 - 10 லிட்டருள்ள இந்த மருந்தில் 100 லிட்டர் தண்ணீர் கலந்துகொள்ளலாம். இது ஒரு பொதுவான பூச்சி விரட்டி. சரியான கால இடைவெளியில் இதை உபயோகித்துக் கொண்டிருந்தால் எந்த பூச்சியும் வராது.

இதை உபயோகிக்கும் போது அவசியம் ஒரு ஒட்டும் திரவத்தையும் பயன்படுத்த வேண்டும். ஒட்டும் திரவம் தயாரிக்க 100 கிராம் காதி பார் மஞ்சள் சோப்பை ஒரு லிட்டர் நீரில் ஒரு நாள் / இரவு முழுவதும் ஊறவைக்க வேண்டும். நன்றாகக் கலக்கியபின் இதை பத்திரப்படுத்தி வைக்கலாம். இந்தக் கரைசலில் 4 மிலி, ஒரு லிட்டர் மருந்துக்கு என்ற விகிதத்தில் கலந்து உபயோகப்படுத்தலாம்.

இந்த மூலிகைப்பூச்சி விரட்டியை மாலைநேரத்திலோ, சூரிய உதயத்திற்கு முன்பாகவோ தெளிப்பது நல்ல பயன் தரும்.

ஒருங்கிணைந்த பயிர் பாதுகாப்பு முறை

ஒருங்கிணைந்த பயிர் பாதுகாப்பு என்பது குறைந்த செலவில், நமக்கும், சுற்றுச் சூழலுக்கும், பயிர்களுக்கும், தோட்டத்தில் இருக்கும் மற்ற உயிரினங்களுக்கும் சரியான பாதுகாப்பு அளிக்கக் கூடிய ஒரு முறை. இதில் பொது அறிவையும், சரியான வளர்ப்பு முறைகளையும் பயன்படுத்தி தொடர் கண்காணிப்பால் பயிர்களை நோய் மற்றும் பூச்சிகளிலிருந்து காக்கிறோம்.

பூச்சிகளின் குறைந்தபட்ச எண்ணிக்கை: ஒருங்கிணைந்த பயிர் பாதுகாப்பு முறையில் நாம் பூச்சிகளின் எண்ணிக்கையை கட்டுப்படுத்த மட்டுமே முனைகிறோம். மொத்தமாக அழிக்க முயல்வதில்லை. குறைந்தபட்ச அளவுகளில் பூச்சிகளின் எண்ணிக்கை இருக்கும்போது சேதாரம் தாங்கிக்கொள்ளக் கூடிய அளவிலேயே இருக்கும். மொத்தமாக அழிக்க எண்ணும்போது பூச்சிகள் மிகக் குறைந்த அளவில் இருக்கும்போது, அவை மருந்துகளை எதிர்க்கும் தன்மையைப் பெற்றுவிடுகின்றன. குறிப்பாக ஒரே வகையான பூச்சிமருந்துகளை பயன்படுத்தும்போது அந்த மருந்தினை எதிர்த்து வாழ்வதற்கான சக்தியைப் பெறுமாறு மரபணு மாற்றங்கள் நடைபெறுகின்றன.

அதனால் மொத்தமாக அழிக்கும்படி நாம் பூச்சி மருந்து அடிக்கக்கூடாது. மேலும் நம்மை பாதிக்காத அளவிலான எண்ணிக்கையில் இருக்கும்போது, அவைகளை அழிக்கக்கூடிய நன்மை தரும் பூச்சிகளின் வருகை தானாக நிகழும்.

ஹோம் அக்ரி

இந்த நன்மை தரும் உயிரினங்களை நிலத்தில் தக்க வைக்கவும் நாம் குறைந்த எண்ணிக்கையில் இருக்கும் பூச்சிகளை அழிக்காமல் இருக்க வேண்டும்.

வரு முன் காக்கும் முறைகள்: எதிர்ப்பு சக்தி நிறைந்த சரியான வகையை தேர்ந்தெடுப்பது, நோய் அல்லது பூச்சியால் பாதிக்கப்பட்ட செடியை அகற்றி அழிப்பது, நோய்களை தடுக்கக்கூடிய பாக்டீரியா மூலமாக விதைநேர்த்தி செய்வது, நன்மை தரும் சிலந்தி போன்ற பூச்சிகளை வளர்ப்பது, சரியான ஊட்டத்தினால் செடிகள் நல்ல ஆரோக்கியமாக இருக்கும்படி செய்வது போன்ற நல்லபயிர் வளர்ப்பு முறைகளால் பெரும்பாலான நோய்களிடமிருந்து செடிகளைப் பாதுகாக்கலாம்.

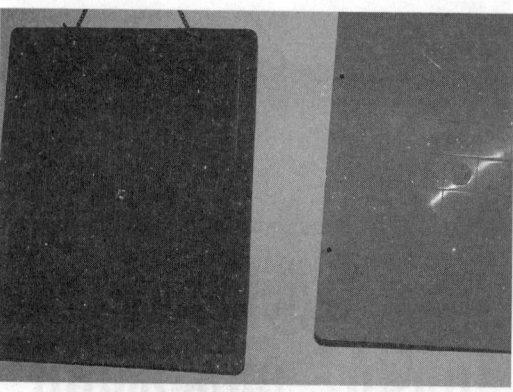

மஞ்சள் மற்றும் ஊதாநிற ஒட்டும் அட்டைகள்

இந்த பழக்கங்களினால் பூச்சி மருந்துகள் உபயோகம் பெருமளவில் குறைகிறது.

கண்காணிப்பு: நோய்த்தாக்குதல்களையும், பூச்சிகளின் வருகை மற்றும் எண்ணிக்கையையும் தினசரி கண்காணிப்பது அவசியம். மஞ்சள் ஒட்டும் அட்டை போன்ற முறைகளாலும், நேரடியாக செடிகளை பார்வையிடுவதன் மூலமாகவும் இதை செய்யலாம்.

நோய்களும், பூச்சித் தாக்குதல்களும் ஒருசில சாதகமான தட்ப வெப்ப சூழலில் திடீரென வெளிப்படுகின்றன. இந்த சமயத்தில் உடனடியாக நாம் செயல்படும்போது எளிதில் தடுத்துவிட வாய்ப்பு இருக்கிறது. அதனால் இந்த கண்காணிப்பு அவசியமாகிறது.

நேரடித் தடுப்புமுறைகள்: தடுப்பான்களை அமைப்பது, கையால் பாதிக்கப்பட்ட செடிகளைக் களைந்து அழிப்பது, ஒட்டும் அட்டை, ஒளிக்கவர்ச்சி, இனக்கவர்ச்சிப் பொறிகளை அமைப்பது, உழுதுவிடுவது, அதிக அழுத்த நீர்த்தெளிப்பான்களை உபயோகப்படுத்துவது போன்ற முறைகளால் கட்டுப்படுத்துவது நமது முதல் தேர்வாக இருக்கும்.

உயிரியல் முறைகள்: சிலந்தி, சில வண்டுகள், தேனீக்கள் போன்ற நன்மை தரும் உயிரினங்களை வளர்த்து பாதுகாப்பது, டிரைக்கோடர்மா, பேசில்லஸ் போன்ற நன்மை தரும் பாக்டீரி

யாக்களை உபயோகப்படுத்துவது போன்ற இந்த வகைகள் முதலாவது தேர்வோடு கூடவே பயன்படுத்தக்கூடியவை.

இந்த தேர்வு செலவு குறைவானது மற்றும் திறனானது.

மிகக் கவனமாக பூச்சி மருந்துகளை உபயோகப்படுத்துவது: இயற்கைப் பூச்சி மருந்துகளாக இருந்தாலும் இவைகளை பயன்படுத்துவது நமது கடைசியான தேர்வாகவே இருக்கும். பூச்சிமருந்து பிரயோகம் பெரும்பாலும் நமக்கு பாதகமாகவே அமைகிறது. இதனால் அடுத்த தலைமுறைப் பூச்சிகள் மேலும் திறன் மிக்கவையாக ஆகின்றன.

இந்த ஒருங்கிணைந்த பயிர் பாதுகாப்பு முறைகளைப் பயன்படுத்தும்போது நமக்கும் குறைவான செலவும், பாதுகாப்பான உணவும் கிடைக்கிறது. இந்த முறைகள் வீட்டுத்தோட்டத்திற்கும், பெரும் வணிக ரீதியான தோட்டங்களுக்கும் பொருந்தும்.

மூன்று வகையான கவர்ச்சிப் பொறிகள்

கவர்ச்சிப் பொறிகளில் முக்கியமாக மூன்று வகைகள் இருக்கின்றன. ஒளி மூலமாகக் கவரக்கூடிய முறை, இனக்கவர்ச்சிப் பொறி மற்றும் நிறக்கவர்ச்சிப் பொறி.

பலவிதமான பூச்சிகள் ஒளியால் கவரப்படுகின்றன. மழைக்காலங்களில் நம் வீட்டின் வாசலில் எரியும் மின்விளக்கை நோக்கி பல பூச்சிகளும் வருவதைப் பார்த்திருக்கிறோம். தாவரங்களைத் தாக்கும் பெரும்பாலான பூச்சிகள் வெளிச்சத்தால் கவரப்படுகின்றன. இவ்விதம் மின்விளக்கோ, எண்ணெய் விளக்கோ தோட்டத்தில் ஆங்காங்கே அமைத்து அதன் அருகில் நீரை ஒரு தொட்டியிலோ சட்டியிலோ வைக்கும்போது வெளிச்சத்தை நோக்கி வரும் பூச்சிகள் இதில் விழுந்து இறந்து விடுகின்றன.

இந்தத் தண்ணீரில் கொஞ்சம் சோப்புக்கரைசலை விட்டுவைக்கலாம். இது நல்ல பயன் தரக்கூடிய முறை.

சூரிய ஒளியில் இயங்கும் விளக்கு மற்றும் இனக் கவர்ச்சிப் பொறி. இது தானாகவே இரவில் ஆரம்பமாகி காலையில் அணைந்துவிடும்

இந்த முறையில் இரவில் மட்டும் விளக்கை பொருத்த வேண்டியிருப்பதால் 5 - 6 மணி நேரங்கள் எரியக்கூடிய டார்ச் லைட்டை உபயோகப்படுத்தலாம். சார்ஜ் செய்து உபயோகப்படுத்தக் கூடிய லைட்டாக இருந்தால் செலவு குறையும். ஒளி மஞ்சள் நிறத்தில் இருந்தாலும், வெள்ளை நிறத்தில் இருந்தாலும்

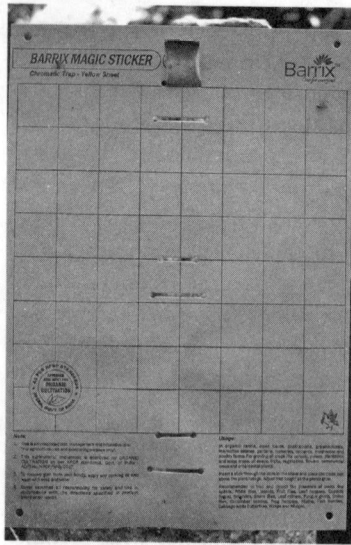

மஞ்சள் அட்டை. இதில் உள்ள ஒரு சதுரஅடி கட்டத்திற்குள்ளும், ஒவ்வொரு உள் கட்டத்திற்குள்ளும் ஒட்டிக்கொண்ட பூச்சிகளின் வகை மற்றும் எண்ணிக்கையை கொண்டு அடுத்தகட்ட நடவடிக்கையை மேற்கொள்ளலாம்

மஞ்சள் அட்டையில் ஒட்டிக்கொண்ட பூச்சி

ஒரே பயன்தான் கிடைக்கும்.

இதில் நீர் வைக்கும் சட்டியில் தினசரி நீரை மாற்ற வேண்டும். இலை உண்ணும் பூச்சிகள், சாறு உறிஞ்சும் பூச்சிகள், வண்டுகள், ஈக்கள் மற்றும் பலவிதமான பூச்சிகளும் கூட இதனால் கவரப்படுகின்றன.

புற ஊதாக் கதிர்களை வெளியிடும் விளக்குகளை உபயோகப்படுத்தும்போது இன்னும் அதிகமான பூச்சிகள் கவரப்படுகின்றன. ஆனால், இந்த விளக்குகளை வெட்ட வெளியில் உபயோகப்படுத்தும் போது நமக்கும் கால்நடைகளுக்கும் பாதிப்பு வர வாய்ப்பிருப்பதால் இதைத் தவிர்ப்பது நல்லது

இரண்டாவதாக, மிகவும் எளிதானதும் செலவு மிகவும் குறைவானதுமான நிறக் கவர்ச்சிப்பொறிகள். ஒருசில பூச்சிகள் மஞ்சள் நிறத்தால் எளிதில் கவரப்படுகின்றன. ஒருசில பூச்சிகள் நீலநிறத்தால் கவரப்படுகின்றன. இந்த நிறத்தில் இருக்கும் அட்டைகளில் கிரீஸ் அல்லது எண்ணெய் அல்லது பசைகளை தடவி வைப்பதன் மூலம் பூச்சிகள் இந்த அட்டைகளில் வந்து ஒட்டி பறக்க முடியாமல் இறந்துவிடுகின்றன.

இந்த அட்டையிலிருந்து பூச்சிகளை வழித்து எடுத்துவிட்டு மீண்டும் கிரீஸ் அல்லது எண்ணெய் தடவி தொங்கவிடுவதன் மூலம் தினசரி பூச்சிகளைப் பிடிக்கலாம். காய்கறி, பருத்தி மற்றும் பூந்தோட்டங்களில் வரும் வெள்ளை ஈ, லீஃப் மைனர் மற்றும் மாவுப்பூச்சிகளை இந்த முறையில் (மஞ்சள் அட்டை) நன்றாக

சிலந்தி தன் வலை மூலமாக பல தீய பூச்சிகளைப் பிடித்து அழிக்கிறது. நாம் சிலந்திகளையும், அதன் வலைகளையும் கவனமாகப் பாதுகாக்க வேண்டும்

கட்டுப்படுத்தலாம்.

இதை பழைய டின் அல்லது பெட்டிகள், பிளாஸ்டிக் அட்டைகள், வாளிகள் கொண்டு தயாரிக்கலாம். விசேஷமான பசைகளைக் கொண்ட அட்டைகள் கிடைக்கின்றன. நீல நிறத்தை இதே முறையில் பயன்படுத்தும்போது இலைப்பேன்கள் தொல்லையை ஒழிக்கமுடியும்.

மூன்றாவதாக உள்ள முறை இனக்கவர்ச்சிப்பொறி. இந்த முறையில் ஆண்களைக் கவரக்கூடிய செயற்கையாக தயாரிக்கப் பட்ட பெண்களின் கவர்ச்சி ஹார்மோன்கள் ஒரு பெட்டியில் வைக்கப்படுகின்றன. இதை நோக்கி வரும் ஆண்பூச்சிகள் வேறு எங்கும் செல்லாமல் அங்கேயே சுற்றிச்சுற்றித் தளர்ந்து இறந்து விடுகின்றன.

மற்றொரு முறையில், இந்த ஆண்பூச்சிகள் பெண் ஹார்மோன் இருக்கும் இடத்தில் அமர்ந்து பின் செல்லுமாறு வடிவமைக்

கப்பட்டிருக்கும். பெண் ஹார்மோன்களைத் தொட்டு பின் பறப்பதான மற்ற ஆண்பூச்சிகள் இவைகளைத் தொடரும். ஆணை ஆண் துரத்துவதால் இனப்பெருக்கம் பாதிக்கப்பட்டு பூச்சி எண்ணிக்கை குறையும்.

ஆனால், இந்த முறையில் ஹார்மோன்கள் பல்வேறு விதமாக தயாரிக்கப்பட்டு ஒவ்வொரு பூச்சிக்கும் வேறு விதமான ஒன்றை உபயோகிக்கவேண்டும். பழ ஈக்களைக் கட்டுப்படுத்துவதில் இவை மிகவும் திறமையாகச் செயல்படுகின்றன. மிகக்குறைந்த விலையில் கிடைக்கும் இந்தப் பொறிகளை அரசு வேளாண் அலுவலகங்களிலும், தனியார் கடைகளிலும் வாங்கலாம்.

இந்த பழஈக்களைக் கவர நமது வில்லேஜ் விஞ்ஞானிகள் கண்டுபிடித்த முறையும் நன்றாக வேலை செய்யக்கூடியதாக இருக்கிறது. இந்த முறையில் ஒரு லிட்டர் தண்ணீர் பாட்டிலில் ஆணி மூலமாக மேற்புறம் ஒரு சில துளைகள் இட வேண்டும். ஒரு சிறிய ஈ உள்ளே போகும் அளவுக்கு துளையிட்டால் போதும்.

பின்னர் இந்த பாட்டிலில் அரைப்பாகம் நீரை நிரப்ப வேண்டும். மேற்பகுதியின் மூடியில் துளையிட்டு ஒரு கருவாட்டை நீர் அருகில் லேசாக தொடும்படி தொங்க விடவேண்டும். இதன் வாடை

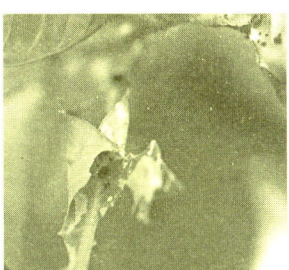 

இலை சுருட்டுப் புழுவின் முட்டைகளும், அது தின்று தீர்க்கும் இலையும்

இலை சுருட்டுப் புழு

பெண் இனக்கவர்ச்சி மணம் போலவே இருக்கும்.

இதை நம் தோள் அளவு உயரத்தில் தொங்க விடுவதன் மூலமாக பல பழ ஈக்களைக் கவரலாம். இதனால் கவரப்படும் ஈக்கள் இதன் அருகில் வந்ததும் எங்குமே போகாது. அங்கேயே சுற்றிச் சுற்றி இறந்துவிடும்.

ஒருங்கிணைந்த பயிர் பாதுகாப்பு முறையில் இந்த பொறிகள் மிக முக்கிய அங்கம் வகிக்கின்றன. இந்த மூன்று வகையான பொறிகளுமே இயற்கை விவசாயம் செய்பவர்களுக்கு அவசியமானவை. எப்படி கால்நடைகளை வளர்ப்பதும், சில அடிப்படையான மூலிகைச் செடிகளை வளர்ப்பதும் இயற்கை விவசாயத்துக்கு தேவையோ, அது போலத்தான் இந்த முறைகளும்.

இந்த முறைகள் பூச்சிகளைக் கட்டுப்படுத்துவதுடன் அதன் இருப்பையும், எண்ணிக்கையையும் கூட நமக்கு தெரியப்படுத்துகின்றன. இயற்கை விவசாயம் செய்யாதவர்கள் இந்த முறையை அவசியம் பயன்படுத்த வேண்டும். இப்படிச் செய்யும்போது, பூச்சிமருந்துகளின் தேவையும், அளவும் குறையும்.

ஜெர்மனியில் தோன்றிய இயற்கை உயிராற்றல் வேளாண்மை!

இனி நாம் '*Bio-dynamic*'என்ற ஜெர்மனியில் தோன்றிய 'இயற்கை உயிராற்றல் வேளாண்மை' பற்றி பார்ப்போம். இந்த முறை பெருமளவில் நம் பாரம்பரிய பஞ்சாங்கத்தை அடிப்படையாகக்கொண்ட விவசாயத்தைப் போலவே உள்ளது. கோள்களின் சக்தி, விலங்குகளின் உயிறாற்றல் சக்தியை சரியான முறையில் பயன்படுத்துவதற்கான முறையாக 1922ல் ருடால்ப் ஸ்டைனர் என்பவரால் அறிமுகப்படுத்தப்பட்டது.

அதிகப்படியான ரசாயன உரங்களையும், பூச்சிக்கொல்லி களையும் பயன்படுத்திய விவசாயிகள் தங்கள் தோட்டங்களில் விளைச்சல் குறைந்துகொண்டே வருவதையும், செலவு அதிகரித்துக் கொண்டே போவதையும் பற்றி இவரிடம் முறையிட, இந்த முறையை இவர் அனைவருக்கும் தெரியப்படுத்தினார்.

இந்த முறையில் சில இடுபொருட்களைத் தயாரித்து மிகக் குறைந்த அளவில் பயன்படுத்தும்போது, நிலங்கள் இயற்கை சக்தியை பெருமளவில் பெற்று இரசாயனங்களின் பாதிப்பிலிருந்து விடுபட்டு நல்ல விளைச்சலைத் தருவதாகயிருக்கிறது.

இதுவும் ஒரு இயற்கை விவசாய முறைதான். இப்போது உலகத்தின் எல்லா பகுதிகளிலும் இந்த முறை பரவலாக பயன்படுத்தப்படுகிறது. உலக அளவிளான சான்றிதழும் வழங்கப் படுகிறது. இந்த முறையில் வளர்க்கப்பட்டு, சான்றிதழ் பெற்ற விளை பொருட்களுக்கு விசேஷமான விலையும் கிடைக்கிறது. தமிழ்

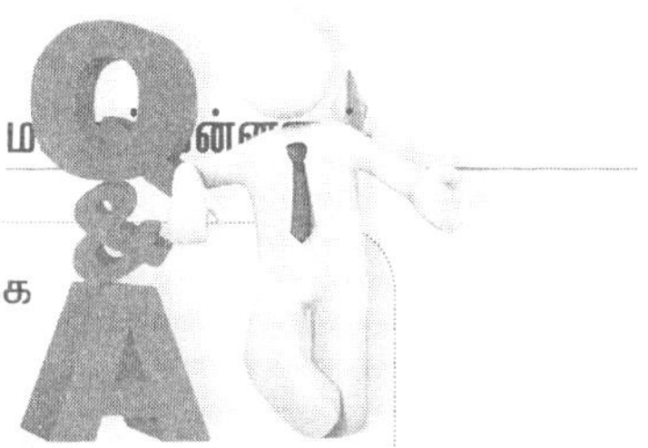

♦ **செடிகளில் கரையான் தொல்லையை தவிர்க்க என்ன செய்யலாம்?**

– வெங்கடேசன், சிவகங்கை.

பொதுவாக இறந்த செடிகளைத்தான் கரையான் தாக்கும். கரையான் எளிதில் அதன் உணவுகளை ஜீரணிக்கக் கூடியது; சில சமயங்களில் மிகவேகமாகப் பெருகி பெரும் சேதாரத்தை உண்டுபண்ணக்கூடியது.

நெல் வயல்களில் பெருகும் சில கரையான்கள் ஒரு வாரத்தில் ஒரு ஏக்கர் பயிரை முழுவதுமாக வெட்டி அவைகளின் கூட்டுக்கு கொண்டு செல்லக் கூடியவை. கரையான்கள் வராமல் பாதுகாத்துக்கொள்வது நலம்.

அதிக அளவில் பெரும் சேதாரத்தை உண்டுபண்ணக்கூடிய கரையான்களை இயற்கை முறையில் அழிப்பது கடினம். ஆரம்பகாலத்தில் தவிர்க்க எருக்க இலைச்சாறை உபயோகப்படுத்தலாம். இது நன்றாக வேலை செய்யும். சில கரையான்களுக்கு வேப்பங்கொட்டை சாறும் கேட்கும்.

♦ **எனது வீட்டின் செம்பருத்தி செடியில் வெள்ளை, சிவப்பு மற்றும் கறுப்பு நிறத்தில் மாவுப்பூச்சி போன்று ஒன்று இருக்கிறது. இது மொத்த செடிக்கும் பரவி ஒரு பூ கூட பூக்கவிட மறுக்கிறது. பூ மொக்குகள் தோன்றிய மறுநாளே மொத்தமாக ஆக்ரமித்துக்கொள்கிறது.**

நீங்கள் சொல்லிய மூலிகைப் பூச்சிவிரட்டியை உபயோகித்தும் போகவில்லை. என்ன செய்யலாம்?

– செங்கமலம், மன்னார்குடி.

ஈரமான சூழலில் இது ஏற்படும். மிக அதிகமான தாக்குதலில் மூலிகைப் பூச்சிவிரட்டி வேலை செய்யாது. பூச்சி விரட்டிக்கும் பூச்சிக் கொல்லிக்கும் வித்தியாசம் இருக்கிறது.

அதிகமான தாக்குதலில் நீங்கள் பூச்சிக் கொல்லியை பயன்படுத்த வேண்டும். இதற்கு இரண்டு முழு பூண்டை எடுத்து, இடித்து இரண்டு லிட்டர் நீரில் கொதிக்க வைக்க வேண்டும். பின்னர் இதை வடிகட்டி, இரண்டு ஸ்பூன் பாத்திரம் கழுவும் விம், இரண்டு ஸ்பூன் ஏதாவது ஒரு சமையல் எண்ணெய் (எரித்த எண்ணெயும் உபயோகப்படுத்தலாம்) இவற்றோடு நன்றாக கலக்கிக்கொள்ள வேண்டும்.

இந்த கரைசலை அப்படியே கைத்தெளிப்பான் கொண்டு தெளிக்கவும். ஒரு வாரத்தில் எல்லாமே அழிந்துவிடும். தேவைப்பட்டால் இன்னொருமுறை தெளிக்கலாம். இந்த மருந்தில் எந்த விதமான மாவுப்பூச்சியும் அழிந்துவிடும்.

நாட்டின் கொடைக்கானல் பகுதியில் சில விவசாயிகளால் இந்த முறை பின்பற்றப்படுகிறது.

இந்த முறையில் பயன்படுத்தப்படும் இடுபொருட்கள் வித்தியாசமானவை. மிகக்குறைந்த அளவில் பயன்படுத்தக்கூடியவை.

கொம்பு சாண உரம்:

இதில் கன்று ஈன்ற நல்ல ஆரோக்கியமாக இருந்த பசுமாட்டின் கொம்பு தேவைப்படுகிறது. இந்த வகையான கொம்புகளில் சில வற்றை சேகரித்துக்கொள்ள வேண்டும். கொம்பின் கூரிய பகுதி திடமானதாக இருக்கிறதா என்று பார்க்கவும்.

காளை மாடுகளின் கொம்புகளில் திடப்பகுதி இருக்காது. கொம்பின் அடிப்பகுதியில் இருக்கும் வளையங்களின் மூலம் எத்தனை கன்றுகளை ஈன்றிருக்கிறது என்பதும் தெரிந்துவிடும்.

பசுமாட்டின் கொம்பு பிரபஞ்ச சக்தியை சரியாக ஈர்ப்பதாகவும், மண்ணில் இருக்கும் சத்துகளை ஈர்ப்பதாகவும் ஒரு நம்பிக்கை இருக்கிறது.

இந்த கொம்புகளில் இப்போது பால் கொடுத்துக் கொண்டிருக்கும் ஒரு பசுமாட்டின் சாணத்தை நிரப்ப வேண்டும். பின்னர் இந்த கொம்புகளை மண்ணில் தோண்டப்பட்ட ஒன்றரை அடி ஆழமான குழியில் அடிப்புறம் கீழே இருக்குமாறு வைத்து மண்ணால் குழியை மூடிவிடவேண்டும்.

புதைப்பதை கீழ்நோக்கு நாட்களில் மட்டுமே செய்யவேண்டும். வெப்பமான பகுதியென்றால் நான்கு மாதத்திற்குப் பிறகும், குளிரான பகுதியென்றால் ஆறு மாதத்திற்குப் பிறகும் இதை வெளியில் எடுத்துக்கொள்ளலாம்.

கொம்பிற்கு உள்ளே இருக்கும் சாணம் நன்றாக மக்கி குருணை குருணையாக மாறியிருக்கும். இதை ஒரு பீங்கான் அல்லது கண்ணாடி ஜாடியில் சேமித்து வைத்துக்கொள்ளலாம்.

இந்த கொம்புச் சாணத்தை ஒரு ஏக்கருக்கு 25 கிராம் மட்டுமே நீரில் கலந்து உபயோகிப்பது போதுமானது. நிலம் இழந்த உயிராற்றலை இது மீட்டுத்தரும். இதோடு கூட கொம்பு சிலிக்கா மற்ற மூலிகை மருந்துகளை உபயோகிக்கும்போது கூடுதல் பயன்கள் கிடைக்கின்றன.

கொம்பு சிலிகா உரம்:

கொம்புச்சாண உரத்தைப் போன்றே இந்த உரமும் தயாரிக்கப்படுகிறது. சாணத்திற்கு பதில் நல்ல படிக அமைப்புள்ள சிலிக்கா (கல் தூள்) உபயோகிக்கப்படுகின்றது.

முதலில் கல்தூளை நன்றாக தூளாக்கிக்கொள்ள வேண்டும். பின்னர் நீரிட்டு தூளை கூழ்மமாக்கி கொம்பினுள் ஊற்ற வேண்டும். கூர்மையான பகுதி கீழ் இருக்கும்படி சிறிது நேரம் வைத்திருந்தால் அதிகப்படியான நீர் வெளியேறிவிடும்.

பிறகு கொம்பின் அடிப்பகுதி கீழிருக்கும்படி நிலத்துக்குள் வைத்திருந்து 5 மாதம் கழித்து எடுத்து உபயோகப்படுத்தலாம். இந்த உரம் ஏக்கருக்கு 1 கிலோ கிராம் போதுமானது.

இந்த உரத்தை 'Mist Sprayer' கொண்டு பனிபோல இலைகளில்

படும்படி தெளிக்க வேண்டும். ஆனால், குறைந்தது இரண்டு முறை கொம்பு சாணஉரம் தெளித்த நிலங்களிலேயே இந்த மருந்தை தெளிக்க வேண்டும்.

செடிகள் திடமாக, நல்ல நோய் எதிர்ப்புச் சக்தியுடன் வளர இந்த உரம் உதவுகிறது. அபரிமிதமான வளர்ச்சியையும் காணலாம். இந்த மருந்தை விடியற்காலையிலோ, மாலை நேரங்களிலோ தெளிக்கலாம். வெயில் நேரங்களில் தெளிப்பதால், இலைகள் வாடுவதற்கும், கருகுவதற்கும் வாய்ப்புகள் உள்ளன.

யாரோ உரம்:

இந்த உரம் யாரோ (Yarrow) என்ற செடியின் பூக்களிலிருந்து தயாரிக்கப்படுகிறது. இது ஒரு வட அமெரிக்க செடி. இந்தியாவில் ஜம்மு காஷ்மீர், முசௌரி, உத்தராஞ்சல், இமாச்சல் பகுதிகளில் காணப்படுகிறது. தமிழகத்தில் ஊட்டி, கொடைக்கானல் பகுதிகளில் வளர்க்கலாம்.

இந்த செடியின் அமைப்பு ஆண்மானின் கொம்புபோல இருக்கும். இதன் முற்றிய பூக்களை நிழலில் உலர்த்தி பின் ஆண்மானின் சிறுநீரகப் பையில் வைத்து தைக்க வேண்டும். பின்னர் வெயில் படுமாறு துளைகளுள்ள மூங்கில் கூடையில் சில மாதங்கள் காற்றோட்டமாக தொங்கவிட வேண்டும்.

பிறகு 3 மாதங்கள் வளமான மண்ணுள்ள தொட்டியிலிட்டு மண்ணில் புதைத்து, நன்றாக மக்கியவுடன் எடுத்து பயன்படுத்தலாம்.

யாரோ செடி சுக்கிரனுடன் தொடர்புடைய செடியாகக் கருதப்படுகிறது. இந்தச் செடியில் செலினியம் அதிக அளவில் உள்ளது. காற்றில் தொங்கவிடும்போது பல கிரகங்களின் சக்தியையும் இது பெறுவதாக கருதப்படுகிறது. இந்த உரத்தை பயன்படுத்தும்போது செடிகள் சாம்பல் மற்றும் கந்தகச் சத்தை நன்றாக கிரகித்துக் கொள்ள உதவுகிறது.

◆◇◆

பஞ்சாங்கம் பார்த்து செடி வளர்ப்பது நல்லது!

சில விசேஷமான இடுபொருள் தயாரிப்புகள் *'Bio-dynamic'* முறையில் எந்த அளவுக்கு அவசியமானதாகவும், தவிர்க்க முடியாததாகவும் உள்ளதோ அதைவிட முக்கியமானதாக இருப்பது நாள் நட்சத்திரம் பார்த்து விவசாய வேலைகளைச் செய்வது!

தோட்டத்தில் நாம் செய்யும் அனைத்துச் செயல்களும், அதாவது களை எடுப்பது, விதைப்பது, அறுப்பது, உரமிடல், மருந்து தெளித்தல், பால் கரத்தல், சாணி அள்ளுதல், கால்நடை களுக்கு உணவிடல் போன்ற எந்த வேலையாக இருந்தாலும் அதைச் செய்வதற்கென்று இருக்கும் சரியான வேளையிலேயே அதைச் செய்யவேண்டும்.

'Bio-dynamic' முறை நம் செயல்களைவிட நம் மேலிருக்கும் கோள்களும், அவற்றின் கதிர்களும் பெருமளவில் தாவரங் களின் ஆரோக்கியத்தை பாதிப்பதாக நம்புகிறது. இதற்காக *'Bio-dynamic Calendar'* ஒன்றை நியூசிலாந்தில் உள்ள *'Bio-dynamic Association'* வருடா வருடம் வெளியிடுகிறது. இந்த *Calendar* நமது தமிழ்ப் பஞ்சாங்கத்தை பெருமளவு பிரதி பலிக்கிறது.

இந்த முறையின் நம்பிக்கைகளும் ஒருசில அறிவியல்பூர்வமாக நிரூபிக்கப்பட்ட உண்மைகளும் நமது பஞ்சாங்கத்தையும், நம்பிக் கைகளையும் போலவே உள்ளன.

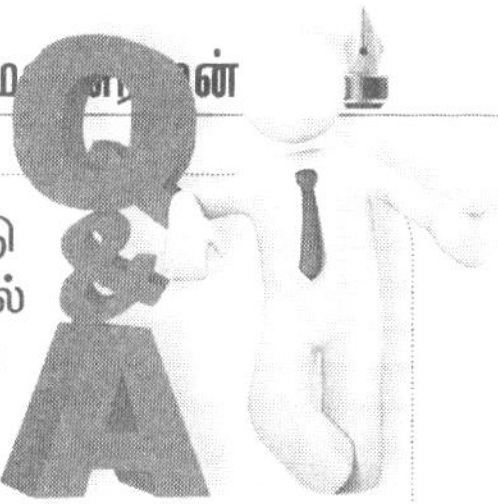

♦ ஒரு தனியார் இடத்தில் வேலை பார்த்துக்கொண்டு 2 ஏக்கர் நிலம் வாங்கி அதில் இயற்கை முறையில் காய்கறி பயிரிடுகிறேன். நிறைய இயற்கை விவசாயப் பயிற்சிகளில் கலந்துகொண்டு எல்லா இடுபொருள் தயாரிப்பு குறித்தும் கற்றுக்கொண்டதால், அவைகளையும் தவறாமல் பயன்படுத்தி வருகிறேன்.

மாதச் சம்பளத்திற்கு ஒருவரை அமர்த்தியிருக்கிறேன். ஆனாலும் ஒருபோதும் மகசூல் லாபகரமானதாக அமையவில்லை. விவசாயத்தில் நிச்சயம் வெற்றி பெறுவதற்கான வழிமுறை ஏதும் உள்ளதா?

- முனிரத்தினம், வேலூர்.

உள்ளது. நிலமும், பயிர்களும் உங்களோடு இணக்கமாக இல்லாமல், பிணக்குடன் இருப்பது நீங்கள் வெற்றியடைய முடியாமல் இருப்பதற்கான காரணமாக இருக்கலாம். நிலம், சுற்றுச்சூழல், தட்பவெப்பம், நீர் அனைத்தும் சாதகமாக இருந்தாலும் சில சமயங்களில் தாவரங்கள் நல்ல விளைச்சலைத் தருவதில்லை. இதற்குக் காரணம் பெற்றோரால் தாங்கள் சரியாக கவனிக்கப்படவில்லை என அவை நினைப்பதால் கூட இருக்கலாம்!

விவசாயத்திற்காக வளர்க்கப்படும் பயிர்கள் செல்லப்பிராணிகளையும், சிறு குழந்தைகளையும் போன்றவை. இயற்கையாக வளரும் தாவரங்களும், விவசாய நிலங்களில் வளரும் களைகளும் காடுகளில் வளரும் விலங்கினங்களை ஒத்தவை.

செல்லப்பிராணிகளும், குழந்தைகளும் வளர்ப்பவர்கள் / பெற்றோர் தங்களை நன்றாக கவனித்துக்கொள்ளவேண்டும் என்றும் எதிர் பார்க்கக்கூடியவை.

வெறுமனே உணவையும் ஊட்டச்சத்துகளையும் கொடுத்துவிட்டு அவை நன்றாக வளரவேண்டும், நம்முடன் பாசமுடன் இருக்கவேண்டும் என்று எதிர்பார்த்தால் அது நடக்காது. இது மிகவும் இயல்பான நடைமுறை உண்மை. இந்த உண்மை பயிர்களுக்கும் பொருந்தும்.

ஆக, தேவையானவற்றை மட்டும் கொடுத்துவிட்டு, பயிர் நன்றாக வளர வேண்டும் என்று எதிர்பார்த்தால் அது தவறு. பயிர்கள் நாம் அவற்றை பார்க்க வரவேண்டும் என்று ஹாஸ்டலில் வளரும் குழந்

தைகளைப் போல எதிர்பார்க்கின்றன. இதை நீங்கள் நம்ப வேண்டும்.

அடிக்கடி அவைகளைப் பார்த்து நலம் விசாரித்து, உரையாடி, உறவாடி, ஊக்கப்படுத்திப் பாருங்கள். நிச்சயமாகப் பயன் கிடைக்கும்!

மற்ற களைச்செடிகளும், இயற்கையாக வளரும் தாவரங்களும் அப்படி அல்ல. அவை ஏன் நன்றாகப் பூச்சிகளை எதிர்த்து வளருகின்றன என்று கேட்கக்கூடாது. ஏனென்றால் அந்த செடிகள் உங்கள் வருகையை எதிர்பார்க்கவில்லை; நீங்கள் அதை வேண்டி வளர்க்கவில்லை.

சொல்லப்போனால், காட்டு விலங்குகளைப்போல அவை உங்கள் வருகையை வெறுக்கின்றன. அதனால் நாம் கவனிக்காமலே அவை நன்றாக வளர்கின்றன. விவசாயி தினமும் நிலத்திற்கு செல்லவேண்டும்; ‘தினமும் என்னைக் கவனி' என்ற பயிர்களின் எதிர்பார்ப்பை பின்வரு மாறு திருவள்ளுவர் மிக அழகாக

செல்லான் கிழவன் இருப்பின் நிலம்புலந்து
இல்லாளின் ஊடி விடும்

– என்று சொல்லியிருக்கிறார். அதாவது தினமும் சென்று நீங்கள் கவனிக்காத பயிரும் நிலமும், அக்கறை இல்லா கணவனிடம் பிணங்கும் மனைவியைப் போன்றது என்கிறார்.

♦ **ஒளிப்பொறியை எப்படிச் செய்வது என்று விளக்கமுடியுமா?**

- A. காவியா, தேரெழுந்தூர்.

ஒரு மஞ்சள்நிற பிளாஸ்டிக் தொட்டியில் நீரை முக்கால் பாகம் நிரப்பிக்கொள்ள வேண்டும். அதில் சில துளி எண்ணெய் இடலாம். பின்னர் அந்த நீரில் ஒளி படும்படி ஒரு டார்ச் லைட்டையோ, குண்டு பல்பையோ எரியவிட வேண்டும்.

இதைப் பயிர்கள் உள்ள பகுதியில் அமைக்கவேண்டும். மற்ற விளக்குகள் அருகில் இருந்தால் அணைத்துவிட வேண்டும். உயரமான பயிர்கள் இருந்தால், நம் தோளுயரத்தில் அமைக்கலாம். இல்லையென் றால் தரையிலேயே வைக்கலாம். பூச்சிகளுக்கு வெளிச்சம் தெரிவது மாதிரி இருக்கவேண்டும். புரிந்துகொள்ள படத்தைப் பார்க்கவும்.

ஒளிக்கவர்ச்சி பொறியின் அமைப்பு

மன்னர் மன்னன்

அவரைக்கொடியில் சிலந்தி. தீங்கு தரும் பூச்சிகளை மொத்தமாக அழித்தால், நன்மை தரும் சிலந்தி, தும்பி, சில வண்டுகள் உள்ளிட்டவை வராமல் போய்விடும்.

குறிப்பாக அமாவாசை, பவுர்ணமி, கீழ்நோக்கு நாள், மேல் நோக்கு நாள், கிரக நாட்கள், வளர்பிறை, தேய்பிறை, ராசிகள் நிலைகள் இவற்றைப் பொறுத்து என்ன விவசாய வேலைகளைச் செய்யலாம் என்கிற கோட்பாட்டைப் பொறுத்தே இந்த பஞ்சாங்கம் அமைக்கப்படுகிறது.

சில முக்கிய கோட்பாடுகள் பின்வருமாறு:

பவுர்ணமி: பவுர்ணமிக்கு 48 மணி நேரத்திற்கு முன்பிருந்து மண்ணின் ஈரப்பதமும், செடிகளின் வளரும் தன்மையும், விதைகள் முளைப்பதற்கான திறனும் அதிகரிக்கிறது. செடிகளைத் தாக்கும் பூச்சிகளின் வீரியமும், பூஞ்சை வளர்வதற்கான சாதகமான சூழலும் நிலவுகின்றன.

இதனால் பவுர்ணமி மற்றும் அதற்கு முன்னும் பின்னுமான ஐந்து நாட்களில் விதைப்பது, பூச்சி, பூஞ்சாணக் கொல்லிகள் தெளிப்பது, திரவ உரங்கள் அளிப்பது போன்ற வேலைகளைச் செய்யலாம்.

அமாவாசை: அமாவாசை நாட்களில் வளர்ச்சிக்கான வேலை குன்றியிருக்கும். இந்த நாட்களில், மரங்களை வெட்டுதல், கவ்வாத்து எடுத்தல், தானியங்களை உலரவைத்து சேமித்தல் போன்ற வேலைகளைச் செய்யலாம்.

●ஹைட்ரோபோனிக் முறையில் மண்ணில்லாமல் கல்லில் வளரும் பசலிக்கீரை

வளர்பிறை மற்றும் மேல் நோக்கு நாட்கள்: விதைத்தல், திரவப் பயிர் ஊக்கிகளைத் தெளித்தல் போன்ற செடி வளர்ச்சிக்கான வேலைகளைச் செய்யலாம். இந்த நாட்களில் செடிகள் நன்றாக நீரை மண்ணிலிருந்து உறிஞ்சும் சக்தியைப் பெறுகின்றன.

தேய்பிறை மற்றும் கீழ் நோக்கு நாட்கள்: இந்த நாட்களில் மண்ணுக்குள் இருக்கும் பாகங்கள் நல்ல முறையில் வளர்ச்சி அடைகின்றன. வேர்ப்பகுதி பலம் பெறுகிறது. இந்த நாட்களில் அறுவடை செய்தல், நிலத்திற்கு உரங்கள் தருதல், களை எடுத்தல் போன்ற காரியங்களைச் செய்யலாம்.

இதுபோலவே கிரகணத்தன்று செய்யக்கூடாத செயல்கள், நிலவு பூமிக்கு மிக அருகாமையிலும், தூரத்திலும் இருக்கும் நாட்களில் செய்யக்கூடிய, செய்யக்கூடாத செயல்கள், பூமி பல்வேறு நட்சத்திரக் கூட்டங்களைக் கடந்து வரும்போது இருக்கும் ராசிகளின்போது செய்யக்கூடிய செயல்கள் என்று பல்வேறு விஷயங்களுக்கு இந்த விவசாயமுறை முக்கியத்துவம் தருகின்றது.

அத்துடன் கோள்களின் நிலைகள், பஞ்சபூதம் இவற்றை தாவரங்களின் பாகங்கள் மற்றும் செயல்களுக்கும் தொடர்பு படுத்தியிருக்கிறார்கள். இந்த முறை நமது சித்த வைத்திய கோட்பாடுகளுக்கு சமமாக இருக்கிறது.

பிரபஞ்ச சக்தி!

கோள்களின் கதிரியக்கங்கள் ஒரு மிகவும் முக்கியமான அங்கமாகவும் ஓர் இலவச இடுபொருளாகவும் 'Bio-dynamic' முறையில் போற்றப்படுகின்றன.

இந்த நம்பிக்கையும் செயல்பாடுகளும் பாரம்பரிய இந்திய விவசாய முறையை ஒத்தே இருக்கின்றன. மேலும் நமது தமிழ்ப் பஞ்சாங்கத்தைப் போன்றே 'Bio-dynamic Calendar'இலும் உள்ளது.

பயிர் வளர்ச்சி மற்றும் ஆரோக்கியத்தின் மேலான கோள்களின் தாக்கம் அறிவியல்பூர்வமாக சில தருணங்களில் நிரூபிக்கப்பட்டிருந்தாலும், பெரும்பாலான கோட்பாடுகளும், பழக்கவழக்கங்களும் நம்பிக்கை சார்ந்தவையாகவே இருக்கின்றன.

உதாரணமாக அமாவாசை நாட்களில் மட்டுமே மரம் வெட்டுவது, தேனெடுப்பது போன்ற பழக்கங்கள் எந்த விதமான அறிவியல் பூர்வமான விளக்கங்களும் இல்லாதவைதான்.

ஆனாலும் 'பிரபஞ்ச சக்தி' (Cosmic energy) பூமியில் உயிர் வாழும் எல்லா உயிரினங்கள் மீதும் செயல்படுகிறது என்பதும், சூரியக் குடும்பத்திற்கு அருகிலிருக்கும் நட்சத்திரக் கூட்டங்களின் தாக்கம் நம் அனைவரின் ஆரோக்கியம் மற்றும் மனநலத்தை பாதிக்கிறது என்பதும் உலக சமூகங்கள் அனைத்தும், அறிவியல் உலகமும் ஒப்புக்கொண்ட ஒரு விஷயமாகத்தான் இருக்கிறது.

Bio-dynamic மற்றும் நமது பஞ்சாங்கங்களின்

ஹோம் அக்ரி

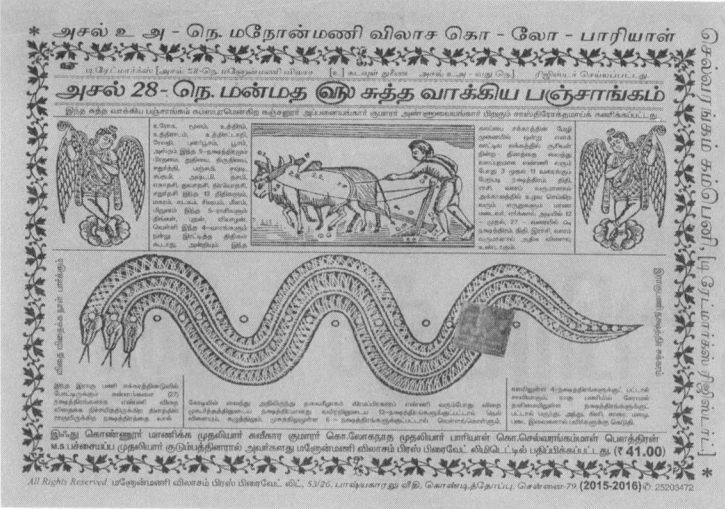

அடிப்படையில் எந்த பிரபஞ்ச சக்தி எப்படி நம்மை பாதிக்கிறது என்ற விவரங்களை சுருக்கமாகப் பார்ப்போம்.

பூமி சூரியனைச் சுற்றிவருகிறது. நிலவு பூமியைச் சுற்றி வருகிறது. சூரியனை நமது சூரியக்குடும்பத்திலுள்ள ஒன்பது கிரகங்களும் சுற்றிவருகின்றன. பூமிக்கு இருக்கும் புவிஈர்ப்பு விசையால் நாமும், கடலும் மற்ற பூமிக்கு மேலுள்ள எல்லா உயிரினங்களும், உயிரில்லா பொருட்களும், காற்று மண்டலமும் பூமியுடன் இணைந்திருக் கிறோம்.

பூமியின் அனைத்து ஜீவராசிகளுக்கும் சூரியனின் ஒளி வடிவமான சக்தி உயிருக்கு ஆதாரமாக இருக்கிறது. அனைத்து முதல்நிலை உணவு தயாரிப்பும் (தாவர வர்க்கத்தாலானது) சூரியஒளியையே பிரதானமான சக்தியாக பயன்படுத்தி நடைபெறுகிறது.

இந்த சூரியஒளியின் ஒரு பகுதியைத்தான் நாம் பார்க்க முடிகிறது. புற ஊதா மற்றும் அகச்சிவப்புக் கதிர்களை நாம் பார்க்க முடிவதில்லை. ஆனாலும் அதன் பாதிப்புகளையும், பலன்களையும் நாம் உணரமுடிகிறது; மருத்துவத்திற்காகவும், தொழிற்சாலைகளிலும் இந்த காணமுடியாத ஒளிச்சக்தியை நாம் பயன்படுத்துகிறோம்.

மனிதனால் பார்க்கமுடியாத ஒளிக்கற்றைகளை சில விலங்குகளும் பறவைகளும் பார்க்க முடிகிறது. ஒருசில கருவிகள் மூலமாக நம்மாலும் இந்த ஒளிக்கற்றைகளைப் பார்க்கவும், உண்டு பண்ணவும் முடிகிறது.

♦ **நான் மதுரையில் வசிக்கிறேன். பீட்ரூட், கோட் பயிர்களை இந்த தட்பவெப்ப சூழலில் வளர்க்க முடியுமா?**

– விருமாண்டி, விளாங்குடி.

வெப்பமில்லாக் காலங்களில் வளர்க்கலாம். செப்டம்பரில் ஆரம்பித்து ஜனவரி வரை இருக்கும் காலம் சரியாக இருக்கும். பீட்ரூட் எளிதாக வளரும். கேரட்டை வீட்டுத்தோட்டத்தில் வளர்க்கலாம். வணிக ரீதியாக வளர்ப்பது கடினம். வீட்டுத்தோட்டத்தில் இந்தக் காலங்களில் காலிஃபிளவரும், முட்டைக் கோசும் கூட வளர்க்கலாம்.

மதுரையில் வீட்டுத்தோட்டத்தில் வளரும் கேரட்

♦ **செடியை வண்டுகள் கடிப்பதால் இதற்கு வண்டுக்கடி இலை என்று பெயர் வந்ததா அல்லது வண்டுக்கடிக்கு மருந்தாகப் பயன்படுவதால் வண்டுக்கடி இலை என்று பெயர் வந்ததா?**

– அனிருத், ஆண்டிப்பட்டி.

இரண்டு காரணங்களாலும்தான். இந்தச் செடியின் இலையை வண்டுகள் விரும்பி உண்ணும். பெரும்பாலான நேரங்களில் அனைத்து இலைகளும் வண்டிக்கடி பட்டவையாகத்தான் இருக்கும்.

இதன் இலைச்சாறை வண்டு கடித்த இடங்களில் இடுவதால் வலியும் தடிப்பும் போகும். ஆக, இரண்டு காரணங்களாலும் இந்தப்பெயர் வந்திருக்கலாம். இதன் இன்னொரு பெயர் சீமை அகத்தி. இதன் இலைச்சாறை தேங்காய் எண்ணெயோடு கலந்து படர்தாமரைக்கும் உபயோகப்படுத்தலாம்.

வண்டுகடி இலை

ஹோம் அக்ரி

நம்மால் கேட்கமுடியாத சில ஒலிக்கற்றைகளையும் நாம் இன்று சக்திவடிவமாக உபயோகப்படுத்துகிறோம். உதாரணமாக *'Ultrasonic'* அலைகளைப் பயன்படுத்தி உடல் பரிசோதனைகள் செய்வதும், தொழிற்சாலைகளில் பல வேதிமாற்றங்களைச் செய்வதும் நாம் அறிந்ததே. புற ஊதாக் கதிர்கள் மூலமாக குடிநீரைச் சுத்தம் செய்வதும் நாம் அறிந்ததே.

இதுபோன்ற நம்மால் பார்க்கமுடியாத பலவிதமான கதிர்களும், ஒலி, ஒளி அலைகளும், கதிர்வீச்சுகளும் சூரியக் குடும்பத்தைச் சுற்றியிருக்கும் மற்ற நட்சத்திரக் கூட்டங்களிலிருந்தும் நம்மை வந்து சேர்கின்றன.

இந்த கதிர்வீச்சுகளும், ஒலி / ஒளி அலைகளும் நம்மையும், மற்ற ஜீவராசிகளையும் உடலளவிலும், மனத்தளவிலும் பாதிக்கின்றன. சில பாதிப்புகளை நாம் உணரமுடிகிறது; சிலவற்றை நம்மால் உணரமுடிவதில்லை. நம்மால் உணரமுடிந்த விஷயங்களை நம்புகிறோம், மற்றவற்றை நாம் நம்புவதில்லை.

இந்தக் கதிரியக்கங்களுக்கு சக்தி இருப்பதால் நிச்சயம் அவை தாவரங்களின் வளர்ச்சியை பாதிக்கும். எந்த கோள், எந்தவிதமான கதிரியக்கம், எந்த விதங்களில் தாவரங்களையும், மனிதனையும், விலங்குகளையும், பறவைகளையும் பாதிக்கும் என்பதற்கான சரியான விளக்கங்கள் அறிவியல்ரீதியாக அறியப்படவில்லை. இந்தத் தொடர்புகளைப் புரிந்துகொள்வது எளிதானதுமல்ல.

புராதனத் தமிழ் அறிவியலில் முன்னோர்கள் பஞ்சபூத தத்துவத்தால் இந்தத் தொடர்பை விளக்க முனைந்திருக்கிறார்கள். நாம் பார்க்கக்கூடிய, பார்க்கமுடியாத எல்லா பொருட்களையும் பஞ்சபூதத்திற்குள் அடக்கி, ஒவ்வொன்றையும் தத்துவார்த்தமான முறையில் எது எந்த பூதத்தத்துவம் என்று அறிவுறுத்தியிருக்கிறார்கள்.

இந்த முறையில் ஓரளவுக்கு நாம் கோள்கள், தாவர பாகங்கள், மனித உறுப்புகள், நீர்நிலைகள் மற்றும் பிரபஞ்சத்தின் அனைத்து அம்சங்களுக்குமான இடைத்தொடர்பை கணிக்கமுடியும். இந்த தத்துவத்தை புரிந்துகொண்டால் பிறகு எந்த அம்சம் எந்த பூதத்தத்துவமாக இருக்கும் என்று தெரிந்துகொண்டால் மட்டும் போதும். பின்னர் அவற்றின் தாக்கம் என்னவாக இருக்கும் என்பதை நாம் எளிதில் உணர்ந்துகொள்ளலாம்.

பஞ்சபூதங்கள், கோள்கள் மற்றும் தாவரங்களுக்கான தொடர்பு:

தமிழ் மருத்துவமுறையான சித்த வைத்தியமுறையிலும் இதே பஞ்சபூத கோட்பாடுதான் மூலிகைகளின் மருத்துவ குணங்களை அறிவதிலும், மருந்துகளை சரியான அளவிலும் முறையிலும் கலப்பதிலும் பயன்படுகிறது.

மருந்துகளுக்கான மூலப்பொருட்களான தாதுக்களும், உலோகங்களும், உலோகக்கலவைகளும், ஜீவதாதுக்களும் இந்த பஞ்ச

பஞ்ச பூதங்கள், கோள்கள் மற்றும் தாவரங்களுக்கான தொடர்பு:

கோள்கள்	நட்சத்திரக் கூட்டங்கள் (ராசிகள்)	தாவரப் பகுதிகள்	பஞ்சபூதம்
புதன், சனி, புளூட்டோ	மேஷம், சிம்மம், தனுசு	விதை	நெருப்பு
சூரியன், பூமி	ரிஷபம், கன்னி, மகரம்	வேர்	நிலம்
சுக்கிரன், வியாழன், யுரேனஸ்	கும்பம், துலாம், மிதுனம்	பூ	ஒளி, காற்று
செவ்வாய், நிலவு, நெப்டியூன்	கடகம், மீனம், விருச்சிகம்	இலை	நீர்

சித்த மருத்துவத்தில் இந்தத் தத்துவத்தின் அடிப்படையில் தாதுக்களும் பஞ்சபூதங்களும் எப்படி தொடர்புபடுத்தப்பட்டிருக்கின்றன என்பது கீழ்வருமாறு கொடுக்கப்பட்டுள்ளது :

	மண்	தண்ணீர்	தீ	காற்று	ஆகாயம்
உலோகம்	தங்கம்	காரீயம்	செம்பு	இரும்பு	நாகம்
உப்பு	இந்துப்பு, கல்லுப்பு	நவச்சாரம், சத்திச்சாரம்	வெடியுப்பு, சவுட்டுப்பு	துருசு, வெங்காரம்	பூநீறு, பச்சைக் கற்பூரம்
பாஷாணம்	அரிதாரம்	பூரம்	கௌரி	வெள்ளை	லிங்கம்
கழிவுகள்	மலம்	அமுரி	நாதம்	எச்சில்	விந்து

பூததத்துவத்துக்குள் கொண்டுவரப்பட்டு, அதன் அடிப்படையில்வாத, பித்த, கபத்திற்கு நட்பாகவும் பகையாகவும் இருக்கும் பூதத்திற்கான பொருட்களை மருந்தாகப் பயன்படுத்துவார்கள்.

சப்த தாதுக்களும், தோஷ நாடிகளும் கூட இவ்விதம் வகைப் படுத்தப்பட்டிருக்கின்றன.

ஹோம் அக்ரி

♦ நான் வீட்டுத்தோட்டத்தில் ரோஜா வளர்க்கிறேன். சில சமயங்களில் நன்றாகப் பூக்கும் இந்தச் செடிகள் சில சமயங்களில் சுத்தமாகப் பூப்பதே இல்லை. நோய்களோ, பூச்சி தாக்குதலோ இல்லாமல் இருந்தாலும், செடிகள் ஆரோக்கியமாக இருந்தபோதிலும் பூப்பதில்லை; என்ன காரணமாக இருக்கலாம்? இதற்கு என்ன செய்யவேண்டும்?

- மணிஷா மாணிக்கம், மயிலாடுதுறை.

பூரிப்பாக இருக்கும் செடிகள்தான் பூக்கும். ஆக, செடிகளை ஆனந்தமாக இருக்கும்படி வைத்துக்கொண்டால் எப்போதும் பூத்துக்கொண்டேயிருக்கும். ரோஜாவுக்கு மற்ற பயிர்களைப் போன்று இல்லாமல் அடிக்கடி ஊட்டத்தை கொடுத்துக்கொண்டே இருக்கவேண்டும். சரியான சமயத்தில் கத்தரித்துக்கொண்டும் இருக்கவேண்டும்.

வரிசையாக பூக்கத் தயாராக இருக்கும் ரோஜா மொக்குகள்

பூக்கள் இருக்கும்போது அதற்கு இணையான அளவில் மொட்டுகளும் இருக்கவேண்டும். இல்லையென்றால் மண்புழு உரமும், நுண்ணூட்டச் சத்துகளும் கொடுத்தால் மீண்டும் பூக்க ஆரம்பிக்கும்.

ரோஜாவுக்கு என்று பிரத்தியேகமாகக் கிடைக்கும் இயற்கை உரங்களையும் உபயோகப்படுத்தலாம். ஏதாவது ஒரு காரணத்துக்காக அடிக்கடி ரோஜாச்செடியை தொட்டுக்கொண்டே இருங்கள். அதுபோலவே மண்ணை காற்றோட்டம் கிடைக்கும்படி அவ்வப்போது கிளறி விடவேண்டும்.

கண்ணதாசன் பாட்டில் வரும் 'நீரென்று சொன்னால் நெருப்பிலும் வேகும், நெருப்பென்று சொன்னால் நீரிலும் அணையும்...' என்ற வரிகள் இந்த கோட்பாட்டின் உபயோகத்தை விளக்கும்.

◆

விலங்குகளின் உறுப்புகளும் கோள்களும்

தாவரத்தின் பாகங்கள் எப்படி கோள்களோடு தொடர்புள்ளவையாக இருக்கின்றனவோ, அதுபோலவே மிருகங்களின் உறுப்புகளும் கோள்களோடு தொடர்புள்ளவையாக இருக்கின்றன.

'Bio-dynamic' முறையில் இந்த நம்பிக்கையின் அடிப்படையிலேயே இடுபொருட்கள் தயாரிக்கப்படுகின்றன. கொம்புச் சாண உரம் மற்றும் கொம்பு சிலிக்கா உரம் கன்று ஈன்ற பசுக்களின் கொம்புகளைப் பயன்படுத்தி தயாரிக்கப்படுகின்றன என்று நாம் முன்னரே பார்த்தோம். பசுக்களின் கொம்புகள் பிரபஞ்ச சக்தியை நன்றாக ஈர்க்கக்கூடியவையாக இருக்கின்றன.

நம் புராதன பழக்க வழக்கங்களும், கலாசாரமும் இந்த நம்பிக்கையை வலுப்படுத்தக்கூடியதாகவே இருக்கின்றன. அதுபோலவே 'யாரோ' உரம் ஆண் மானின் சிறுநீரகப் பையில் வைத்து தயாரிக்கப்படுவதையும் பார்த்தோம். மானின் சிறுநீரகப் பையும் கிரகங்களின் சக்தியை ஈர்க்கவல்லதாகவும், குறிப்பாக சுக்கிரனின் கதிரியக்கங்களைப் பயன்படுத்துவதாகவும் நம்பப்படுகிறது.

இப்போது விலங்குகளின் மற்ற உறுப்புகள் தயாரிக்கும் மற்ற 'bio-dynamic' இடுபொருட்களைப்பற்றி பார்ப்போம்.

கேமோமில் உரம்:

இது ஒரு வகையான சாமந்திப்பூ. சாமந்திப்பூவின் மருத்துவக்

♦ **எறும்புகளை விவசாயத்தில் நண்பனாகக் கருத லாமா?**

- கருவாயன், கரிமேடு.

எறும்புகள் பெரும்பாலான நேரத்தில் விவசாயிக்கு அனுகூலமான காரியங்களையே செய்கின்றன. கரையான்களும் எறும்புகளும் இருக்கும் நிலத்தில் 36% வரை மகசூல் (கோதுமைப் பயிரில்) அதிகரித்திருப்பதாக சில ஆராய்ச்சிகள் தெரிவிக்கின்றன.

எறும்புகளும், கரையான்களும் மண்ணில் உண்டாக்கும் வளைகளும், சுரங்கங்களும் காற்றோட்டத்தை மேம்படுத்துவதோடு, மண் அதிகமான தழைச்சத்தை சேமித்து வைக்கவும் உதவுகின்றன.

வலை பின்னும் எறும்புகள் சில செடிகளிலும் மரங்களிலும் வலைகளைப் பின்னி இனப்பெருக்கம் செய்வதால் தீங்கு செய்யும் பூச்சிகளை அண்ட விடுவதில்லை. ஆனால், இந்த இனப்பெருக்கம் அளவுக்கு அதிகமானால் பயிர்கள் சேதமாகும். இந்த அளவை விவசாயி கட்டுப்படுத்தவேண்டும்.

எறும்புகள் பலவிதமான தீங்குகளையும் செய்கின்றன. செடிகளின் மாவுப்பூச்சிகளோடு கூட்டு சேர்ந்து சில சமயம் செடிகளுக்கு பெரும் சேதத்தை உண்டு செய்கின்றன.

♦ **வண்ணத்துப்பூச்சிகள் நன்மை தரக்கூடியவையா? அப்படியென்றால் எந்தவிதத்தில் அவை விவசாயத்தில் பயனுள்ளவையாக அமைகின்றன?**

- செல்வராணி, செங்கல்பட்டு.

நிச்சயமாக, தேனீக்களைப்போல் வண்ணத்துப் பூச்சிகளும் மகரந்தச் சேர்க்கைக்கு உதவுகின்றன. பூக்களில் இருக்கும் தேனை உண்ணச் செல்லும் போது இந்த மகரந்தச்சேர்க்கை நடைபெறுகிறது.

ஒருசில பூச்சிகளின் தொல்லைகளையும் வண்ணத்து பூச்சிகள் கட்டுப்படுத்துகின்றன. வண்ணத்துப்பூச்சிகள் ஒரு தோட்டத்தில் இருப்பது அந்த தோட்டத்தின் ஆரோக்கியத்தை பிரதிபலிப்பதாக இருக்கிறது.

●வண்ணத்துப் பூச்சிகள்

குணங்கள் உலக அளவில் மிகவும் பிரபலமானதுதான். இந்த சாமந்திப்பூவில் தயாரிக்கும் தேநீர் பலவிதமான வயிற்று உபாதைகளையும் போக்கக்கூடியது. மன சாந்தத்தையும் தரக்கூடியது.

இந்தச் செடி புதனுடன் தொடர்புடையதாக கருதப்படுகிறது. இந்தப் பூக்களை காலையில் அறுவடை செய்து மாட்டின் சிறு குடலில் நிரப்பவேண்டும். பின்னர் சிலகாலம் ஒரு மண் தொட்டியில் வைத்து மண்ணுக்குள் புதைத்துவிடவேண்டும்.

இந்த உரம் தழைச்சத்தையும், சுண்ணாம்புச் சத்தையும் மண்ணுக்கும் செடிக்கும் கொடுக்கும்.

செந்தட்டி உரம்:

சிறு காஞ்சொறி எனப்படும் இந்த செந்தட்டி தழைச்சத்து உள்ள இடங்களில் மண்டிக்கிடக்கும். உடலில் பட்டால் அரிப்பெடுக்கும். தண்டு இலைகளில் சுனை நிரம்பியிருக்கும்.

இந்தச் செடி செவ்வாய்க் கிரகத்துடன் தொடர்புடையதாகக் கருதப்படுகிறது. இந்தச் செடியை பூப்பதற்கு முன் வெட்டி நிழலில் காயவைத்துக்கொள்ள வேண்டும். பின்னர் ஒரு மண்தொட்டியில் அழுத்தமாக நிரப்பி ஓர் ஆண்டுக் காலம் மண்ணில் புதைத்து வைத்து மக்கியவுடன் எடுத்து பயன்படுத்தலாம்.

இது செடிகளில் பச்சையம் உருவாவதற்கும் செடிகளுக்கு கந்தகம் மற்றும் இரும்புச்சத்து கிடைக்கவும் உதவியாகயிருக்கிறது. மேலும் மாலிப்டீனம், மக்னீசியம், வேண்டியம் போன்ற நுண்ணூட்டச்சத்து கிடைக்கவும் உதவுகிறது.

கோமியத்தோடு கலந்து தெளிக்கும்போது சாறு உறிஞ்சும் பூச்சிகளையும் கட்டுப்படுத்துகிறது.

இது போலவே ஓக் உரம், ஓக் மரத்தின் பட்டையை ஆட்டின் மண்டை ஓட்டில் வைத்தும், டாண்டலியான் (ஒரு வகையான சீமை காட்டு முள்ளங்கி) உரம் மாட்டின் அடிவயிற்றில் இருக்கும் ஜவ்வைக்கொண்டும் தயாரிக்கப்படுகின்றன.

வேதங்களின் அடிப்படையில் ஒருசில முறைகளைப் பின்பற்றும் முறையும் புழக்கத்தில் இருக்கிறது. முன்பு பார்த்தபடி 'விருக்ஷாயுர்வேதம்' என்ற நூலிலிருந்துதான் 'பஞ்சகாவ்யா' போன்ற இடுபொருட்களின் விவரங்கள் நமக்குத் தெரிந்து இன்று இயற்கை விவசாயம் செய்பவர்கள் அதைப் பயன்படுத்துகிறார்கள்.

இந்த முறைகளை ஆழமாக ஆராய்வது மிகவும் பயனுள்ளதாகயிருக்கும். வேதங்களில் கூறப்பட்டுள்ள ஒருசில முறைகளைப் பற்றி பார்ப்போம்.

விதைகளுக்கான மேற்பூச்சு:

விதைப்பதற்கு முன் விதைகளை 1:1 என்ற விகிதத்திலான தேன்: நெய் கலவையில் கலக்கவேண்டும். விதைகளில் இந்தக் கலவை பூச்சு போல் ஒட்டிக்கொள்ளும்.

இந்த விதமாக நேர்த்தி செய்யப்பட்ட விதைகள் நன்றாக முளைப்புத்திறன் அடைவதோடு, வளர்ந்த செடிகள் பலமாகவும், நோயின்றியும் இருக்கும். இதுபோல வெங்காயம், பூண்டு போன்றவைகளை விதைக்கும் முன் ஈரமான பசுஞ்சாணத்தில் தோய்த்து எடுத்து விதைக்க ஆரோக்கியமான வளர்ச்சி இருக்கும்.

அம்ருத்பாணி என்கிற அமிர்தகரைசல்:

200 லிட்டர் தண்ணீரில் கால் கிலோ பசுநெய், அரைக் கிலோ

சூடு செய்யாத தேன், 10 கிலோ பசுஞ்சாணம் இவைகளை நன்றாகக் கரைத்து சில நாட்கள் நொதிக்க வைக்கவேண்டும்.

விதைகள், நாற்றுகள், கரணைகள் போன்றவற்றை இவற்றில் நனைத்து நடலாம். ஏக்கருக்கு 200 லிட்டர் போதுமானது. இது நிலத்திற்கு பிராண சக்தியைக் கொடுக்கும். இந்தக் கரைசலை இலை வழியாகவும், பாசனத்தின் வழியாகவும் கூட அளிக்கலாம்.

இந்த அமிர்த கரைசலை மண்புழு நிறைந்த மண்ணில் சேர்த்து பசைபோல செய்து எந்தவிதமான விதைகளுக்கும் மேற்பூச்சாக உபயோகப்படுத்தலாம்.

கோமூத்திரமும் வேப்பிலையும்:

கோமூத்திரத்தை சூரிய ஒளியில் வைத்து பத்திரப்படுத்திக் கொள்ளவும். 20 கிலோ வேப்பந்தழைகளை சிறு காம்புகளோடு 200 லிட்டர் நீரில் 4 நாட்கள் நிழலில் வைக்கவேண்டும். இந்த இரண்டையும் கலந்து பூச்சிவிரட்டியாகப் பயன்படுத்தலாம்.

இதைக் கண்ணாடி பாட்டிலில் அடைத்து வெயிலில் வைப்பதன் மூலம் இதனுடைய திறன் அதிகரிக்கும்.

புகையிடுதல்:

சாம்பிராணி மற்ற ஹோம திரவியங்கள் கொண்டு உண்டாக்கும் புகை பலவிதமான பூச்சிகளையும் விரட்டுவதோடு ஒருவிதமான ஆக்க சக்தியை தோட்டத்தில் நிலைநிறுத்துவதாகவும் நம்பிக்கையிருக்கிறது.

இதுபோன்ற பல தயாரிப்புகள் வேத சாஸ்திரங்களிலும், வேதங்கள் சார்ந்த பல நூல்களிலும் தெரிவிக்கப்பட்டிருக்கின்றன. பெரும்பாலான முறைகள் நாம் இன்றும் பயன்படுத்தக்கூடியவையாகவே இருக்கின்றன.

மண்ணில்லாமல் விவசாயம் செய்யலாம்!

ஆம். மண்ணில்லாமல் விவசாயம் செய்யலாம். இதை ஆங்கிலத்தில் Hydroponics, Aquaponics, Aeroponics என பல பெயர்களில் வழிமுறைக்கு ஏற்றபடி குறிப்பிடுகிறார்கள்.

நாம் Hydroponics மற்றும் Aqua ponics முறைகளைப்பற்றியும், இவைகளை எளிய முறையில் வீட்டிலேயே எப்படிச் செய்யலாம், தோட்டத்தில் எப்படி சிறிய அளவில் செய்யமுடியும் என்பதைப் பற்றியும் பார்ப்போம்.

இந்த முறைகள் இயற்கைக்கு மாறானவையா, இதன் மூலம் விளையும் பொருட்கள் உடலுக்குத் தீங்கு விளைவிக்குமா எனப் பலருக்கு சந்தேகங்கள் இருக்கலாம்.

இதற்கான பதிலும், இந்த முறைகளை நம் விவசாயிகள் விரைவில் தெரிந்துகொண்டு அவற்றைச் செயல்படுத்துவதற்கான அவசியத்தைப் பற்றியும் கீழேயுள்ள குறிப்புகள் உணர்த்தும்.

மண்ணை நம்பித்தான் இன்று எல்லாருமே விவசாயம் செய்கிறோம். மண்தான் உணவு உற்பத்திக்கு ஆதாரமாக இருக்கிறது. விவசாயத்தின் வெற்றி தோல்விக்கும் பெருமளவில் மண்ணின் வளம்தான் காரணமாக அமைகிறது. குறிப்பாக இயற்கை / அங்கக விவசாயமே மண்வளத்தை மேம்படுத்துவதிலும், அதை காப்பதிலும்தான் இருக்கிறது.

பயிர்வளர்ப்பில் மண்ணின் பங்கு என்ன? எந்தவிதத்தில், நிலம் அல்லது மண் ஒரு தாவரத்தை ஆதரிக்கிறது?

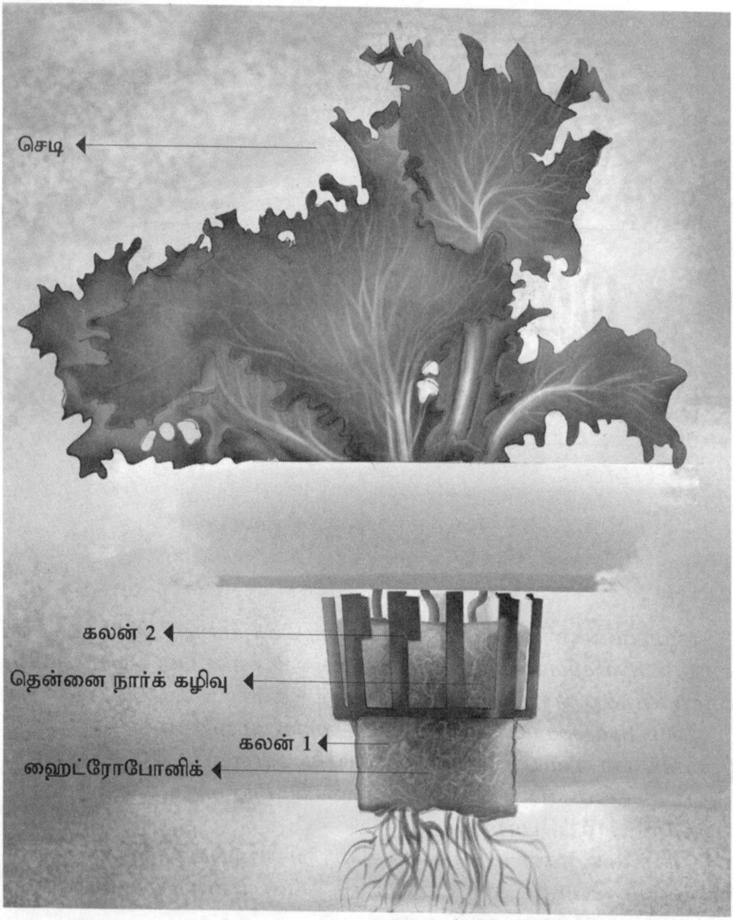

ஹோம் அக்ரி

செடி ◄

கலன் 2 ◄
தென்னை நார்க் கழிவு ◄

கலன் 1 ◄
ஹைட்ரோபோனிக் ◄

முதலாவதாக, தாவரத்தை தாங்குவதற்கான ஆதாரமாக மண் செயல்படுகிறது. வேர்கள் தன்னுள் ஊடுருவி தாவரம் தன்னை ஸ்திரமாக நிறுத்திக்கொள்ள உதவுகிறது. இரண்டாவதாக, அதற்குத் தேவையான நீரைத் தன்னுள் நிறுத்தி வேர்கள் உறிஞ்சிக்கொள்ள வழிவகுக்கிறது. மூன்றாவதாக, பலவிதமான நன்மை பயக்கும் பாக்டீரியாக்கள் வாழ வழிவகுத்து தழைச்சத்தையும், மணிச்சத்தையும் தாவரம் பெற்றுக்கொள்ள ஏதுவாகிறது. நான்காவதாக, தேவையான ஊட்டங்களையும், நுண்ணூட்டங்களையும் செடிகள் பெற்றுக்கொள்வதற்கான ஆதாரமாக இருக்கிறது.

இந்த ஊட்டங்கள் செடிகளின் மொத்த தேவையில் 5 சதவீதத்

♦ நித்தியகல்யாணி புற்று நோய்க்கு சிறந்த மருந்து என்று படித்தேன். அது உண்மையா?
– சோனா கீர்த்தி, மதுரவாயல்.

உண்மைதான். ஆனால், நேரடியாக இதை நாம் உபயோகப்படுத்த முடியாது. இந்தச் செடியின் இலை மற்றும் பூக்களிலிருக்கும் 'வின்பிளாஸ்டின்' என்கிற ஒரு மூலப்பொருள் இரத்தப்புற்றுநோயைக் கட்டுப்படுத்த மருந்தாகப் பயன்படுகிறது. இதற்காக விருதுநகர் மாவட்டத்தில் ஏராள மானோர் இதை மானாவாரியாகப் பயிரிடுகிறார்கள்.

இதன் தண்டும், வேரும் விஷத்தன்மை கொண்டவை. அதனால் ஆடுமாடுகள் இதை தின்பதில்லை. இதன் இலை மற்றும் பூவை சர்க்கரைநோயைக் கட்டுப்படுத்த பயன்படுத்தலாம்.

திற்கும் குறைவாக இருக்கின்றன.

இன்று விவசாயம் வெற்றிகரமாக இல்லாமல் இருப்பதற்கு மிக முக்கிய காரணமாக இருப்பது விவசாயியால் கட்டுப்படுத்த முடியாத காரணிகள் பல உற்பத்தியைப் பாதிக்கக் கூடியவையாக இருப்பதால்தான்.

நம்மால் கட்டுப்படுத்தக்கூடிய காரணி ஒன்று இருந்தால் கூட தொழிற்சாலைகளில் நாம் எந்த உற்பத்தியையும் கையில் எடுப்பதில்லை. ஆனால், விவசாய உற்பத்தியில் கட்டுப்படுத்தும் காரணிகளைவிட கட்டுப்படுத்தமுடியாத காரணிகளே அதிகம் இருக்கின்றன. அவை:

♦ அதிகப்படியான அல்லது குறைவான மழை.
♦ அதிகப்படியான அல்லது குறைவான காற்று.
♦ ஒருசில வைரஸ்/பாக்டீரியா பூஞ்சைகளால் வரும் நோய்கள்.
♦ கட்டுப்படுத்தமுடியாத பூச்சி மற்றும் நோய்த் தாக்குதல்கள்.
♦ தட்ப வெப்பம்.

வெர்மிகுலைட்   பெர்லைட்

* இயற்கைச் சீற்றங்களால் மாறும் மண்வளம்.
* நிலத்தடி நீரின் அளவு மற்றும் தரம்.
* சந்தை நிலவரங்கள்.

இந்த, காரணிகளில் மண் சார்ந்த காரணிகள் பல இருப்பதை நாம் பார்க்கிறோம். மண்ணில் பலவிதமான சத்துகள் நிறைந்திருந்தாலும் பல சமயங்களில் தாவரத்தால் அந்த ஊட்டங்களை எடுத்துக்கொள்ள முடிவதில்லை.

மண்ணில் கார அமிலத்தன்மையும், மண்ணில் தேவையான நுண்ணுயிரிகள் இல்லாமல் இருப்பதும் இதற்கு முக்கிய காரணமாக அமைகிறது. இந்த வேதியியல் மாற்றங்கள் நாம் இடும் இரசாயன உரங்கள் மற்றும் பெருமழை போன்ற காரணங்களால் ஏற்படுகிறது.

தாவரங்களின் வேர்கள், மண்ணுள் நீரைத் தேடி சென்று அதனுள் கரைந்திருக்கும் ஊட்டங்களோடு உறிஞ்சி உட்கொள்கின்றன. மண் இல்லாவிட்டாலும் கூட இந்த ஊட்டங்களை உறிஞ்சிக் கொள்ள அவைகளால் முடியும்.

ஆக, தாவரங்களுக்குத் தேவையான ஊட்டங்களை துல்லியமான அளவில் நம்மால் நீரில் கரைத்துத் தரமுடியும் என்றால் மண்ணில்லாமல் தாவரங்கள் வளர வாய்ப்பிருக்கிறது என்று தானே அர்த்தம்!

இப்படிச் செய்வதுதான் hydroponics மற்றும் aquaponics முறை. நீரானது தாவரங்கள் தங்களை நிலையாக நிறுத்திக்கொள்ள உதவமுடியாது என்பதால் நாம் செடியின் கீழ்ப்பக்க தண்டுப் பகுதியை வேறு ஆதாரங்கள் கொண்டு ஸ்திரமாக நிற்குமாறு பிடித்துவைக்கலாம்.

சில ஆண்டுகளுக்கு முன் ஆராய்ச்சி நிலையிலேயே இருந்த இந்த முறை இன்று வணிக ரீதியில் பல நாடுகளிலும் காய்கறி உற்பத்தி செய்வதற்குப் பயன்படுகிறது. இந்தியாவிலும் சில நிறுவனங்களும்

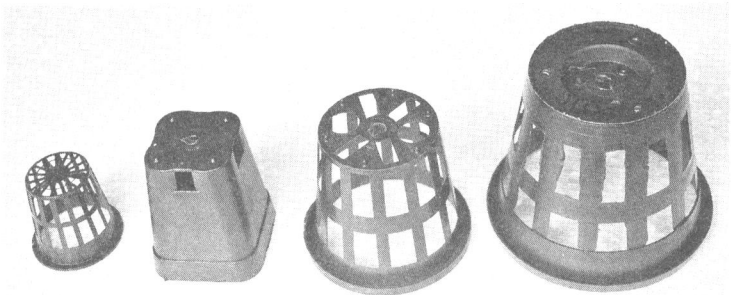

ஹைட்ரோபோனிக்ஸ் முறைக்கு உகந்த துளையுள்ள சிறு தொட்டிகள்

முற்போக்கு விவசாயிகளும் ஏற்கனவே பல ஆண்டுகளாக இதை வணிக ரீதியில் காய்கறி உற்பத்திக்கு பயன்படுத்துகிறார்கள்.

மிகவும் சிக்கலாக இருந்த ஊட்டக்கரைசல் மற்றும் மின்னணு சார்ந்த ஒருசில கட்டுப்பாட்டு முறைகளால்தான் சிறிய விவசாயிகள் இதைச் செயல்படுத்த முடிவதில்லை.

ஆனால், பெரிய சிக்கல்கள் ஏதும் இல்லாமல் எப்படி வீட்டிலேயே இந்த முறையை பின்பற்றலாம். பொதுவாகத் தேவைப் படும் பொருட்கள்:

- பிளாஸ்டிக் தொட்டி.
- தெர்மகோல் (*Thermocol sheets*).
- வெர்மிகுலைட் (*Vermiculite*).
- பெர்லைட் (*Perlite*).
- தென்னை நார்க் கழிவு (*Coir pith*).
- நிறைய துளையுடன் கூடிய சிறிய பிளாஸ்டிக் கப் (*Net pot*).
- பிளாஸ்டிக் பைப்.
- அக்வாரியம் பம்ப்.
- அக்வாரியம் காற்றேற்றும் கருவி.
- செடிகளுக்கென்றே பிரத்தியேகமாக தயாரிக்கப்படும் மின் விளக்குகள்.
- கார அமிலத்தன்மை கண்டுபிடிக்கும் மானி அல்லது பேப்பர் (*pH paper or pH meter*).
- *TDS* மானி (*TDS meter*).
- ஸ்பாஞ்ஜ்
- நீளமான திரிகள்.
- கட்டு கம்பி.
- கயிறு

- இங்கு குறிப்பிடப்பட்டிருக்கும் எல்லாப் பொருட்களும் எல்லா முறைகளுக்கும் தேவைப்படுவதில்லை. ஆனால், இவை *hydroponic* முறைக்கு பொதுவாகத் தேவைப்படுபவை. இது தவிர சில அடிப்படைக் கருவிகள் அறுக்க, துளையிட, ஸ்க்ரூ

●திரி மூலம் தானாகவே தண்ணீரை உறிஞ்சிக்கொள்ளும் ஹைட்ரோபோனிக்ஸ் முறை

பொருத்துதல் போன்ற வேலைகளுக்குத் தேவைப்படும்.

மிகக்குறைந்த தேவைகளோடு வீட்டில் ஆரம்பிக்கக்கூடிய எளிய முறையை முதலில் பார்க்கலாம். இது திரிகொண்டு தானாகவே ஊட்டக்கரைசலை செடி உறிஞ்சிக் கொள்ளுமாறு அமைக்கும் முறை.

இந்த முறையில் ஒரே அளவிலான இரண்டு பிளாஸ்டிக் கலன்களை எடுத்துக்கொள்ளவும். இரண்டு ஒரு லிட்டர் பெயிண்ட் டப்பாவோ, சாப்பாடு பார்சல் வரும் டப்பாவோ, அல்லது மளிகை சாமான் போட நாம் வாங்கும் டப்பாவாகவோ இருக்கலாம்.

ஒரு லிட்டர் அல்லது 2 லிட்டர் கலனாக எடுத்துக்கொள்ளவும். ஒரு கலனில் *sterilise* செய்யப்பட்ட தென்னை நார்க் கழிவை நிரப்பிக்கொள்ளவும். மற்றொரு கலனின் மேல்மூடியில் 3 - 4 துளைகள் செய்து அதன் வழியே நன்றாக நீர் உறிஞ்சும் திரிகளை விடவும்.

இந்த திரி கலனின் அடி வரை இருக்க வேண்டும். இந்த திரி தென்னை நார் கழிவு நிரப்பப்பட்ட கலனில் அடிப் பாகத்தின் வழியாக மேல் வரை செல்லும் படி அமைக்க வேண்டும். பின்னர் கீழுள்ள கலனில் *hydroponic* ஊட்டக்கரைசலை ஊற்ற வேண்டும்.

இந்த நீர் நிரப்பிய கலன் மேல் தென்னை நார் கலன் அமையும் படி வைக்க வேண்டும். இப்போது திரிகள் வழியாக நீர் மேலெழும்பி தென்னை நார்க் கழிவு ஈரமாகும். கீழே நீர் இருக்கும் வரை இது ஈரமாகமே இருக்கும்.

இந்த அமைப்பில் நம் கவனம் குறைவாக இருந்தாலே போதும். மேலேயுள்ள தென்னை நார்க் கழிவுக் கலனில் ஏதாவது ஒரு நாற்றை வைக்கவும். இது தானாகவே எந்த உதவியுமின்றி வளர ஆரம்பிக்கும்.

ஆரம்பத்தில் கீரை வகைகளை வளர்க்க முயலலாம். பின்னர் காய்கறிப் பயிர்களை முயற்சி செய்யலாம். இந்தச் செடிகளுக்கு வெளிச்சம் அவசியம். அதனால் தெற்குப்புற ஜன்னல் அருகிலோ, பால்கனியிலோ வைப்பது நல்லது.

மண்ணில்லாமல் வீட்டில் செடி வளர்க்கும் எளிய முறைகள்!

தானாகவே நீர் உறிஞ்சிக்கொள்ளும் ஹைட்ரோபோனிக் (நீர்நிறை வேளாண்மை) முறை பற்றி பார்த்துவிட்டோம். இப்போது மற்ற இரு முறைகளைப் பார்ப்போம்.

நாம் இந்த தொடரில் விளக்கும் முறைகள் அனைத்தும் வீட்டில் பயன் படுத்தும் எளிய முறைகளே. இதே முறைகளைத் தோட்டத்திலும் பயன்படுத்தலாம். தோட்டத்தில் வணிக ரீதியாக பயன்படுத்தும்போது சில தானியங்கிக் கட்டுப்பாடுகளை சேர்த்துக்கொள்ளலாம். இதனால் குறைந்த செலவும் குறைந்த ஆள் தேவையும் இருக்கும்.

மிகவும் பரவலாக பயன்படுத்தப்படும் முறை NFT (Nutrient Film Technique) என்று சொல்லக்கூடிய முறையில் நீர்நிறை கரைசல் (hydroponic solution) செடிகளின் வேரைத் தொடும்படி சுழற்சியில் வைக்கப்படுகிறது. இதற்கு குழாய் போன்ற கலன்களும், இதற்காகவே பிரத்தியேகமாக வடிவமைக்கப்பட்ட செவ்வகக் குழாய்களும் பயன்படுத்தப்படுகின்றன.

இந்த முறையில் ஒரு கொள்கலனிலிருந்து நீர்நிறை கரைசல் இந்த குழாய் வழியாக செலுத்தப்படுகிறது. கொள்கலனில் இருக்கும் கரைசல் தொடர்ந்து காற்றேற்றம் (aeration) செய்யப்படுதலால் ஆக்ஸிஜன் நிறைந்ததாக இருக்கிறது. வேர்களுக்கு ஆக்ஸிஜன் தேவையென்பதால் இது முக்கியமாகிறது.

இதனால் வேர்கள் எப்போதும் நீரில் மூழ்கி இருப்பதில்லை.

ஹோம் அக்ரி

மொட்டை மாடியில் குழாயில் அமைக்கப்பட்டுள்ள ஹைட்ரோபோனிக் தோட்டம்

அவ்வப்போது பாய்ச்சப்படும் கரைசலில் நனைந்து பின்னர் அந்த ஈரத்தின் ஆதாரத்திலேயே வளர்கின்றன. இந்த முறையில் தொடர்ந்து கரைசலின் pH மற்றும் மற்ற ஊட்டங்களின் அளவுகள் கண்காணிக்கப்பட முடிவதால் நல்லமுறையில் செடியின் வளர்ச்சியைக் கட்டுப்படுத்தலாம்.

இந்த முறையும் வீட்டில் செய்யக்கூடியதுதான் என்றாலும் கூட, இதைவிட எளிமையான வழிகளில் வீட்டுச்சூழலில் இந்த முறையை பின்பற்ற முடியும் என்பதால் அந்த முறைகளைப் பற்றி நாம் பார்ப்போம்.

இரண்டாவது எளிமையான முறை அமைப்பதற்கும் பராமரிப்பதற்கும் மிகவும் எளிமையானது.

ஒரு தொட்டியில் நீர்நிறை கரைசலை எடுத்துக்கொள்ள வேண்டும். தொட்டியின் மூடியில் செடியின் தண்டும் வேரும் உள்ளே புகுமாறு துளையிட வேண்டும். பின்னர் சிறிய ஒரு கலனிலோ, இதற்காகவே வரும் 'net pot' போன்றவற்றிலோ, நாற்றின் வேர்ப்பகுதி நன்றாகக் கரைசலில் நனைந்திருக்கும்படி செடியை அமர்த்த வேண்டும். தேவைக்கு ஏற்றபடி காற்றேற்றம் தரலாம்.

பெரும்பாலான தருணங்களில் காற்றேற்றம் தேவைப்படுவதில்லை. செடி ஸ்திரமாக இருப்பதற்காக கலனில் கற்களோ, தென்னை நார்க்கழிவோ மற்ற பொருட்களோ இடலாம். இந்த முறையில் நீர் அளவு குறையக் குறைய ஊற்றிக்கொள்ள வேண்டும். அவ்வப்போது கரைசலின் pH மற்றும் TDS அளவை கண்காணித்து, தேவைப்பட்டால் மொத்தக் கரைசலையும் மாற்றிவிட வேண்டும்.

குழாயில் நீர்நிறை (hydroponic) வேளாண்மைக்கான கட்டுமான அமைப்பு

கரைசல் இருக்கும் கலன் நேரடி வெளிச்சத்தில் இருந்தால் பாசாணம் வளர வாய்ப்புள்ள தால், அதை ஒளி புகாதவாறு மூடி வைக்கவேண்டும்.

இங்கு பிரசுரமாகியிருக்கும் புகைப்படங்களைப் பாருங்கள். ஒரு இரண்டு லிட்டர் பிளாஸ்டிக் டப்பா கரைசலால் நிரப்பப் பட்டிருக்கிறது. அதன் மேல் மூடியாக தெர்மோகோல் வைக்கப்பட்டிருக்கிறது. செடிகளைத் தாங்குவதற்காக தண்ணீர் பாட்டிலின் மேற்பகுதி உபயோகப்படுத்தப் பட்டுள்ளது. தண்ணீர் பாட்டிலின் மூடியில் துளையிடப்பட்டு அதன் வழியாகச் செடி செருகப் பட்டிருக்கிறது.

முதலில் ஒன்றிரண்டாக இருந்த வேர்கள் சில வாரத்திற்குப் பின் இப்போது கொத்துக்கொத்தாக நன்றாக வளர்ந்திருப்பதைக் காணலாம்.

இந்த முறையில் காற்றேற்றம் தேவையில்லை. காற்று இல்லாமல் செடி வாடுவதாக தெரிந்தால் சிறிது நேரம் மீன் தொட்டியில் பயன்படுத்தும் *air pump* மூலமாக காற்றை நீரில் செலுத்தலாம்.

இந்த தொட்டி வெளிப்புறத்திலேயே சூரியஒளி படுமாறு வைக்கப்பட்டிருக்கிறது. நான்கு வாரங்களில் இரண்டு முறை முக்கால் லிட்டர் கரைசல் சேர்க்கப்பட்டிருக்கிறது. இதுவரை எந்தவித நோய்த் தாக்குதலோ, பூச்சி தாக்குதலோ, ஊட்டச்சத்து குறைபாடோ தென்படவில்லை. சாதாரண வீட்டுத்தோட்டத்தில் இருக்கும் மற்ற செடிகளுக்கு நடுவிலேயே வைக்கப்பட்டிருக்கிறது.

இந்த முறை அனைத்து வகையான கீரை வகைகளுக்கும் மிக உகந்த முறை. கலனின் கொள்ளளவிற்கு ஏற்ப ஒன்றுக்கு மேற்பட்ட செடிகளை வளர்க்கலாம். இந்த இரண்டு லிட்டர் டப்பாவில் தக்காளி மற்றும் கொடிப்பசலி வைக்கப்பட்டிருக்கிறது. தக்காளி பெரிதாகும்போது வேறு கலனுக்கு மாற்றிக்கொள்ளலாம்.

இந்த முறையை பின்பற்றும் போது கீரை போன்ற சிறிய மற்றும் குறுகிய காலச் செடி வகைகளை வளர்க்க நாம் உபயோகிக்கும் குடிநீர் பாட்டில்களையும், குளிர்பான பாட்டிகளையும் கூட பயன்படுத்தலாம்.

🏠 ஹோம் அக்ரி 🌱

பாட்டிலின் புனல் போன்ற பகுதியை முதலில் வெட்ட வேண்டும். பாட்டில் மூடியிலும், அதனையொட்டியுள்ள பக்கங்களிலும் துளையோ கீறலோ செய்து வேர்கள் நீரைத் தொட ஏதுவாக அமைக்க வேண்டும். பின்னர் புனல் போன்ற பகுதியின் மேற்புறத்தில் செடியினை வைக்க வேண்டும். வேர் மூடியின் துளை வழியாக நீர்நிறை கரைசலைத் தொடுமாறு வைக்கவேண்டும். செடியின் பிடிமானத்திற்காகக் கற்களையோ மற்ற பொருட்களையோ கொண்டு நிரப்பலாம்.

கரைசல் அளவு குறையக் குறைய நிரப்பிக்கொள்ள வேண்டும். இதே முறையை 2 லிட்டர் பாட்டிலில் செய்யும் போது தக்காளி, மிளகாய்ச் செடிகளையும் வளர்க்கலாம். தண்டுக்கீரை, புளிச்சைக் கீரை போன்றவற்றிற்கு ஒரு பாட்டி

நீர்நிறை (hydroponic) முறையில் கொடிப்பசலியும் தக்காளியும்

பாரல் (Barrel) முறை

தண்ணீர் பாட்டிலில் ஹைட்ரோபோனிக் முறையில் செடி வளர்த்தல்

லில் ஒரு செடியும், மற்ற சிறிய வகைக் கீரைகள் என்றால் 3 - 4 செடிகளும் வைக்கலாம்.

NFT (Nutrient Film Technique) முறையில் பயன்படுத்தப்படும் குழாய் அமைப்பை கரைசலுடைய சுழற்சி இல்லாமலும் கூட பயன்படுத்தலாம்.

இந்த முறையில் குழாயின் மேற்புறத்தில் சிறு துளைகள் செய்து அதில் நாற்று வைப்பதற்கான கலனைப் பொருத்தி செடிகளை நடலாம். கரைசல் அளவும் தரமும் மாறுவதைக் கண்காணித்துக் கொண்டே யிருக்க வேண்டும். இந்த முறையின் பெரிய ஆதாயம் இதை ஒன்றின் மேல் ஒன்றாகவோ அல்லது முக்கோண வடிவில் மேற்புறமாக இருக்குமாறு அமைக்க முடியும்.

உயரமான அமைப்பாக இருக்கும்போது குறைந்த இடத்தில் நிறைய செடிகளை வளர்க்கமுடியும். மேலும் மின்விளக்கின் வெளிச்சத்தில் கட்டடத்தின் உட்புறம் வளர்க்க வேண்டி யிருந்தால் இந்த முறை மிகவும் உகந்ததாக இருக்கும்.

மின் விளக்கிற்கும், வெளி உபயோகத்திற்கும் உகந்த இன்னொரு முறை, பாரல்களை (barrels) உபயோகப்படுத்துவது.

இது மிகமிக எளிதான முறை. மொட்டை மாடியிலும், தோட்டங்களிலும் நீர்நிறை வேளாண்மை சிறிய அளவில் செயல்படுத்தவும், பெரிய அளவில் விரிவுபடுத்தவும் சரியான வழி.

200 லிட்டர் பிளாஸ்டிக் பாரல்களை பக்கவாட்டில் வெட்டிக் கொள்ள வேண்டும். பின்னர் இதில் கரைசலை நிரப்பி அதன் மேல் தெர்மோகோல் போன்ற மிதக்கும் பொருளை வைத்து பின் அதன் மேல் செடிகளை வைக்கலாம்.

காற்றேற்றம் தருவதற்கும், கரைசலை எளிதாக சோதனை செய்வதற்கும், செடிகளை பராமரிப்பதற்கும் எல்லாவற்றிற்கும் எளிய வழி இது.

நீர்நிறை வேளாண்மை இயற்கையானதே!

நீர்நிறை வேளாண்மை (*hydroponic*) இயற்கையானதா; இரசாயனங்களைப் பயன்படுத்துவதால் இந்த முறையில் விளையும் காய்கறிகள், மற்ற உணவுப்பொருட்கள் பாதுகாப் பானவையா..?

இந்தக் கேள்வி எல்லோருக்கும் இருக்கும். இயற்கை விவசாய முறையில் விளையும் பொருட்களுக்கும் இந்த முறையில் விளையும் பொருட்களுக்கும் தரத்தை பொறுத்தவரை என்ன வேறுபாடு இருக்கும் என்பதும் இயற்கை விவசாயம் செய்பவர்களுக்கும், நுகர்வோருக்கும் உள்ள பெரிய சந்தேகம்.

உண்மையில் நீர்நிறை முறையில் விளையும் பொருட்கள் தரத்தி லும் சுவையிலும் ஊட்டச்சத்தின் அளவிலும் இயற்கை விவசாய முறையில் விளையும் பொருட்களைக்காட்டிலும் மேம்பட்டவை.

தாவரங்கள் வேர்மூலமாகத் தழைச்சத்து, மணிச்சத்து, சாம் பல் சத்து, கந்தகச்சத்து போன்ற பேரூட்டங்களையும், போரான், மாலிப்டினம், சின்க், இரும்பு போன்ற நுண்ணூட்டங்களையும் மண்ணிலிருந்து எடுத்துக்கொள்கின்றன. இந்த ஊட்டங்கள் அனைத்தும் கனிமப்பொருட்கள்.

இவை அனைத்தும் சேர்த்து தாவரத்தின் தேவையில் 5%க்கும் குறைவானவையே. தாவரத்தின் மற்ற 95% தேவை கரிமப்பொருட் களான ஹைட்ரஜன், ஆக்ஸிஜன், கார்பன் மற்றும் நீரிலிருந்து கிடைக்கும்.

நாம் உண்ணும் உணவில் இந்த ஊட்டங்கள் பல்வேறு பரிமாணங்களில் நீர்ச்சத்தாகவோ, நார்சத்தாகவோ, சர்க்கரைச் சத்தாகவோ, வைட்டமின்களாகவோ, நிறப்பொருட்களாகவோ, எண்ணெய்ச் சத்தாகவோ கிடைக்கின்றன.

தாவரங்கள் எடுத்துக்கொள்ளும் எந்த ஊட்டமும் அதே வடிவில் நமக்கு விளைபொருட்கள் மூலமாகக் கிடைப்பதில்லை.

உதாரணமாக தழைச்சத்தை நாம் யூரியா வடிவில் செடிக்குக் கொடுத்தாலும், மண்புழு உர வடிவில் கொடுத்தாலும் நமக்கு புரதச்சத்தாக கிடைக்கிறது. இந்த புரதச்சத்து யூரியா நைட்ரஜனிலிருந்து வந்ததா, மக்கிய குப்பையின் நைட்ரஜனிலிருந்து வந்ததா என்பதைத் தரப்பரிசோதனையின் மூலமாக கண்டுபிடிக்க முடியாது. தாவரங்களும் இப்படி ஊட்டங்களின் ரிஷிமூலத்தில் பெரும் ஆர்வம் காட்டுவதில்லை.

ஆக, தாவர விளை பொருட்களின் தரமும் சுவையும் அவைகளுக்கு எளிதில் கிடைக்கும் ஊட்டங்களைப் பொறுத்தே அமைகிறது. இந்த ஊட்டங்களின் மூலத்தை பொறுத்து அமைவதில்லை.

எனில் இராசாயன இடுபொருட்களை ஏன் இடக் கூடாது என்று சொல்கிறோம்? ஏன் இயற்கை ஆர்வலர்களும், இயற்கை விவசாயிகளும் இரசாயன இடுபொருட்களுக்கு எதிராக செயல்படுகிறார்கள்?

இதற்கான விளக்கத்தைத் தெரிந்துகொள்ளும்போது, ஏன் நீர்நிறை வேளாண்மை விளைபொருட்கள் இயற்கை விவசாயப் பொருட்களோடு சிறந்தவை என்பது புரியும்.

விவசாய இடுபொருட்கள் தாவரங்களின் தேவைகளை பொறுத்து இரண்டு வகையாகப் பட்டியலிடப்படுகின்றன. ஒன்று தாவரங்களின் ஊட்டத்திற்குத் தேவையானவை. இதைப் பொதுவாக நாம் உரங்கள் என்று சொல்கிறோம். இரண்டாவது வகை தாவரங்களின் பாதுகாப்புக்குத் தேவையானவை. இவை பெரும்பாலும் பூச்சி மருந்துகளாகவும், களைக்கொல்லிகளாகவுமாயிருக்கின்றன.

இந்த இரண்டாவது வகையான இடுபொருட்கள் தாவர வளர்ச்சிக்கும், உற்பத்திக்கும் இயற்கையாகத் தேவையில்லாதவை. இந்த பொருட்களை நாம் பயன்படுத்தும்போது, இந்த பொருட்களின் எச்சங்கள் *(residues)* விளைபொருட்களில் வந்துவிடுகின்றன.

இவைதான் உண்ணும் நமக்கு பலவிதமான உடல் உபாதைகளை நோய்கள் வாயிலாகத் தருகின்றன. முதல் வகையான உரங்கள் உண்பவர்களுக்கு எந்த விதமான தொந்தரவையும் தருவதில்லை.

பிறகு ஏன் இரசாயன உரங்களை விவசாயத்தில் பயன்படுத்தக் கூடாது என்கிறோம்?

ஹோம் அக்ரி

பூத்துக் காய்க்க தயாராக இருக்கும் ஹைட்ரோபோனிக் முறையிலான தக்காளிச் செடி

இரசாயன உரங்கள் தாவரங்களுக்கு ஊட்டத்தை தந்தாலும், சுற்றுச்சூழலை மாசுபடுத்துகின்றன. மண்ணில் இடப்படும் உரங்கள் மண்ணின் இயல்பை மாற்றுகின்றன. மண்ணில் கார அமிலத்தன்மையை மாற்றி, உப்பு அளவை அதிகப்படுத்துகின்றன.

மண்ணில் இடும் மொத்த உரத்தையும் தாவரங்கள் எடுத்துக் கொள்வதில்லை. மிச்சமிருக்கும் உரங்கள் மண்ணில் வாழும் நன்மை தரும் நுண்ணுயிரிகளை வாழவிடுவதில்லை. இந்த நுண் ணுயிர்கள் மாண்டுபோனால் செடிகள் காற்றிலிருந்து எடுக்கும் தழைச்சத்து நின்றுபோகிறது. மண்ணில் இயற்கையாக இருக்கும் மணிச்சத்தையும், நுண்ணூட்டங்களையும் கூட தாவரங்கள் இயல்பாக எடுத்துக்கொள்ள முடியாமல் போய்விடுகிறது.

தாவரங்கள் தன்னைத் தானே பாதுகாத்துக்கொள்வதற்காக இயல்பாக அமைந்த பலவிதமான சாதனங்களையும் உபயோகிக் கும் திறனையும் அவை இழக்கின்றன.

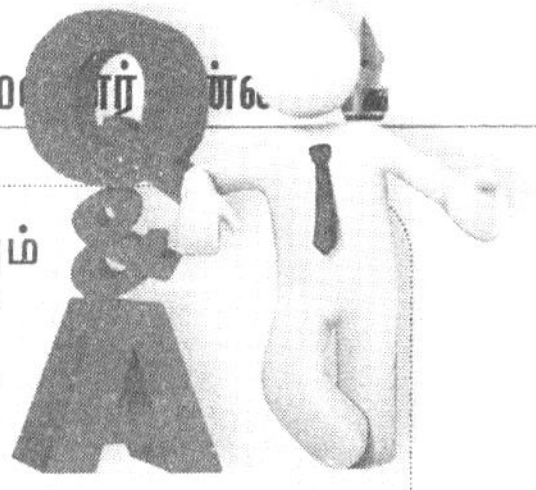

♦ நெற்பயிர்களையும், தானியங்களையும் ஹைட்ரோபோனிக் முறையில் வளர்க்கமுடியுமா?
- சவுமியா விசாலாட்சி, மணப்பாறை.

இப்போதைய சூழலில் தானியங்களை யாரும் வளர்க்கவில்லை. ஆனால், வளர்ப்பது தொழில் நுட்பரீதியாக முடியக்கூடியதுதான். பெரும்பாலாக கீரைகளும், காய்கறிகளுமே தொழில் ரீதியாக ஹைட்ரோபோனிக் முறையில் வளர்க்கப்படுகின்றன.

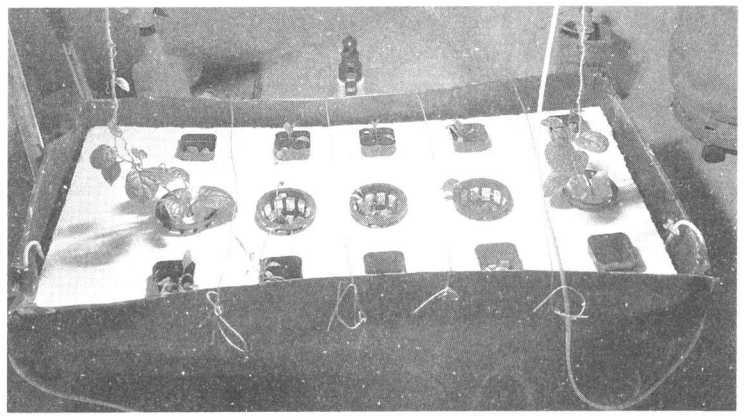

உட்புறத்தில் ஒளிவழி பயிர் பராமரிக்கும் முறை

சுருக்கமாகச் சொல்வதென்றால் தாவரங்களின் ஆரோக்கியம் பெருமளவில் பாதிக்கிறது. பூச்சி மருந்துகள் தாவரங்களால் உறிஞ்சப்படுவதாலோ, நேரடியாக விளைபொருளில் ஒட்டிக் கொண்டிருப்பதாலோ, நாம் உண்ணும்போது நம் உடலில் சேர்கின்றன.

இந்த தாவரங்களிலும், மண்ணிலிருக்கும் இரசாயனக் கழிவுகள் மழைநீர் வழியாகவோ, பாசனநீர் வழியாகவோ நிலத்தடி நீரையும், ஆறு, குளங்களையும், கடலையும் மாசுபடுத்துகின்றன.

நீர்நிறை வேளாண்மையில் மண் இல்லாததால் இந்த விதமான சுற்றுச்சூழல் பாதிப்பு இருப்பதில்லை. தாவரங்களுக்கு தேவையான அனைத்து ஊட்டங்களும் சரியான விகிதத்தில் வழங்கப்படுவதால் அவை முழு ஆரோக்கியத்தோடு வளர்கின்றன. அவைகளின் விளைபொருட்களும் எந்த இரசாயனக்கழிவுகளின் எச்சமும் இல்லாமல் இருக்கின்றன.

ஹைட்ரோபோனிக் முறையில் தாவரங்கள் ஆரோக்கியமாக இருப்பதால் பூச்சிக்கொல்லிகளின் தேவை இல்லாமல் இருக்கிறது அல்லது குறைவாக இருக்கிறது. கூடாரங்களில் செய்யப்படும் விவ

அடுக்குமுறையில் ஒளிவழி ஹைட்ரொபோனிக் கீரை வளர்ப்பு

சாயத்தில் இது முழுவதும் தவிர்க்கப் படுகிறது. இந்த காரணங்களாலேயே ஹைட்ரோபோனிக் விளைபொருட் கள் இயற்கை விவசாய விளைபொருட் களைக் காட்டிலும் மேம்பட்டவையாக இருக்கின்றன.

ஹைட்ரோபோனிக் விவசாயத்தின் வெற்றியைப் பாதிக்கக்கூடிய கார ணிகளில் மிக முக்கியமாக இருப்பது, ஹைட்ரோபோனிக் ஊட்டக்கரைசல். இக்கரைசல் வணிக ரீதியாக பல்வேறு வகைகளில் கிடைக்கிறது. வெவ்வேறு பயிர்களுக்கு தனித்தனியாகவும், பயிர் களின் பருவங்களுக்கு ஏற்றவாறும் பல்வேறு வகையாகக் கிடைக்கின்றன.

வீட்டில் சிறிய அளவில் வீட்டுத்தோட்டத்தில் செய்பவர்களும், சிறிய அளவில் தோட்டத்தில் செய்பவர்களும் இந்த கரைசல் களை வாங்கி பயன்படுத்தலாம். மற்றவர்களும், வணிக ரீதியாக செய்பவர்களும் இதை தாமாகவே தயாரித்துக் கொண்டால் மட்டுமே செலவைக் கட்டுப்படுத்த முடியும்.

இரண்டாவது முக்கிய காரணி பயிர்களுக்குக் கிடைக்கும் ஒளியின் அளவு. வெளிப்புறத்தில் ஹைட்ரோபோனிக் விவ சாயம் செய்யும்போது, வெட்டவெளியிலோ, பசுங்கூடாரத்திலோ செய்யலாம்.

தாவரங்கள் நாள் முழுவதும் வெளிச்சம் பெறுமாறு குழாய் களையும், தொட்டிகளையும் அமைப்பது அவசியம். ஆனாலும் இந்த வெளிச்சமும் உஷ்ணமும் கரைசலின் வெப்ப நிலையையும், மற்ற இரசாயனக் குணங்களையும் மாற்றாதவாறு பார்த்துக் கொள்ள வேண்டும்.

உபயோகத்தை பொறுத்தும், தாவரங்களின் எடுத்துக்கொள்ளும் அளவைப் பொறுத்தும் இந்த கரைசல்களின் இரசாயனக் குணங்கள் மாறிக்கொண்டேயிருக்கும். இந்த மாற்றத்தை தொடர்ந்து கண் காணிப்பதன் மூலமாக சரியான அளவிலான ஊட்டத்தை முறை யாகக் கட்டுப்பாட்டோடு வழங்குவது மூன்றாவது வெற்றிக்கான காரணியாக அமைகிறது.

கட்டடங்களின் உட்புறத்தில் வளர்க்கப்படும் பயிர்களுக்கு செயற்கையான முறையில் ஒளி வழங்கப்படுகிறது. தாவரங் கள் சூரியஒளியின் எல்லா ஒளிக்கற்றைகளையும் பயன்படுத்து வதில்லை. அதனால் செயற்கை முறையில் ஒளிசக்தியை தரும் போது தேவையான ஒளிக்கற்றைகளை மட்டும் தந்தால் போதும்.

நீர்நிறை வேளாண்மை இயற்கையானதே!

நீர்நிறைக் கரைசல் (hydroponic nutrient solution) தயாரிக்க நமக்கு மொத்தம் 10 இரசாயனங்கள் தேவைப்படும். எளிய முறையில் இந்தக் கரைசலை வீட்டிலும் தயாரிக்கலாம்.

எல்லா பொருட்களையும் ஒரே கரைசலாகத் தயாரிக்க முடியாது. சில இரசாயனப் பொருட்கள் ஒன்றாகக் கலக்கப்படும் போது வினைபுரிந்து தாவரங்கள் எடுத்துக்கொள்ள முடியாதபடி போய்விடும். அதனால் இருவேறு கரைசலாகத் தயாரித்து பின்னர் கலந்துகொள்ளலாம்.

கரைசல் 1:
* 200 கிராம் கால்சியம் நைட்ரேட்
* 16 கிராம் EDTA இரும்பு

இந்த இரண்டையும் 1 லிட்டர் நீரில் கரைத்துக்கொள்ளவும்

கரைசல் 2:
* 117 கிராம் பொட்டாசியம் நைட்ரேட்
* 103 கிராம் மக்னீசியம் சல்பேட்
* 1.22 கிராம் மாங்கனீஸ் சல்பேட்
* 0.34 கிராம் போராக்ஸ்
* 1 கிராம் மற்ற நுண்ணூட்டங்கள்

இந்த பொருட்களை 1 லிட்டர் நீரில் கரைத்துக்கொள்ள வேண்டும்.

இந்த இரண்டு கரைசல்களையும் தனித்தனியாகக் கரைத்து இரண்டையும் சமமாகக் கலந்தால் நமக்கு 200 லிட்டர்

வெண்டிப் பூ

ஹைட்ரோபோனிக் ஊட்டக்கரைசல் கிடைக்கும்.

தேவைக்கேற்ப இந்த செறிவுள்ள கரைசலை நீருடன் கலந்து பயன்படுத்திக்கொள்ளலாம். கலப்பதற்கு RO நீரை உபயோகிப்பது நல்லது. அல்லது டிஸ்டில்டு வாட்டரும் பயன்படுத்தலாம்.

இந்தக் கரைசலில் இருக்கும் நீரின் கார அமிலத்தன்மை (pH), தாவரங்களின் ஊட்டத்தை எடுத்துக்கொள்ளும் திறனைப் பாதிக்கும். எனவே இதன் அளவு 5.5லிருந்து 6.5க்குள் இருக்குமாறு பார்த்துக்கொள்ள வேண்டும். அதுபோலவே கரைசலிலுள்ள மொத்த உப்பின் அளவு (TDS) 250க்குள் இருக்குமாறும் கவனம் கொள்ள வேண்டும்.

பயிர் தொடர்ந்து ஊட்டங்களையும், நீரையும் உறிஞ்சிக் கொள்ளுவதால் இந்தக் கார அமிலத்தன்மையும், உப்பின் அளவும் மாறும். இந்த அளவுகளை நாம் தொடர்ந்து கண்காணிக்க வேண்டும். குறிப்பிட்ட அளவைத் தாண்டும்போது கரைசலை மாற்றவேண்டும்.

இந்த ஊட்டக் கரைசலில் நாம் சேர்க்கும் இரசாயனங்களின் அளவு செடிகளின் பருவத்துக்கு ஏற்பவும், பயிர்களுக்கு ஏற்ற வாறும் சில சமயங்களில் மாறுபடும்.

என்றாலும் மேற்குறிப்பிட்ட அளவுகள் பொதுவானவை. இதில் காய்கறிகள், கீரைகள் போன்றவற்றை வளர்க்கலாம்.

இதே கரைசலை பனிபோல வேர்களில் தெளித்துவிடும்

முறையை ஏரோபோனிக்ஸ் (aeroponics) என்பார்கள். இந்த முறையில் குழாய் போன்ற அமைப்பில் பயிர்களின் வேர்ப்பகுதி குழாயின் உள்ளும், மேற்பகுதி வெளியிலும் இருக்கும்படி அமைக்கப்படுகிறது.

பனித்துகள் போல வேர்கள் எப்போதும் ஈரமாக இருக்கும்படி ஊட்டக்கரைசல் தெளிக்கப்படுகிறது. இதனால் எதன் மேலும் படாமல் வேர்கள் எப்போதும் தொங்கியபடியே இருக்கும்.

ஏரோபோனிக்ஸுக்கு மிக அதிகமான அளவில் தானாகக் கண்காணிக்கும் கருவிகளும், தானியங்கி பம்புகளும், அதி நவீன மின்னணுக் கட்டுப்பாட்டு சாதனங்களும் தேவைப்படும். ஆனாலும், இந்த முறை மற்ற மண்ணில்லா முறைகளைக்காட்டிலும் செலவு குறைந்தது.

முன்பே பார்த்தபடி ஹைட்ரோபோனிக் முறையில் வளரும் விளைபொருட்கள் '*organic*' இல்லை. இதில் நச்சுக்கள் இல்லாமல் இருந்தாலும், இதை இயற்கை விளைபொருள் என்று சொல்ல முடியாது.

அக்வாபோனிக் முறை

ஆனால், 'அக்வாபோனிக்' முறை இயற்கையான முறை. இது '*organic*' என்ற வரையறைக்குள் வரும். 'அக்வாபோனிக்' முறையில் நீர்நிறை கரைசலுக்குப் பதிலாக மீன் கழிவுகள் ஊட்டமாக பயன்படுத்தப்படுகின்றன.

மீன் வளர்ப்பும், பயிர் வளர்ப்பும் ஒன்றாக இணைக்கப்பட்ட

முறையே 'அக்வாபோனிக்'. இதில் மீன்கள் பெரும் நீர்நிலைகளிலில்லாமல், தொட்டிகளில் வளர்க்கப்படுகின்றன. பொதுவாக 1000 லிட்டர் தொட்டிகளில்.

இந்த நீரானது நிலையாக தொட்டியில் இல்லாமல் சுழற்சியில் வைக்கப்படுகிறது. மீன் கழிவுகளிலுள்ள ஊட்டங்கள் தாவரங்களால் உறிஞ்சப்பட்டவுடன், வடிகட்டப்பட்டு மீண்டும் மீன்தொட்டிக்கே அனுப்பப்படுகிறது. பயிர்களின் வளர்ச்சி மற்றும் பல காரணிகளைப் பொறுத்து சுழற்சி செய்யப்படும் நீரின் நேரமும் அளவும் மாற்றப்படுகிறது.

சோளத்தட்டையின் பூக்கள்

'அக்வாபோனிக்' முறை வணிக ரீதியில் பெரிய அளவில் செய்யப்படாவிட்டாலும், தொழில்நுட்ப ரீதியில் செய்யக்கூடிய தாகவேயிருக்கிறது.

பொதுவாக சிறிய மீன் வகைகளே இந்த முறைக்கு ஏற்றவை. ஓரளவுக்கு கடினமான சூழலைத் தாங்கி வளரக்கூடிய வகைகளான கட்லா, ரோகு, கெழுத்தி போன்ற வகைகள் பெரும்பாலும் தேர்வு செய்யப்படுகின்றன. சிறிய அளவில் வீட்டிலோ, தோட்டத்திலோ 'அக்வாபோனிக்' முறையை கீரைகள், சிறு காய்கறிகளுக்கு பயன்படுத்தலாம்.

ஹைட்ரோபோனிக் முறையில் வெற்றிக்கான அம்சங்கள்

இந்த அனைத்து வகையான மண்ணில்லா பயிர் வளர்ப்பு முறைகளிலும் ஒருசில பொதுவான காரணிகளே வெற்றியைத் தீர்மானிக்கின்றன.

முதலாவதாக ஊட்டக்கரைசலின் தரம் மற்றும் அதை பயன்படுத்தும் விதம். முன்பே பார்த்தபடி நீரின் தரம், ஊட்டச்சத்துகளின் அளவு, செறிவு, கார அமிலத்தன்மை போன்ற காரணிகள் மிக முக்கியமானவை.

ஊட்டங்களின் அளவைக்காட்டிலும், செடி அவைகளை எடுத்துக்கொள்ளக்கூடிய நிலையில் இருக்கின்றனவா என்பதைக் கவனிக்க வேண்டும். சில ஊட்டங்கள் கரைசலில் நல்ல மற்றும் தேவையான அளவில் இருந்தாலும் தாவரங்கள் அவற்றை எடுத்துக்கொள்ளும் நிலையில் இருப்பதில்லை. கரைசலின் கார அமிலத்தன்மை அல்லது அதனுடன் சேர்க்கப்பட்டிருக்கும் மற்ற இரசாயனங்களின் இடையூறு இதற்கு காரணமாக இருக்கலாம்.

அதனால் இரசாயனங்களின் தரம் உட்பட பல்வேறு காரணிகளை ஆராய்ந்தே கரைசலைத் தயாரிக்க வேண்டும். பயிரின் வளர்ச்சி நிலைகளுக்கேற்ப இதன் அளவும் மாற்றப்பட வேண்டும்.

மன்னர் மன்னன்

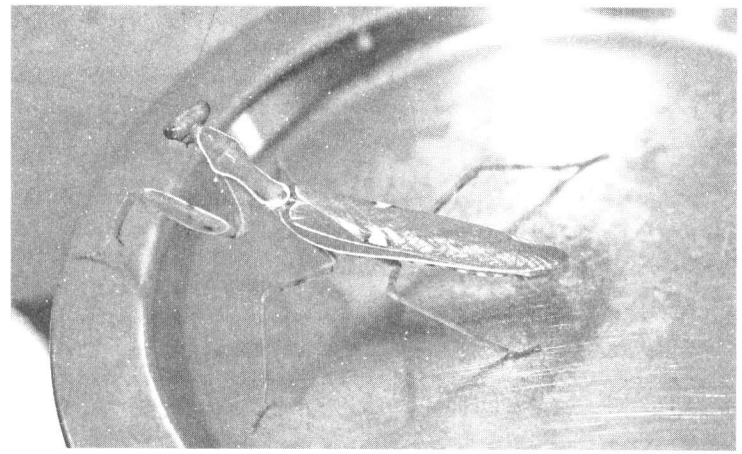

வெட்டுக்கிளி

இரண்டாவதாக, நாம் பயன்படுத்தும் கலன்கள் வெப்பத்தை ஏற்காதவையாகவும், உஷ்ணத்தை வெளித்தள்ளக் கூடியவையாகவும் இருக்கவேண்டும். இதன் காரணமாகவே நாம் பிளாஸ்டிக் கலன்களைத் தேர்வு செய்ய வேண்டியிருக்கிறது.

வெண்ணிறக் குழாய்களும், கலன்களும் இதற்கு ஏற்றவையாக இருக்கின்றன. சூரிய ஒளி படும்படியிருக்கும் வெளிப்புற அமைப்புகளுக்கு புற ஊதா க்கதிர்களின் தாக்கத்தை தாங்கக்கூடிய பிளாஸ்டிக் கலன்களையே பயன்படுத்த வேண்டும். உலோகங்களால் ஆன பாகங்களை பெரும்பாலும் தவிர்க்க வேண்டும்.

மூன்றாவதாக, செடிகளைத் தாங்கிக்கொள்வதற்காக நாம் பயன்படுத்தும் ஆதாரப்பொருள். தென்னை நார்க்கழிவு, வெர்மி குலைட், பெர்லைட், கூழாங்கற்கள், மணல், ஜல்லிக்கற்கள், உமி, நார்ப்பொருட்கள், foam, glasswool, பஞ்சு... போன்ற பொருட்களின் இயல்புகள் மற்றும் பயன்படுத்தும் விதத்தைப் பொறுத்தும் பயிர் வளர்ச்சி பாதிக்கப்படுகிறது.

இந்தப் பொருட்கள் நோய்த் தொற்று நீக்கப்பட்டவையாகவும், நுண்ணுயிர்களை வளரவிடாதவையாகவும் இருக்க வேண்டும். இந்த ஆதாரப்பொருட்கள் ஒவ்வொன்றுக்கும் வெவ்வேறு விதமான நீர் உறிஞ்சும் தன்மை இருக்கும். எனவே நாம் அமைக்கும் தோட்டத்திற்கேற்பவும், பயிருக்கு ஏற்றவாறும் இந்தப் பொருட்கள் தேர்வு செய்யப்பட வேண்டும்.

மீண்டும் மீண்டும் பயன்படுத்தக்கூடிய மணல், கற்கள், வெர்மிகுலைட் போன்ற பொருட்கள் செலவைக் குறைப்பதோடு, கழிவுகள் உருவாவதையும் தடுக்கும்.

நான்காவதாக, செடிகளுக்கு கிடைக்கும் ஒளியின் அளவு. செயற்கை ஒளியில் வளர்க்கப்படும் தாவரங்கள் மிகச்

சரியான அளவில் வெளிச்சம் பெறவேண்டும். வளர்ச்சிக்குஏற்ற வாறு ஒளியின் அளவும் மாற்றப்பட வேண்டும்.

ஒளிக்கற்றையின் எல்லா நிறங்களையும் தாவரங்கள் பயன் படுத்துவதில்லை. ஆக, மின் விளக்குகள் தேவையான அலை நீளம் கொண்ட ஒளியை மட்டும் தருபவையாக இருந்தால் போதுமானது.

தாவரங்கள் 16 மணி நேரம் வரை உற்பத்திக்கான வேலையைச் செய்யக்கூடியவையாகயிருக்கின்றன. ஆக, செயற்கை ஒளியில் வளர்க்கும்போது, ஒளி 16 மணி நேரம் தரலாம். இயற்கைச் சூரிய ஒளியில் வளர்க்கும்போது நாள் முழுவதும் பயிர்களின் மேல் வெளிச்சம் படும்படி தோட்டத்தை அமைக்க வேண்டும்.

இயற்கை மற்றும் செயற்கை ஒளியைக் கலந்தும் பயிர்களை வளர்க்கலாம். இதனால் உற்பத்தி வேகத்தை அதிகப்படுத்தியும், ஒளிக்கான செலவைக் குறைத்தும் பயன் பெறலாம்.

பொதுவாக வெளிப்புறத்தில் சூரிய வெளிச்சத்தில் இருக்கும் அமைப்புகள் பசுமைக் கூடாரத்திலோ, நெகிழிக் கூடாரத்திலோ இருக்கின்றன. இந்த கட்டுப்படுத்தப்பட்ட அமைப்புகள் தாவ ரங்களை மழை மற்றும் அதிகப்படியான வெயில் மற்றும் காற்றி லிருந்து பாதுகாக்கின்றன.

இந்த அமைப்புகள் இல்லாமலும் மண்ணில்லா விவசாயம் செய்யலாம் என்றாலும், இழப்புகளிலிருந்து பாதுகாத்துக்கொள்ள இந்த அதிகப்படியான தேவைகள் அவசியம்.

மண்ணில்லா விவசாயத்தில் வெற்றி தோல்வியை பாதிக்கக் கூடிய மற்ற காரணிகள் எல்லா விவசாய முறைகளுக்கும் பொருந்தக் கூடியவைதான்.

நாம் பயன்படுத்தும் விதை அல்லது நாற்றுகளின் தரம்; அளிக்கும் ஊட்டத்தின் அளவு மற்றும் தரம்; அதிகப்படியான அல்லது குறைவான வெப்பம்; காற்று, மழை போன்ற தட்பவெப்ப சூழ்நிலைகள்; நோய் மற்றும் பூச்சிகளின் பாதிப்பு; மற்ற பயிர் வளர்ப்பு முறைகள் போன்றவை செடியின் வளர்ச்சி, ஆரோக்கியம் மற்றும் மகசூலைப் பாதிக்கின்றன.

இந்த முறை மரபணு மாற்றம் போன்ற இயற்கைக்கு எதிரான முறை அல்ல. இயற்கையின் விதிகளுக்கு உட்பட்டே இந்த தொழில் நுட்பம் செயல்படுகிறது. எதிர்கால உணவு உற்பத்தி இதுபோன்ற மண்ணில்லா விவசாய முறைகளைச் சார்ந்தே இருக்கும்.

இறைச்சிக்கும் இதுபோன்ற தொழில் நுட்பங்கள் ஆராய்ச்சி அளவில் இருக்கின்றன. நமக்குத் தேவையான ஆட்டிறைச்சி, மாட்டிறைச்சி, மீன் இறைச்சி போன்றவற்றையும் தொழிற்சாலை களில் தயாரிக்கும் தொழில்நுட்பங்கள் ஏற்கனவே தாயாராக இருக்கின்றன.

இந்த திசு மூலம் வளர்க்கும் முறைகளும் ஹைட்ரோபோனிக்ஸ் போல வணிகரீதியாக ஆவதற்கு இன்னும் நீண்ட நாட்கள் இல்லை.

வீட்டில் தோட்டம் வளர்ப்பது சமுதாயக் கடமை!

மாறிவரும் விவசாய முறைகளால் எப்படி நாம் பன்வகைத் தன்மைகொண்ட மருந்தாகும் உணவை மறந்து ஒரு சில காய்கறி, தானியங்களை மட்டும் நம்பி நம் உணவுப் பழக்கத்தை ஏற்படுத்திக்கொண்டோமோ -

அப்படியே இதுபோன்ற தொழில் நுட்பங்கள் வரும்போது நாம் பயன்படுத்தும் உணவுப்பொருட்களின் வகைகளும், தானியம், காய்கறிகளின் எண்ணிக்கையும் குறையும்.

எப்படி அரிசி, கோதுமை பயன்பாடு அதிகரித்ததால் நாம் சிறு தானியங்களை மறந்தோமோ அதுபோலவே, பல காய்கறிகளின் உபயோகத்தையும் அவற்றின் மருத்துவக் குணங்களையும் நாம் மறக்க நேரிடும்.

மனிதனின் அடிப்படைத் தேவை உணவு. அதை நாமே உற்பத்தி செய்துகொள்ளும் வாய்ப்பு இருக்கும்போது அதைச் செய்வதும், சந்ததியினருக்கு சொல்லிக் கொடுப்பதும் சமூகத்திற்கு நாம் செய்ய வேண்டிய கடமையாகும்.

நமக்குத் தேவையானதை உற்பத்தி செய்வதற்கான அடிப்படை அறிவு இல்லாத ஒரு சமுதாயத்தை நாம் உருவாக்கக் கூடாது. ஆக நாம் வீட்டுத்தோட்டம் அமைப்பது நமது பொதுநல, சமுதாயக் கடமைகளையும் நாம் நிறைவேற்ற ஒரு நல்ல வாய்ப்பாக அமையும்.

வீட்டுத்தோட்டம் அமைப்பதில் உள்ள பயன்களை முன்னரே பார்த்திருக்கிறோம். இந்த முடிவான பகுதியில் வீட்டுத்தோட்டம் அமைப்பது பற்றிய சில முக்கியமான அம்சங்களைப் பார்போம்.

ஹோம் அக்ரி

வீட்டுத்தோட்டம் அமைத்து அதைப் பாதுகாப்பது மிகப் பெரிய அளவில் மனச்சோர்வுக்கான மற்றும் மன அழுத்தத்திற் கான தீர்வாக அமையும்.

இன்றைய இயந்திர வாழ்க்கையில் மன அழுத்தம் இல்லாத வர்களே இல்லை. இன்று நமக்கு பிரதானமான தொலைக்காட்சி நிகழ்ச்சிகளும் மன அழுத்தத்தை அதிகப்படுத்தக்கூடியனவாகவே இருக்கின்றன.

நம் நேரத்தை உபயோகமாகவும், பலனுள்ளதாகவும் மாற்ற வீட்டுத்தோட்டம் ஒரு நல்ல மாற்றாக இருக்கும். குழந்தைகளை பயிர் வளர்ப்பிலும் பயிர் பாதுகாப்பிலும் ஈடுபடுத்தும்போது ஆக்கபூர்வமான சிந்தனைகளும், நேர்மறை எண்ணங்களும் மேம்படும்.

குழந்தைகளுடைய தற்காலப் பொழுதுபோக்கு அம்சங்கள் மற்றும் வாழ்க்கைமுறை துரதிர்ஷ்டவசமாக சுயநலப்போக்கையும், வன்முறைச் சிந்தனைகளையும், தான் தோன்றித்தனமான, குறிக்கோளில்லாத வாழ்க்கை முறையையுமே வளர்க்கின்றன.

இந்த எதிர்மறை விளைவுகளுக்கு வீட்டுத்தோட்ட பராமரிப்பு நல்ல தீர்வாக அமைந்து ஆக்க சிந்தனையை மேம்படுத்த உதவி யாக இருக்கும்.

தோட்டத்தில் நாம் ஈடுபடும்போது உள்ள உடலுழைப்பு உடற்ப யிற்சிக்கு ஈடாக அமையும். இந்த உடலுழைப்பு வீணாகாமல்

நமக்கும் சமுதாயத்திற்கும் நம் சக்தி பயன்பட்ட மாதிரியும் அமையும்.

இந்த உடலுழைப்பு இயற்கை என்பதால் நாம் பெருமளவில் சோர்வடைவதில்லை. இது வீட்டின் வெளிப்புறம் அமைவதால் சூரிய ஒளியின் பயன்களும் நமது உடலுக்குக் கிடைக்கும்.

அண்டை அயலாருடன் பழகுவதற்கான ஒரு வாய்ப்பையும் வீட்டுத் தோட்டம் நமக்குத் தருகிறது. நம் வீட்டில் வளர்க்கும் முருங்கை, லச்சக்கட்டை, காசினிக் கீரை வகைகள் மற்றும் பெரும்பாலான காய்கறிகள் ஒரு குடும்பத்தின் தேவைக்குப் போக அதிகமாகவே இருக்கும். இது மற்றவர்களுடன் பகிர்ந்து கொள்ள ஒரு வாய்ப்பை வழங்கும்.

சுற்றத்தாருடன் பழகுவது நம் பொதுநலச் சிந்தனையை மேம்படுத்துவதோடு, மனமகிழ்ச்சியைத் தருவதாகவும் அமைகிறது.

1939லிருந்து 2014 வரை ஹார்வர்ட் பல்கலைக்கழகத்தில் செய்யப்பட்ட 'மனிதனுக்கு மனமகிழ்ச்சியை எது தருகின்றது' என்ற நீண்டகால ஆராய்ச்சியில், நாம் எத்தனை பேருடன் நல்ல பழக்க வழக்கம் வைத்திருக்கிறோம் என்பதே நம் மகிழ்ச்சியின் அளவைத் தீர்மானிக்கிறது என்று கண்டறியப்பட்டுள்ளது.

அதன் படி சுற்றத்துடன் நல்ல உறவும், தனிமையில்லா வாழ்க்கையையும் அமைத்துக்கொள்ள வீட்டுத்தோட்டங்கள் பெருமளவில் உதவியாக இருக்கின்றன. தாவரங்களுடன் பழகுவதும் அவற்றின் வளர்ச்சியைப் பார்ப்பதும் சிறுவர்களுக்கும், முதிய வர்களுக்கும் தனிமையைப் போக்க ஓர் எளிதான வழி.

வீட்டுத்தோட்டம் நம்மிடம் இருக்கும்போது சிறு சிறு மருத்துவ குணங்கள் கொண்ட செடிகளை நாம் வளர்க்க வாய்ப்பு கிடைக்கிறது. துளசி, திருநீற்றுப் பச்சிலை, ஓம வள்ளி, நொச்சி, ஆடாதொடா, நிலவேம்பு, பிரண்டை, வெற்றிலை, சிறு குறிஞ்சான், முடக்கத்தான் போன்ற சிறு மூலிகைகள் பெரும்பாலான உடல் உபாதைகளுக்கு கை வைத்தியமாக அமைகின்றன.

இதன்மூலம் மருத்துவமனைக்கு செல்வதற்கான தேவை பெருமளவில் குறைகிறது. தனியாக இந்த மூலிகைகளை நாம் வளர்ப்பதற்கான வாய்ப்பு குறைவு. இதுவே வீட்டுத்தோட்டம் இருக்கும்

பட்சத்தில் எளிதாக அமைகிறது.

சிறு உபாதைகளுக்கு கை வைத்தியம் செய்துகொள்ளாமல் மருத்துவரை நாடுவது என்பது நம்மை நோயாளியாக்கி விடுவதோடு, எதற்கெடுத்தாலும் மருத்துவரை நாடும் ஒரு பழக்கத்தையும் ஏற்படுத்தி விடுகிறது.

இந்த சில மூலிகைகள் வீட்டில் இருக்கின்ற காரணத்தினாலேயே நாம் இவைகளைப் பயன்படுத்தும் சூழ்நிலைக்கு ஆளாகி, பின் பழக்கமாகி, பின் நாம் ஆரோக்கியமான உடலைப் பாதுகாத்துக்கொள்ள ஏதுவாகிறது.

ஆரோக்கிய உணவு நமக்கு ஊட்டம் தருவதுடன் நம் உடலிலுள்ள கழிவுகளை வெளித்தள்ளுவதிலும் பெரும்பங்கு வகிக்கிறது. கழிவுகளை வெளித்தள்ளுவது என்பது நம் உடல்நலத்தைப் பாதுகாப்பதில் ஒரு பேரம்சமாகும்.

எந்த அளவுக்கு நாம் ஒரு உணவில் உள்ள வைட்டமின், தாதுக்கள் போன்ற சத்துகளை கவனிக்கிறோமோ அந்த அளவுக்கு உணவுப்பொருளின் கழிவு நீக்கும் தன்மையை கவனிப்பதில்லை.

உணவிலுள்ள நார்ச்சத்தும் மற்ற சில உட்பொருட்களும் நம் உடலில் சேரும் கழிவுகளை நீக்கி எல்லா அங்கங்களையும் சுத்தம் செய்கின்றன. ஆனால், இந்த அம்சத்தை நாம் கவனிப்பதில்லை. வீட்டுத்தோட்டம் இருக்கும் பட்சத்தில் நாம் உண்ணும் நஞ்சில்லா உணவு, குறைவான அளவாகவே இருந்தாலும், பெருமளவில் நமது உள்உறுப்புகளை சுத்தமாகவும் ஆரோக்கியமானதாகவும்

வைத்துக்கொள்ள உதவுகிறது.

நாமே விளைவித்த கீரை களும் காய்கறிகளும் சந்தையில் கிடைக்கும் பொருட்களைவிட பன்மடங்கு வேறுபட்டவை, தரமானவையாகவே இருக்கக் கூடியவை.

எப்படி வீட்டுச் சாப்பாடு கடை சாப்பாட்டைக்காட்டி லும் வேறுபட்டதோ, அப்படிப் பட்டதுதான் இதுவும். வீட்டில் வளர்க்கும் போது ஒரு சில செடி களுக்கு கொடுக்கும் கவனமும், ஊட்டமும், ஆதரவும் நிச்சய மாக வணிக ரீதியாக வளர்க்கும் செடிகளுக்கு கிடைக்காது.

இந்த விளைபொருட்கள் நமக்கு கொடுக்கும் பயன்களை சந்தைப்பொருட்கள் கொடுக்காது. இதற்கு மிக முக்கியமான காரணம் நுகர்வோராகிய நாம் விவசாய விளைபொருட்களுக்கு சரியான விலை கொடுக்கத் தயாராக இல்லை என்பதுதான்.

ஆக, குறைந்த விலைக்கும் அல்லது சந்தை விலைக்கும் நிலை மைக்கும் ஏற்றவாறே விவசாயி உற்பத்தி செய்ய நிர்ப்பந்திக்கப் படுகிறார். இந்தக் காரணங்களாலேயே நமக்கு தரமான பொருள் கிடைக்காமல் போகிறது.

ஆரோக்கியமான உணவு நம் உடல் நலத்துக்கும், மன நலத் துக்கும், சமூக நலத்துக்கும் பிரதானமானது. வீட்டுத்தோட்டம் அமைத்து பராமரிக்கும்போது நம் உடலையும், குடும்பத்தின் ஆரோக்கியத்தையும் மட்டுமல்லாமல் ஒரு சமுதாயக் கடமையையும் செய்கிறோம் என்ற திருப்தியோடு வாழமுடியும்.

இந்தத் தொடர் உங்களின் வீட்டுத்தோட்டம் அமைப்பதற் கான முயற்சியிலும், விவசாயம் குறித்து அறிவு பெறுவதற்கான முயற்சியிலும் உதவியிருக்கும் என்று நம்புகிறேன். வாசகர் களின் ஆதரவுக்கு மிக்க நன்றி!